AA000750

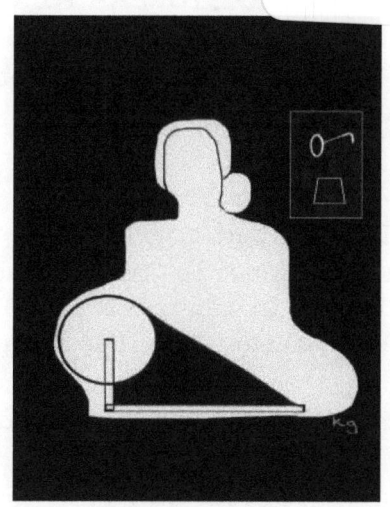

నేను ...

కస్తూర్‌బా ని

కన్నడ మూలం

డా.ఎచ్.ఎస్. అనుపమా

అనువాదం

చందకచర్ల రమేశ బాబు

NENU KASTURBAA NI

(Biographical Sketches Of Kasturbaa Gandhi)
Original Author in Kannada
Dr.H.S.ANUPAMA
Honnavar, Karnataka
anukrishna93@gmail.com
Translated to Telugu by
Chandakacherla Ramesh Babu
First Published in kannada in 2019 by Ladai
Prakashana,Gadag (ladaibasu@gmail.co)
©Author
First Edition: Dce 2023
Copies: 500
Published By:
Chaaya Resources Centre
103, Haritha Apartments,
A-3, Madhuranagar,
HYDERABAD-500038
Ph: (040)-23742711
Mobile: +91-98480 23384
email: chaayaresourcescenter@gmail.com
Courtesy
Inner Sketches by Krishna GiLiyar
Images From Internet Sources
Publication No:CRC-118
ISBN No: 978-93-92968-77-8
Cover Design: Arunank Latha
Book Design:R.R.Rao

For Copies:
All leading Book Shops
https:/amzn.to/3xPaeId
bit.ly/chaayabooks

డా. ఎచ్.ఎస్. అనుపమా

కర్నాటకలోని శివమొగ్గ జిల్లాకు చెందిన ఎచ్.ఎస్. అనుపమా వృత్తి రీత్యా వైద్యులు. అభిరుచి రీత్యా రచయిత్రి. ప్రస్తుతం కర్నాటకలోని ఉత్తర కన్నడ జిల్లా కవలక్కిలో గత 27 సంవత్సరాలుగా వృత్తి నిరతులై ఉన్నారు. కవితలు, కథలు, ప్రవాస కథనాలు, వైద్యకీయ వ్యాసాలు, సమకాలీన ఆలోచనలకు సంబంధించిన వ్యాసాలు ఇలా 56 పుస్తకాలు వెలువరించారు. దళిత, మహిళా, ప్రగతిపర సంఘటనలతో తమను గుర్తించుకున్నారు. కర్నాటక మహిళా దౌర్జన్య విరోధి సమాఖ్య, మే సాహిత్య మేళా కార్యకర్త. కవి ప్రకాశన, లడాయి ప్రకాశన సంస్థలలో సహభాగి.

చందకచర్ల రమేశ బాబు

చందకచర్ల రమేశ బాబు గారు నివృత్త బ్యాంకు అధికారి. హైదరాబాద్ శివార్లలో ఉంటున్నారు.

ఆయన భాషాభిమాని. కర్నాటక లోని సరిహద్దు జిల్లా కేంద్రమయిన బళ్ళారిలో పుట్టినందువల్ల ఆయనకు కన్నడం, తెలుగు రెండూ భాషల పరిచయం కలిగింది. తనకు తెలిసిన భాషా పరిజ్ఞానంతో ఆయన రెండు భాషల్లోనూ కొన్ని సాహిత్య రచనలు చేశారు. ఆయన అనువదించిన కథలు అటు తెలుగు పత్రికలలోనూ, కన్నడ పత్రికలలోను ముద్రణకు నోచుకున్నాయి.

ఆయన కన్నడంలో "మనదర్పణ, అనిసిద్దెల్ల అక్షరదల్లి" అనే రెండు కవితా సంకలనాలను తీసుకువచ్చారు. తెలుగు నుండి తూర్పుగాలి, మంచుపువ్వు, తపన నవలలను కన్నడంలోకి అనువదించారు. దేవరకొండ బాలగంగాధర తిలక్ గారి "అమృతం కురిసిన రాత్రి" కవితా సంకలనంలో కొన్ని కవితలను కన్నడంలోకి అనువదించి పుస్తకంగా తీసుకువచ్చారు.

తెలుగులో "గీతలోని మార్గదర్శకాలు" అనే శీర్షికన "కర్తవ్య బోధన, స్థితప్రజ్ఞత, త్రిగుణాలు" అనే మూడు పుస్తకాలను స్వంతంగా రాశారు." ఉపనిషత్తుల సారం" అనే పుస్తకాన్ని కన్నడం నుండి అనువదించారు. ఆయన ఈ అనువాద కృషికి గాను 2019 లో గిడుగు రామమూర్తి పంతులుగారి ప్రశస్తిని పొందారు.

ఒక చరిత్ర స్వరం

"నేను కస్తూర్‌బా ని" ఈ పుస్తకం చదవడానికి చేతిలో తీసుకున్నప్పుడు నాకు పెద్ద కుతూహలం కానీ, ఆసక్తిగానీ లేదు. మనకు తెలిసిన గాంధీ జీవితాన్ని కస్తూర్ బా నోట్లోంచి చెప్పించడమే గదా అనుకున్నాను. ముందుగా అనుపమ రాసిన ముందుమాట శీర్షిక చూసి కొంత ఆసక్తి కలిగింది. "రావి అరుగు-వేపచెట్టు" అని చదవడం మొదలు పెట్టిన తర్వాత నాకు క్రమంగా అర్థమవుతూ వచ్చింది, ఈ పుస్తకం సాధారణమైనది కాదని. అనుపమ ఈ పుస్తకం కోసం చేసిన కృషి కూడా సాధారణమైనది కాదు. అంత కృషి చేసిన, చేస్తున్న అనుపమ అంటే కస్తూర్ కి ఎంతో ప్రేమ కలిగి ఉండాలి. అనుపమ దగ్గరగా కూచుని కస్తూర్ బా చెప్పిన మాటలను అక్షరబద్ధం చేయటం తప్ప అనుపమ చేసిందేం లేదు. కానీ కస్తూర్ బాను పొందాలంటే ఎంత దీక్ష కావాలో, శ్రమ పడాలో అంతా అనుపమ చేసింది. సాక్షాత్కారం జరిగిన తర్వాత కథ సులభంగానే నడిచి ఉండొచ్చు.

చరిత్రలో భర్తననుసరించిన భార్యలు ఉన్నారు. ఆంధ్రదేశంలో వీరేశలింగం పంతులు- రాజ్యలక్ష్మి, మహారాష్ట్రలో జ్యోతిబా పూలే-సావిత్రిబాయి పూలే, ఉన్నవ దంపతులు, పుచ్చలపల్లి దంపతులు ఇలాంటి వారు చాలా మంది ఉన్నారు. వీరందరినీ పతిని అనుసరించిన వారిగా మాత్రమే చూసే ధోరణే ఎక్కువ ప్రచారంలో ఉంది. అది సరైనదేనా? ఈ స్త్రీలలో ఒక కర్తృత్వ ఆకాంక్ష లేకపోతే వారి జీవితాలు మరొక విధంగా సాగే అవకాశం లేదా? ఆ కర్తృత్వ ఆకాంక్షకు మనం ఎంత విలువ ఇవ్వాలి? అది ఆ నాటి సామాజిక వాతావరణంలో ఒక సాహసమే కదా! ఆ సాహసాన్ని కేవలం పతిననుసరించటం అనే మాటతో తేలిక చేయడం

తగినదేనా? ఈ స్త్రీలు పతి వెనకాల దాగి రక్షణ పొందలేదు. బంధుమిత్రుల నుండీ, సమాజం నుండీ తీవ్రమైన వ్యతిరేకతను ఎదుర్కొన్నారు. తట్టుకుని నిలబడ్డారు. తమ చుట్టూ ఒక కొత్త సమాజాన్నీ, బంధుమిత్రులను ఏర్పరచుకున్నారు. అది మామూలు విషయం కాదు. పబ్లిక్, ప్రపంచం, లేదా పురుష ప్రధానమైన రాజకీయ ప్రపంచలోకి, ప్రైవేట్ ప్రపంచంగా ఉన్న కుటుంబ విలువలను, ఆ పనులను తెచ్చి ఘర్షణ పడ్డారు. ఆ రెండు ప్రపంచాలు "పరస్పరం సంఘర్షించిన" సమయాలలోనే కొత్త ఆలోచనలు, కొత్త దారులు ఏర్పడ్డాయి. ఆ దారులను, ఆలోచనలను సమాజం సహజంగానే నిర్లక్ష్యం చేస్తుంది. ఆ నిర్లక్ష్యాన్నుంచి బైట పడవేసి చరిత్రను భిన్నంగా నిర్మించుకోవలసిన అవసరం వర్తమానంలోని స్త్రీ పురుషుల బాధ్యత. అనుపమ ఆ బాధ్యతను చాలా గొప్పగా నెరవేర్చారు.

గాంధి వంటి సత్యసంధుడు, నిరంతరం ప్రపంచాన్నీ, తన అంతరంగాన్నీ శోధించుకునే తాత్త్వికుడు, సామాన్య ప్రజల క్షేమం కోసం, దేశ స్వాతంత్ర్యం కోసం రాజకీయ వ్యూహాలు రచించగల నాయకుడు, మొండివాడు, మూర్ఖుడు అయిన వాడితో జీవిత ప్రయాణం సాగించడం కస్తూర్ బాకు తప్పనిసరి బాధ్యత అయిందా? ఇష్టమైన కర్తవ్యం అయిందా? ఇష్టమూ, తప్పనిసరితనమూ కలహించుకుని చివరకు రాజీ పడ్డాయా? ఆ అంతరంగ కల్లోలాన్ని పట్టుకోవడం అనభవించిన వారికి కూడా ఒక్కోసారి సాధ్యం కాదు. అందులోపడి కొట్టుకు పోవడమే చాలాసార్లు జరుగుతుంది. కస్తూర్ బా నిలదొక్కుకోగలిగిందనీ, తన అంతరంగ కల్లోలాన్నేకాక గాంధీ అంతరంగ కల్లోలాన్ని కూడా పట్టుకోగలిగిందనీ మనకు అనుపమ, కస్తూర్ బా మాటల ద్వారా చేతల ద్వారా అర్థం చేయించారు. ఈ పుస్తకం చరిత్రనుండి పక్కకు జరగలేదు. జరిగే వీలు కూడా లేదు. గాంధి జీవితం అంతా బహిరంగమే. చరిత్రగా రికార్డయి ఉన్న ఆధారాలతోనే, ఆ సాక్ష్యాలతోనే కొత్త చరిత్రను రచించటమెలాగో అనుపమ తెలుసుకుంది. స్థూల దృష్టికి అందని సూక్ష్మ విశేషాలను చూడటం, ఆ సూక్ష్మార్థాలను గ్రహించడం, వాటిని ఓపికగా, ఆసక్తికరంగా చెప్పడం ఎలాగో ఈ పుస్తకం చదివి తెలుసుకోవచ్చు. స్థూల కథ తెలిసినదే. అందువల్ల, తక్కువ సమయంలో సూక్ష్మాంశాల వద్దకు పాఠకులను తీసుకెళ్ళవచ్చు. కానీ సూక్ష్మాంగాలలోని గంభీరతనూ, ప్రాముఖ్యాన్నీ అర్థం చేయించడం తేలిక పని కాదు. అనుపమ పడిన కష్టం మనకు తెలియదు గానీ పాఠకులు సులువుగా వాటిని గ్రహించగలుగుతారు.

భార్య, కోడలు, తల్లి ఇవి వాటంతటవి ప్రతివారికీ కత్తి మీద సాము అనిపించే

పాత్రలే. కానీ గాంధికి భార్యగా ఉండటమంటే నిప్పులతో స్నానం చేయటమే అనిపిస్తుంది. కస్తూర్ బా ను వింటుంటే హరిలాల్ తల్లిగా ఉండటమంటే తన పేగులు తనే చీల్చుకున్నప్పటి బాధానుభవమనిపిస్తుంది. వీటిని నిభాయించుకోవటానికి చేసిన యుద్ధమంతటినీ కస్తూర్ బా సరళంగా, శాంతంగా, ఒక్కో చోట కన్నీరు వచ్చినా మన కంట పడకుండా తుడుచుకుంటూ చెప్పిన తీరుకి మాధ్యమంగా నిలిచిన అనుపమను ఎంత అభినందించినా చాలదనిపిస్తుంది. గాంధి, కస్తూర్ బా లు తమ జీవితాలను ఎంతో మార్చుకున్నారు. మార్పు గురించిన ఆలోచన గాంధిదైతే, ఆచరణ ఇద్దరిదీ. ఐతే గాంధి చెప్పిన మాటనల్లా వెంటనే విని ఆచరణలో పెట్టగలిగినంత విధేయురాలు కాదు కస్తూర్ బా. ప్రశ్నించడం, బైటి ప్రపంచం గురించి చెప్పటం, గాంధి చెప్పినదంతా తాను చేయగలదా లేదా అని విచారించుకుని చేయగలిగినవే చేయటం, ఇది కస్తూర్ బా స్వభావం. కొన్ని పనులు తనకు ఇష్టం లేకున్నా చేసింది. చేయక తప్పని పరిస్థితుల ఒత్తిడిని గ్రహించింది. కస్తూర్ బా జీవితంలో వచ్చిన పెద్ద మార్పు న్యాయాన్యాయాల వివేచన చేయగలగటం. అన్యాయాన్ని వీలైనంత ఎదిరించాలని నిర్ణయించుకోవటం. దీనికి గాంధి పరిచయం చేసిన దక్షిణ ఆఫ్రికా జీవితం, అక్కడ భారతీయుల మీద జరిగే హింస, నిర్బంధాలు, నిషేదాలు కారణం. కస్తూర్ బా తనంత తాను అన్యాయానికి కోపంతో రగిలిపోయి అధికారాన్నిధిక్కరించి జైలుకు వెళ్ళాలని నిర్ణయించుకున్నది తనలాంటి స్త్రీల కోసమే. వారి గౌరవ మర్యాదలను కాపాడటం కోసమే. తన కోసమో తనవంటివారి కోసమో గొంతెత్తటం నేర్చుకున్న తర్వాత ఆ గొంతు, ఆ మనసు, అనేక అన్యాయాల గురించి ఆలోచించి మాట్లాడాయి. సామూహిక జీవితమైన ఆశ్రమ జీవితంలో కస్తూర్ బా ఇమిడిపోయిన విధం ఆశ్చర్యపరుస్తుంది. అక్కడ విద్యావంతులు, పామరులు, అన్ని జాతులవారు, మతాల వారు ఉంటే, వారందరితో కలిసి, వారి శక్తులను, పరిమితులను అర్థం చేసుకుంటూ అందరి గౌరాభిమానాలను పొందిన కస్తూర్ బా మాటల్లో ఇంత గంభీరతలు ఎలా వచ్చాయో మనం తేలికగా గ్రహించగలుగుతాం. ఆమెకు కోపం వచ్చిన సందర్భాలు, దుఃఖం కలిగిన సందర్భాలు అనేకం ఉన్నాయి. ఐతే ఆ కోపాన్ని ఎప్పుడు ప్రకటించాలి, ఆ దుఃఖాన్ని ఎలా అదుపు చేసుకోవాలి అనే విచక్షణ కస్తూర్ బాకు ఉన్నది. అది కొంత స్వభావం కావచ్చు. కొంత పరిస్థితులు నేర్పి ఉండవచ్చు. గాంధి ఏదైనా కొత్త విషయం ఆలోచించి, ఆచరణలో పెట్టే ముందు చాలా మధనపడతాడు. అంతర్మథనం సాగుతుంది ఆయనలో. కస్తూర్ బాకు ఆ వెసులుబాటు చాలాసార్లు

దొరకదు. వెంటనే ఆచరణలోకి దిగాల్సి వస్తుంది. మలం కుండలను శుభ్రం చేయటం నుంచీ, బ్రహ్మచర్యం అవలంబించటం వరకూ దాదాపు ప్రతి విషయమూ హఠాత్తుగానే నెత్తిమీద పడుతుంది. దానికి ఆమె తక్షణ స్పందనలు ఆమెకున్నాయి. ఆ తరువాత ఆచరించే ముందు ఆమె ఆ విషయాలను అర్థం చేసుకున్న తీరు నిజాయితీతో కూడినది. నిజమే, గాంధి నుంచి ఆజ్ఞాపూర్వకమైన మాట రాకపోతే ఆమె తనంత తాను ఆ పనులు చేయటానికి సిద్ధపడేది కాకపోవచ్చు. కానీ దేశమంతటినీ, బ్రిటిష్ అధికారులనూ, భయపెట్టిన, ఆందోళన కలిగించిన ఆయన ఉపవాస దీక్షలు ఆమెను భయపెట్టకుండా ఉండటం ఎలా సాధ్యం? కానీ ఆయన తనను బెదిరించినట్లు ఉపవాసాలతో గాంధీని జయిద్దామని ఆమె అనుకోలేదు. ఉపవాసాలు తనవల్ల కాని పని అని ఆమె గ్రహించింది. భర్తతో పాటు వస్తుండే పతివ్రతగా కాక, ఉపవాస సమయాలలో ఉపచారం చేసే సహచరిలా మిగిలింది. ఇలాంటి అనేక పనులనుండి తనను తాను మినహాయించుకున్నది. కానీ న్యాయమనిపించిన ప్రతి పనినీ ఆచరించింది. అస్పృశ్యత విషయంలో గాంధీకి సత్యం బోధపడలేదని కూడా కస్తూర్ బా గ్రహించినట్లు మనకీ పుస్తకం చెబుతుంది. గాంధి ఉపవాసదీక్షను ఆపి బతికించమని అంబేద్కర్‌ను అభ్యర్థించిన కస్తూర్ బా మొదటినుంచీ అంబేద్కర్ ఒక ప్రత్యేకమైన వ్యక్తి అనీ, అతన్ని అర్థం చేసుకునేందుకు గాంధి చాలా శోధన చేసుకున్నారనీ మనకు చెబుతుంది.

ఆశ్రమ జీవితాలు, ఆ నియమాలు, రాజకీయాలు, ఆ నిర్బంధాలు అలా ఉంచి అతి ప్రైవేటు విషయమైన నైతిక జీవితాన్నికూడా కస్తూర్ బా సంకోచం లేకుండా మాట్లాడింది. వివాహమైన తొలి సంవత్సరంలో గాంధి కాముకత, యాభయ్యవ పడిలో తీసుకున్న బ్రహ్మచర్య దీక్ష, ఆ సమయంలోనే గాంధీకి వచ్చిన ప్రేమానుభవం, దానినుంచి బైట పడిన విధం- వీటన్నిటినీ కస్తూర్ బా మనతో పంచుకున్నది. ఇవేవీ రహస్య విషయాలు కావు. గాంధి తన సత్యాన్వేషణలో భాగంగా ఎప్పటికప్పుడు బహిరంగ పరిచినవే. కానీ వాటిని కస్తూర్ బా తన స్వరంలో చెప్పిన తీరు మనలను అబ్బురపరుస్తుంది. కస్తూర్ బా Right to Privacyని గాంధి ఉల్లంఘిస్తూ పోయాడు. ఆయన చేసిన ఆ ఉల్లంఘనను విమర్శిస్తూనే తాను ఆ విషయాలను చెప్పింది. తన వాదనేమిటో, తన పక్షమేమిటో వివరించక తప్పని పరిస్థితిలో ఆమె మాట్లాడింది. ఇక్కడ వ్యక్తిగతం రాజకీయమైందా? ఆ రోజుల్లో గాంధి ప్రతిపాదించిన బ్రహ్మచర్యం, ఒక ఆదర్శంగా చాలా ప్రచారం పొందింది. కస్తూర్ బా మాటలు వింటే గాంధి మొండితనంతో

పాటు, భయాలు, పాపభీతి కూడా మనకు అర్థమవుతాయి.

ఈ పుస్తకంలో అన్నివిషయాలకంటే చాలా ఆశ్చర్యపరచినది కస్తూర్ బా, గాంధి గురించి చేసిన ఒక వ్యాఖ్యానం. లేదా గాంధి గురించి ఆమె తెలుసుకున్న ఒక సత్యం. బహుశ ఆమెకే తెలిసిన ఒక సత్యం. ఆమెకు మాత్రమే తెలియటానికి వీలున్న ఒక సత్యం. అనుపమ చాలా సమర్థవంతంగా చెప్పింది ఆ విషయాన్ని. బాపూకున్న ఒకే ఒక దౌర్బల్యం "నేను" అనే భావనను ఒదులుకోలేక పోవటమని కస్తూర్ బా నోటితో చాలా నేర్పుగా వివరించింది అనుపమ. ఆ వివరణ చదివి ఆలోచించే ఆనందాన్ని పాఠకులకు వదలాలని, లేకపోతే పాఠకులు క్షమించరనే భయంతో, అదంతా ఇక్కడ నోట్ చేయాలనే లౌక్యాన్ని విడిచిపెడుతున్నాను. అదంతా చదివి అనుపమను మరీ మరీ అభినందించండి.

గాంధి సిద్ధాంతాలైన సత్యం, అహింస, పరమత సహనం మొదలైన విలువలను కాలదన్నుతూ పోతున్న వర్తమాన సమాజంలో ఆ విలువలను కాపాడుకోవడం ఎంత అవసరమో కస్తూర్ బా జీవితం నుంచి మనకు అర్థం చేయించే ప్రయత్నం కూడా అనుపమ చేశారు. పుస్తకాలను ఊయలలో ఉంచి వాటిని ప్రార్థిస్తూ ఈశ్వర్ అల్లాలనిద్దరినీ ఒకరిగా భావించే తీరుని, ప్రణామి మతాన్ని పరిచయం చేశారు. ఈశ్వర్ అల్లా తేరేనామ్‌ని, వైష్ణవ జనతో పీణ్ పరాయి జాణ్‌తీని, మర్చిపోయి మతవిద్వేషాల జ్వాలలను రగిలిస్తున్న ఈ సందర్భంలో ఈ పుస్తకం విలువైనది. చదవాల్సినది, ఆలోచించవలసినది.

అనువాద రచనలకు తెలుగులో మంచి ఆదరణే ఉంది. అనువాదం చిన్నపని కాదు. ఒక్కోసారి మూల రచయిత పడినంత శ్రమ అనువాదకులు పడవలసి వుంటుంది. కన్నడం నుంచి తెలుగులోకి అనువాదం చేసే రచయితలు ఉన్నారు. ఇప్పుడు రమేశ్ బాబుగారు పరిచయమయ్యారు. అనువాదం సరళంగా సాఫీగా సాగింది. అక్కడక్కడా కొన్ని పదాలకు బదులు మరింత తేలికగా ఉండే పదాలు వాడితే బాగుండుననిపించింది. ఈ పుస్తకాన్ని అనువాదం చేసి తెలుగు పాఠకులకు మంచి పుస్తకాన్ని అందించినందుకు రమేశ్ బాబుగారికి అభినందనలు.

– ఓల్గా

విషయసూచిక

రావి అరుగు-వేపచెట్టు

1

ఒక జీవితకాలంలో ఎన్నో బ్రతుకులు బ్రతికిన గాంధి అనే వ్యక్తిత్వం ఆశ్చర్యాన్నీ, ప్రశ్నలనూ జంటగా మన ముందుంచుతుంది. అదే సమయంలో ఆయనే స్థాపించిన పార్టీ- దేశం ఎందుకిలా అయ్యాయి అనే అందోళనను కలిగించేలా ప్రస్తుత పరిస్థితులు తయారయ్యాయి. ఇవన్నిటి నడుమ గాంధి-150 వచ్చి వెళ్ళింది. ఇది కస్తూర్ బా-150 కూడా కాబట్టి కస్తూర్ బా జీవిత చరిత్ర రాయాలి అని ఏ గడియలోనో నాలో మొలకెత్తింది. రాస్తూపోయిన కొద్దీ దీని గురించిన విస్తృత అధ్యయనం అవసరమయ్యింది.

కుగ్రామంలో పెరుగుతూ, చేతికందింది చదువుతూ ఉన్న నాకు మొట్టమొదట అందినవారు గాంధి. అది కూడా అయన ఆత్మకథ ద్వారా. కాలక్రమేణ ఆయన ప్రభావం నా దుస్తులు, మాటతీరు, గుణాల పైన కలిగిందని నాకే అర్థమవసాగింది. క్రమేణ నాకు దారిదీపాలుగా నిలిచిన బాబాసాహేబ్ గారు, మహాత్ములు, గురువులు, స్నేహితులు గాంధిని నేపథ్యానికి జరిపేశారు. గాంధి నీడనుండి. ప్రభావం నుండి తప్పించుకోవడానికి నేను ప్రయత్నించాను. ఇవన్నీ జరిగే సమయంలోనే చరిత్రను, ఐతిహాసిక వ్యక్తులను వారి స్నేహితుల దృష్టితో చూడాలనే మహిళా దృష్టికోణపు అవసరాన్ని నేను, నా స్నేహితురాళ్ళు చర్చించేవాళ్ళము. అలా యశోధర, సావిత్రిబాయి, చెన్ని, రమాబాయి, కస్తూర్ బా మొదలైన ఆడవాళ్ళ జీవిత వివరాలు మమ్మల్ని ఎక్కువగా ఆకర్షించసాగాయి.

గాంధి-కస్తూర్ బా గార్లు జన్మించిన 150 సంవత్సరం వచ్చింది. మహిళా

సమాఖ్య ద్వారా అంబేడ్కర్-గాంధి సమన్వయ అధ్యయనం చెయ్యడానికని వర్ధాకు వెళ్ళొచ్చాము. హింద్ స్వరాజ్, జాతి నిర్మూలన జత జతగా చదివి చర్చించాము. వర్ధాలో చూసిన బాపు, బా కుటీరాలు, చిన్నకొలతల కస్తూర్ బా గారి వస్త్రాలు, బ్రహ్మచర్యం స్వీకరించి, స్వయంగా నేసిన ఖద్దరు చీర కట్టుకునే వర్ధా ఆశ్రమ సత్యాగ్రహి శోభాతాయిగారితో జరిపిన చర్చలు ఈ సమయానికి గాంధిగారి సందర్భోచితం, బా దృష్టితో బా-బాపు మొదలైన విషయాల గురించి ఆలోచించడానికి ప్రేరేపించాయి. ఈ రోజు మనకు కావలసింది, గాంధిగారిని విమర్శిస్తూ తెలుసుకోవడమే తప్ప ఖండించడం కాదని మనసలో గట్టిగా అనిపించింది.

ఇంత నేపథ్యంతో కస్తూర్ బా గారి జీవనాధారిత కృతిని ప్రారంభించాను. ఇది నవల అనిపిస్తోందా, భారత దేశపు సామాజిక-రాజకీయ జీవితం యొక్క మార్పులతో ముడిపడిన వ్యక్తిగత జీవితాల మలుపులను చూసిన ఒక ఆడదాని జీవిత కథనమా, అనేది పాఠకులే నిర్ణయించాలి.

2.

ఎలా చూసినా కానీ, కస్తూర్ బా జీవన చరిత్ర రాయడానికి ఆమె జీవిత సహచరుణ్ణే ఎక్కువగా ఆశ్రయించాల్సి వస్తుంది. వాళ్ళిద్దరి బ్రతుకులు ఎంత జతజతగా ముడిపడి ఉన్నాయంటే బా గురించి రాసేటప్పుడు బాపును వదిలి రాయడానికి సాధ్యమే కానంత. అలాగే ఆయన గురించి రాసేవారు కొంత భాగాన్ని బా కోసం ప్రత్యేకించాల్సిందే. జ్యోతిబా-సావిత్రి ఫులేగార్లకు కూడా ఈ మాట అన్వయిస్తుంది. ఇలాంటి ఎన్నోజీవితాలు మన ముందున్నాయి. ఈ కారణం వల్లనే ఇలా జతగా పెరిగిన, బ్రతికినవారి జీవిత చరిత్ర ఆ మరొక్కరి జీవితచరిత్ర కూడా అవుతుంది.

“ఒక రావిచెట్టు పుట్టింది. వృక్షంగా పెరిగి, బోధివృక్షంగా మారింది. దానికి ఒక అరుగు కట్టాము. నమ్మిన వారు పూజించారు. రావిచెట్టుతో పాటే ఒక వేపవిత్తనమూ మొలకెత్తింది. అది కూడా చిగురించి రావిచెట్టుతో పాటే పెరిగింది. రావి గుణాలు రావికి, వేప గుణాలు వేపకి. కానీ అవి రెండూ కూడా ఆ అరుగులోని గాలి, నీళ్లను పంచుకునే పెరిగాయి. వాటి చిగురు, పూలు, నీడ, వంపులు అన్నీకూడా ఇంకో చెట్టు వలన ప్రభావితమయ్యాయి. మీరు దీన్ని పూజిస్తే, దారం చుట్టితే, అది మరోదానికి కూడా చెందుతుంది. ఎందుకంటే రెండూ ఒకదానికొకటి సాక్షిగా, పరిపూరకంగా పెరిగాయి. కాబట్టి వీటిలో దేని కథ చెప్పడానికి మొదలు పెట్టినా అందులో మరోదాని కథ వచ్చితీరాలి. ఇది దాంపత్యపు సొగసు అని

ముగించెయ్యకు, ఇది సాంగత్యపు రుచి. పచ్చి కుండలను ఒకదాని పక్క ఒకటి పెడితే ఏమవుతుంది? పగిలిపోతాయి. అలా కాకూడదు అనుకుంటే ఏం చెయ్యాలి? వాటిని కాల్చాలి. అంటే జతగా ఉండాలంటే కాల్చుకోవాలి. ఇది అదే మాదిరిగా ఒకరికోసం ఇంకొకరు కాల్చుకుని, గట్టిపడిన కథ....

ఈపుస్తకాన్ని రాస్తున్నప్పుడు ఇలా కస్తూర్ బా చెప్పినట్టయింది. అయితే సరే. బాపు, బా ఇద్దరూ సమానంగా వస్తూ పోతూ వుండడం అందుకేనేమో మరి. అలాగే కానీండి.

3.

కస్తూర్ బా పుట్టింటివారు ఎవరున్నారు ఇప్పుడు? దాని వివరాలు ఎక్కడా దొరకడం లేదే అని నా మెదడులో పురుగు తొలుస్తూ ఉండేది. అందుకొరకే పోరుబందర్, సబర్మతి వెళ్ళొచ్చాను. బాపు–కబీర్‌లను తోడుగా పెట్టుకుని, కస్తూర్ బా కోసం నేను వెతికిన రోజులు నా జీవితంలోని అవిస్మరణీయ క్షణాలు అని చెప్పుకోవచ్చు.

పోరుబందరు లోని మాణిక్ చౌక్ అనే పురాతన, సందడిగా ఉన్న మార్కెట్ ప్రదేశంలో గాంధి పూర్వీకుల ఇంటిని బరోడా సయ్యాజి రావ్ గాయక్వాడ్ గారు "కీర్తి మందిర్"గా మార్చారు. పాత ఇంటి చుట్టూ కొన్ని కట్టడాలను కట్టడం జరిగింది. బాపుకు సంబంధించిన వస్తువులు, రాతలు, జీవిత వివరాలు, భావచిత్రాలు, ప్రసార కేంద్రం ఉండేట్టు రూపొందించబడింది. బాపు ఇంటిని చూసొచ్చిన తరువాత కూడా నాకు కస్తూర్ బా గురించిన సూక్ష్మ వివరాలు దొరకలేదు. గ్రంథాలయంలోని పెద్దలను అడగగా "అక్కడే కొద్దిగా అటు వెళ్తే, కస్తూర్ బా ఇల్లుంది. అది కూడా స్మారకమే. అక్కడ ఉన్నవాళ్ళను అడగండి" అన్నారు. బాపు ఇంటి పెరడు దాటి, ప్రహరీ గోడ ఎక్కి దూకి, ఇరుకు వీధి మురికి కాలవ పక్కనుండి వెళ్తే అక్కడ కస్తూర్ బా ఇల్లుంది. దాన్ని భారతీయ పురావస్తు శాఖ తన పరిధిలోకి తీసుకుంది. అప్పుడెలా ఉండిందో అలాగే ఉంచబడింది. ఇటు కీర్తిమందిర్ లో వచ్చిపోయేవారి సందడి కనిపిస్తే, అక్కడ వెనక కొంచెం దూరంలో ఉన్న కస్తూర్ బా ఇల్లు, వీధి నిర్జనంగా ఉన్నాయి. బా–బాపు జంటలో ఎవరెక్కువ గమనించబడ్డారు అని తెలుసుకోవడానికి వారి ఇళ్ళకు వచ్చి వెళ్ళే సందర్శకుల సంఖ్య చెప్పకనే చెపుతుంది.

ఆ సుందర భవనం వెలవెలబోతోంది. కీర్తి మందిర్‌కు వచ్చే వందల్లో ఒకరైనా ఇక్కడికి రారు. అక్టోబర్ 2, జనవరి 30 న గణ్యవ్యక్తులు కీర్తి మందిర్‌కు

వస్తారే కానీ బా ఇంటికి రారు అని అక్కడి పర్యవేక్షకులే బాధగా చెప్పారు. ఇంటి వసారాలో పురావస్తు శాఖ తరుపున పనిచేస్తున్న సాదియా వినోద్ కుమార్ ఉన్నారు. ఫోటో తియ్యరాదు అని చెప్తూ మూడూ అంతస్తులు తిప్పి, చాలా వివరాలు సమకూర్చారు.

18 గదుల ఆ పాత ఇంటి వాసాలు, ద్వారాలు, గవాక్షాలు, కిటికీలు అన్నీ కూడా అప్పటిలాగే సురక్షితంగా పెట్టబడ్డాయి. కస్తూర్ బా గారి పూర్వీకులు చాలా క్రమబద్ధంగా పటిష్టమైన ఇల్లు కట్టించారు. పైకప్పు, నీటి సంగ్రహం, భిత్తి చిత్రాలు, వంట–భోజనం–పూజ–స్నానపు మూలలు ఆ కాలం నాటి జీవనవిధానానికి సాక్షిగా కనిపించాయి. ఆ అందమైన ఇంటిలో లేత బాలిక కస్తూర్ ఉన్న, కూర్చున్న, ఏడ్చిన, పెళ్ళిచేసుకున్న చిత్రాలు: శ్రీమంతుల ఇంటి జంటలు కుర్రతనంలోనే పెళ్ళాడి జతకలిసింది–వీటన్నిటినీ ఊహిస్తూ తిరిగాను.

గుజరాతీల వాననీటి సంగ్రహం గురించిన జ్ఞానం, సాంకేతిక పరిజ్ఞానం నిజంగానే పాటించదగ్గవి. ఆ ఇంటిని కట్టిన బలపం రాయిలాంటి రాయిటుకులలోనే రంధ్రం చేసి ఎలా జోడించారంటే పైన పడిన వాననీరు ఆ రాళ్ళ రంధ్రాల ద్వారా ప్రవహించి ఇంటి అడుగుమట్టం వద్ద కట్టిన పెద్ద తొట్టిని నింపుతుంది. పైనుండి క్రిందికి వచ్చేంతలో నీళ్ళు వడకట్టబడి శుభ్రమవుతుంది. రాయి కూడా చల్లబడుతుంది. నీటిని మధ్య మధ్యలో ఆపి ఉపయోగించుకోవడానికి మూడవ, నాలుగవ అంతస్తుల్లోని గోడల్లో చిన్న చిన్న నీటి తొట్టెలున్నాయి. వాటిని మన చపాతీలు ఒత్తే పీటలా కనిపించే రాతి తట్టతో మూశారు. ఇది ఎంత పకడ్బందీగా ఉందంటే ఎక్కడా కారకుండా, చుక్కలు పడకుండా ఇప్పటికీ కార్యనిరతమై ఉంది. ఇంటి మొదట్లోనే ఉన్న పాయిఖానా చూపేటప్పుడు భంగి సముదాయం, బాబాసాహెబ్ అంబేద్కర్, బాపు ప్రారంభించిన హరిజన సేవా సంఘం, బాపు–బాబాల సంబంధాలు మా మాటల్లో దొర్లాయి .

కస్తూర్ బా కుటుంబం గురించి వినోద్ సమకూర్చిన సమాచారం ప్రకారం ఇప్పుడు బా–బాపు పిల్లలు తప్ప మకంజి వంశం వారెవ్వరూ లేరు. మకంజి–ప్రజాదేవిగార్లకు ఐదుమంది పిల్లలు– నలుగురు ఆడపిల్లలు, ఒక అబ్బాయి. నలుగురిలో ఇద్దరు ముందే చనిపోయారు. కస్తూర్ బా చెల్లెలి పెళ్ళయ్యింది. పిల్లలు కలగలేదు. వారి తమ్ముడు మాధవదాస్‌కు కూడా పెళ్ళయ్యింది, పిల్లల్లేరు. కాబట్టి కస్తూర్ బా పుట్టింటి తరం వాళ్ళంటే బా–బాపుగార్ల పిల్లలు–మనమలు–మునిమనమలు మాత్రమే. బా చనిపోయిన తరువాత తమ రక్షణలోకి వచ్చిన

ఇంటిని స్మారకంగా చెయ్యడానికి బాపుకు ఇచ్చారు. అది ఇప్పుడు పురావస్తు శాఖ ఆధీనంలో ఉంది.

4

400 ఏళ్ళ క్రింద ప్రారంభమైన నిజానంద సంప్రదాయం లేదా ప్రణామి పంథా స్థాపకుడు దేవచంద్రజి మహరాజ్. ఇప్పటి పాకిస్తాన్‌లోని సింధ్ ప్రాంతం వారైన ఆయన గుజరాత్‌లోని జామ్ నగర్‌కు వచ్చి నెలకొన్నారు. వేదాలు, వేదాంతాలు, భాగవతం ఇవన్నిటినీ సాధారణ ప్రజలకు అర్థమయ్యే విధంగా చెప్పేవారు. అందరిలోనూ ఆత్మజ్ఞానం నెలకొనాలి, అదే పవిత్ర జ్ఞానం 'తారతమ్' అనేవారు. ఆయనకు జామ్ నగర్ దివాన్‌గారి కుమారుడు మెహ్రాజ్ ఠాకూర్ పరమశిష్యుడయ్యాడు. ఆయనే ముందు ముందు 'మహామతి ప్రాణనాథ్ మహరాజ్'గా పేరుగాంచాడు. ఆయన పంథా 'ప్రణామి పంథా' అని పిలవబడింది. అన్నిచోట్లకూ వ్యాపించింది. వృద్ధి చెందింది.

బాపు తల్లి పుతలీబాయి, కస్తూర్ బా ప్రణామి పంథాకు చెందిన వారు. ప్రణామి పంథా, దాని రీతినీతులు చాలా ప్రత్యేకంగా ఉన్నాయి. అది మూర్తి పూజను విరోధించే పంథా. జ్ఞానమే శ్రేష్ఠమని ప్రచారం చేస్తూ పవిత్ర పుస్తకాలను పూజించడం వారి సంప్రదాయం. మోమిన్, హకీకత్, ఖయామత్, హుకుంలాంటి పదాలు వారి ప్రార్థనలోనూ పుస్తకాలలోనూ విరివిగా ఉంది. పాడేటప్పుడు ప్రణామి గాయనీ గాయకులు ప్రవక్త మహమ్మద్ గారిని, కృష్ణుణ్ణి కలిపే తలుస్తారు. మోక గాంధి మహాత్ముడుగా మారడానికి ప్రణామి పంథా, జైన నమ్మకాల ప్రభావం చాలా ఉంది. కాబట్టి పోరుబందర్ లోని ప్రణామి మందిరాన్ని నేను చూసి తీరాల్సిందే అనుకున్నాను. అదెక్కడ ఉంది అని వాళ్ళనివీళ్ళని అడిగి తెలుసుకోవడంలో మొత్తం పోరుబందర్ అర్ధ వృత్తాకారపు సముద్ర తీరం, హుజూర్ ప్యాలెస్, ఉప్పు ఫ్యాక్టరి, దీపస్థంభం, జెట్టి అన్ని తిరిగాను. కొందరికి ఆ పేరే తెలియదు. కొందరికి ఎక్కడో ఉంది కాని ఎక్కడ అని తెలియదు. మరి కొందరు "స్వామి నారాయణ్ దేవాలయం, అక్షర్‌ధామ్‌లాంటి పెద్దపెద్ద దేవాలయాలు ఉన్నాయి. ఇక్కడే దగ్గర్లో ద్వారక, సోమనాథ్ ఉన్నాయి. ఇదెక్కడిదో ప్రణామిని ఎందుకు వెతుకుతున్నారు?" అని అడిగారు. మా డ్రైవర్ విజయ్‌ది కూడ అదే ప్రశ్న. పోరుబందర్ మరొక పేరు సుదామపురి. దేశంలో మరెక్కడా లేని సుదాముడి ఆలయం ఇక్కడుంది. విజయ్ అక్కడికి నన్ను తీసుకెళ్ళి, అటుకుల ప్రసాదం ఇప్పించి, ఊరుకోబెట్టాలని చూశాడు. నేను ప్రణామి నామ జపం వదల్లేదు. చివరికి గూగలించాము. అది మళ్ళీ ఊరంతా

తిప్పి కస్తూర్ బా ఇంటి వద్దకే నిలిపింది .

ఈ ఇరుకు సందులో అదెలాంటి దేవాలయం? ఏ గోపురమూ కనిపించలేదు.

బురదలో ఒంటికాలు పెట్టి నడుస్తున్న పెద్దాయన మేడపైన దేవాలయం ఉందని చెప్పారు. ఒక్క అడుగు మాత్రం మోపగలిగే ఇరుకు మెట్లు. పైకెళితే తలుపు మూసుంది. పిలిస్తే ఎవరూ పలకలేదు. ఎలాంటి సవ్వడీ లేదు. ఇదొక్కటి మిగిలిపోయిందికదా అని చింతిస్తూ వెనుదిరిగేటప్పుడు మళ్ళీ కస్తూర్ బా ఇల్లు కనబడింది. నన్ను చూసిన వినోద్‌కుమార్ నన్ను ప్రణామి మందిరానికి తీసుకెళ్ళారు. బా–బాపు ఇంటివారు అక్కడికే వచ్చేవారు అని చెప్తూ 'మహరాజ్' అని పిలిచారు వినోద్. 'హలో','జీ' లకు బదులివ్వని ప్రణామి 'మహారాజ్' పిలుపుకు పలికి తలుపు తీశారు. ఎలా పిలిచినా పలుకుతాడని అనుకోలేము, పిలిచేలానే పిలిస్తే శివుడు ఓ అంటాడు!

మేడ ఎక్కాము. గోడ పైన సంతుల ఫోటోలు, మండుతున్న అగరొత్తి, సాంబ్రాణి పొగ అలుముకున్న వసారాలో ఒక వైపు అలంకరించిన మంటపం కనిపించింది. అందులో తళతళ మెరుస్తున్న ఎరుపు జరీగుడ్డ కప్పిన ఊయల. దాని పైన రెండు పుస్తకాల రాసులు. వాటి పైన కిరీటం. ఊగుతున్న గొడుగు. ఇదే అక్కడి ఆరాధనా స్థలం. ఊయలను అంటే పుస్తకాలను ఊపడమే పూజ! రచయితలమైన మాలాంటి వాళ్ళకు చాల ఆత్మీయమనిపించే పుస్తక సంస్కృతి! మడి లేదు, మైల లేదు. అందరూ, అన్నీ పవిత్రమే. అక్కడే కూర్చుని మహరాజ్ వద్ద ప్రణామి పంథా, దాని పుట్టుక, ప్రస్తుత పరిస్థితుల గురించి కొన్ని వివరాల్ని తీసుకున్నాను.

కస్తూర్ బా ఇంటివాళ్ళు, బాపు ఇంటివాళ్ళు ఈ దేవాలయానికే వచ్చేవారట. ప్రణామి పంథాను స్థాపించి వృద్ధిచేసిన ప్రాణనాథ్‌జి మహరాజ్ విస్తృతంగా భారత దేశం, అరేబియా దేశాలను తిరిగారు. మక్కా, మథుర రెండు స్థలాలకూ వెళ్ళొచ్చే వారు. ఇరాక్, ఇరాన్ లను కూడా చుట్టివచ్చారు. హరిద్వార్‌లో నడిచే

కుంభమేలాకు వెళ్ళిన ప్రాణనాథ్ మహరాజ్ అక్కడి వివిధ పంథాలు-గుంపుల ధార్మిక వ్యక్తులతో విచార వినిమయం చేసినప్పుడు ఆయన జ్ఞానాన్ని అక్కడివారు అత్యున్నత జ్ఞానమని ఒప్పుకుని "నిష్కళంక బిజయాభినంద బుధ్ అవతార్" అని బిరుదునిచ్చారు. ముస్లిములు ప్రాణనాథ్‌ను 'చివరి ఇమాం మెహ్దీ' అని పరిగణిస్తే, హిందువులు కల్కి అవతారమని భావించారు. ప్రాణనాథ్‌కు సిక్కు శిష్యులు కూడా ఉన్నారు.

మతాల నడుమ అవగాహన, అన్వయం పెంపొందించేలా తమ యాత్రలు, జ్ఞానం, చదువు ఇవన్నిటినీ కలిపి గుజరాతి, సింధి, ఉర్దు, అరబిక్, పర్షియన్, హిందీ భాషలలో 'కుల్జామ్ స్వరూప్" వెలికి తెచ్చారు. అది తారతమ్ సాగర్ అని పేరుకెక్కింది. తారతమ్ సాగర్ లేదా కుల్జామ్ స్వరూప్ అన్నది మొత్తం పధ్నాల్గు గ్రంథాల మాలిక. అందులో వేదం, కతేబ్‌ల సారముంది. కతేబ్ అంటే కురాన్, తోరా, డేవిడ్ కీర్తనలు, బైబల్ లాంటి ధర్మగ్రంథాలు. అవే కాకుండా తారతమ్ సాగర్ లో పరంధామం అనే అత్యుచ్చ అంతిమ గమ్యం, దాన్ని చేరుకోవడానికి మార్గాల గురించిన వివరణ ఉంది. హిందువుల పరంధామాన్ని ముస్లిములు అర్షె అజీమ్ (లాహూత్) అని : క్రైస్తవులు సుప్రీం హెవెన్ అని పిలుస్తారు. ఈ గ్రంథాల్లో 18,758 శ్లోకాలున్నాయి. మహామతి ప్రాణనాథ్‌గారి బోధనలు, జ్ఞానం యొక్క సారమంతా ఇందులో ఉంది. ఆ పధ్నాల్గు పుస్తకాల పేర్లు రాస్, ప్రకాశ్, శత్రితు, కళశ్, సానంద్, కిరంతన్, ఖులాసా, ఖిల్వత్, పరిక్రమ, సాగర్, సింగార్, సింధిబాణి, మరఫత్‌సాగర్, ఛోటా-బడా కయామత్‌నామా.

ప్రణామీలు మద్యం, తంబాకు, మాంసాహారం సేవించరు. మూర్తిపూజ చెయ్యరు. తారతమ్ సాగర్ లోని శ్లోకాలు చెప్పడం, చదవడమే వ్రతం, ఆచరణ. తీర్థ-ప్రసాదాలకు ఎక్కువ ప్రాధ్యాన్యత లేదు. దేవుడిని మూర్తి రూపంలో కాకుండా పుస్తక రూపంలో ఊయల పైన ఉంచి ఊపే పంథా అది. పంథ్ అనుయాయులు ఈ పుస్తకం చదవడం తప్పనిసరి. వ్రతాచరణ అంటే చదవడం. నిర్దిష్ట అవధిలో ఇన్ని సార్లు 'చదివి' తీరాలి. ఉత్సవం జరిగే వేళలో 'చదివి' ముగించనివారికి ఇంతకు ముందే చదివి ముగించినవారు సహాయ పడతారు.

గుజరాత్, రాజస్థాన్, మధ్యప్రదేశ్, పంజాబ్, హరియానా,ఉత్తర ప్రదేశ్, అస్సాం, సిక్కిం, పశ్చిమ బెంగాల్ రాష్ట్రాల్లో ప్రణామీలు ఉన్నారు. విదేశాలలోనూ ఉన్నారు. ముందు అన్ని మతాలవారు ప్రణామీలయినా కాని, కాలం మారిన కొద్దీ ఇది హిందూ మతం యొక్క ఒక పంథాగా పరిగణించబడుతోంది.

ఆ మందిరంలో ఉన్న మహారాజ్ కలకత్తా వారు. ప్రణామి పంథాల వారి సంఖ్య గుజరాత్‌లో తగ్గుముఖం పట్టడం వలన బెంగాలే, అస్సాం నుండి వచ్చిన వారే ఇక్కడ ఇప్పుడు పూజ చేసేవారు అన్నారు. 'మాకు జాతి-మతాల భేదం లేదు. ఎవరైనా రావచ్చు' అన్నారు. ఒకసారి ఊయల ఊపండి అంటూ ఆ ఇనుప గొలుసుకు నా చేతికిచ్చారు. కొంచెం ఊపితే ఊయల ఊగింది. పసిపాపల్లా పడుకున్న పుస్తకాలను ఊపితే కింకిణి, గలగల శబ్దాలు వచ్చాయి. పుస్తకాలు మమ్మల్ని చూసి నవ్వినట్టయింది!

"ఎముకల గూటిలో ఒక దేవాలయముంది" అనే నాకిష్టమైన కవితతో కన్నడ కవి మూడ్నాకూడు చిన్నస్వామిగారిని, "నైహరవా హమకా న భావె" పాట ద్వారా కబీర్‌ను పుస్తక భగవంతుడికి ముఖాముఖి చేశాము. మన ఎముకల గూటిలో దేవాలయం, మసీదు, చర్చి, బస్తి, స్తూపం అన్నీఉన్నాయి: భక్తి అనే పంజరంలో బందీలుగా అందరు దేవుళ్ళూ ఉన్నారు అనే అర్థం వచ్చే మూడ్నాకూడు గారి కవిత అర్థం తెలుసుకుని మహారాజ్ గారికి ఎంత సంతోషం కలిగిందంటే తమ పంథా చెప్పడం కూడా ఇదే తత్త్వాన్ని అంటూ "తారతమ సాగర్" లోని ఒక శ్లోకం చెప్పారు.

"జో కచ్చు కహ్యా వేద్ నె /సో హి కహ్యా కతేబ్
దోనో బందె ఏక్ సాహేబ్ కె/పర్ లడత్ పాయె బినా భేద్ "
("వేదం ఏమి చెప్పినదో/కతేబ్ అదే చెప్పింది
ఇద్దరూ ఒక దేవుడి బిడ్డలే / పోట్లాడుకుంటున్నారు సత్యం తెలియక")
వాహ్ ! కబీరా, ఇక్కడికి రాకుంటే నా భేటీ సగంగా మిగిలిపోయేది కదా...

5

ముందుగా కస్తూర్ బా జీవన చరిత్రకని టిప్పణి రాసుకున్నాను. కానీ రాస్తూ పోయినట్టల్లా అది పూర్తి బాపు, భారత దేశ స్వాతంత్ర్య సంగ్రామం చరిత్రగా మారిపోయినట్టు అనిపించింది. అనక్షరస్తురాలిగా నిలిచిన, రచయిత కూడా కాని

కస్తూర్ బా గారి భావనా ప్రపంచానికి ప్రాతినిధ్యమే దొరకలేదనిపించింది. శ్రోతలే లేని బా గారి భావనలను వెతికే అవకాశం కూడా లేకపోతే, దీన్నిరాసిన ఉద్దేశమైనా ఏమిటి అనే ప్రశ్న సతాయించింది. చివరికి బా మాటల్లోనే ఆమె బ్రతుకును నిరూపించాలి అనిపించి అంతవరకూ రాసినదాన్ని పూర్తిగా చెరిపేశాను. వినే ఒక ఆప్త ప్రాణి ఎదుట తన జీవిత వివరాలను విప్పి చెప్తూ పోయిన పెద్దావిడ మాట్లాడే ధోరణిలో నా రచనను మార్చాను. ఆడదాని మనో తరంగాలలా, చెప్పే భాషకూడా మారుతూ పోవడం వలన ఆ మాటల భాషలో ఏకరూపత లేకపోయినా తప్పులేదు అని భావించాను.

ఈ కథనానికి ఆధారం కోసం అనేక పుస్తకాలను, వ్యాసాలను, బ్లాగులను పరిశీలించాను. బా-బాపు గురించి అనేక పుస్తకాలు, వ్యాసాలు, విమర్శలు వచ్చాయి. కొన్నిటిని ఉద్దేశపూర్వకంగానే దూరంగా ఉంచాను. ఈ కృతికి "నా సత్యశోధన కథ" మూల ఆధారం. తోడుగ రామచంద్ర గుహాగారు సంవత్సరాల కొద్దీ పరిశోధన, యాత్రలు చేసి రాసిన "గాంధి బిఫోర్ ఇండియా" అలాగే "గాంధి: ద ఇయర్స్ దట్ చేంజ్డ్ ద వర్ల్డ్" కృతులు అత్యంత కచ్చితమైన సమాచారాన్ని అందించాయి. గుహాగారి శ్రమకు, శ్రద్ధకు ముందుగా ఒక నమస్కారం చెప్పాలి. ఆయన పుస్తకాలే కాకుండా రాజమోహన్ గాంధి, లూయిస్ ఫిషర్ పుస్తకాలు: మహదేవ్‌గారి దినచరి, ప్యారేలాల్ గారి పుస్తకం, అకీల్ బిల్గ్రామి సందర్శనం, కన్నడంలోని అనేక రచనలు-పుస్తకాలు-గాంధివిశేష సంచికలు- ప్రత్యేకంగా లక్ష్మీశ తోళ్పాడి గారి వ్యాసం, మణిభవన్, గాంధిగారి గురించిన అనేక వెబ్ సైట్లలో ఉన్న సమాచారాన్ని ఉపయోగించుకున్నాను. కొన్నిసార్లు ఒకే ఒక వాక్యపు అదనపు సమాచారం కోసం అనేక మూలాధారాలను వెతికాను. దాదాపుగా క్రితం సంవత్సరమంతా ఇదే జరిగింది అంటే కూడా తప్పుకాదు.

ఇంత పరిశోధించినా బా జీవితానికి సంబంధించిన కొన్ని కాలావధుల గురించిన సమాచారం ఎక్కడా దొరకలేదు. అలాంటి ఖాళీ స్థలాలని ప్రతి ఆడదాని జీవితంలోనూ చూడవచ్చు. 34,000 ఉత్తరాలను రాసిన, తన ఉత్తరాల్లో చాలా వరకూ తన భార్య-కుటుంబం గురించి ఒక వాక్యమైనా ప్రస్తావించిన గాంధి అనబడే విపుల రచయిత భార్యకే ఇలా అయితే, ఇక ఆ కాలంలో జీవించిన అనేక ఆడవాళ్ళ ముఖమే కాదు, పేరు కూడా మన జ్ఞాపకంలో లేదు కదా అని దుఃఖం కలుగుతుంది. జ్యోతిబా, బాపు, బాబా, పెరియార్ మొదలైన సమాజానికోసం అర్పించుకున్న అనేకుల భుజానికి భుజంగా పనిచేసిన అసంఖ్యాక మహిళలు,

పురుషుల పత్నులు పూర్తిగా తెరమరుగయ్యారు. చరిత్రలో ఆడవాళ్ళ అడుగు జాడలు కళ్ళకు కనబడనంత మసకయ్యాయి.

ఇన్ని ఆలోచనలతో రాత మొదలుపెట్టేసరికి కస్తూర్ బా తనను అంత సులభంగా అందనివ్వలేదు. కొన్ని సార్లు విప్లవ వనితగా కనిపిస్తే, కొన్నిసార్లు భర్త అభిప్రాయాలకు తలవంచిన, భర్త నడచిన దారిలోనే నడవాలని భావించిన సంప్రదాయ భార్యవలె కనిపించింది. కస్తూర్ బా మా అమ్మలాగ ఉండిందా అనిపించింది. పాతవాటి పైన లోతైన సందేహాలున్నా, కొత్తదనాన్ని ఒకే సారి అంగీకరించకుండా దాని గురించి కూడా కొంత అనుమానాలను కలిగిన ఒక రకమైన గడుసు అమ్మ. అడుగడుగునా భర్తను విమర్శిస్తూ, వ్యతిరేకిస్తున్నా ఆయనను తేలికపరచలేని, ఆయన లేకుంటే నాదేముంది అని కూడా భావించిన అమ్మ. ఊయలలా ముందుకు వెనిక్కి ఊగే దాంపత్యమనే విచిత్రమైన సాంగత్యాన్ని నిభాయించిన అమ్మ. అదెలా ఉన్నా, కస్తూర్ బా గారిని చూపించేటప్పుడు నా అమ్మానాన్నలను ఇంకా ఎక్కువ అర్థం చేసుకోవడానికి వీలవుతుందేమో అనిపించింది.

ఇంకో విషయం. నాకన్నా 150 సంవత్సరాల క్రింద బ్రతికిన బా గురించి రాసేటప్పుడు నన్ను, నాలో జాగృతమైన ఆడదాన్ని నేపథ్యానికి జరిపేశాను. నాలోని విచారవాదిని "ఊరుకో" అని ఒక దెబ్బేశాను. ఇది కూడా ఒక కష్టమైన పరకాయ ప్రవేశంగా అనుభవానికి వచ్చింది. ఇందులోని 90% రాత నిజ సంఘటనల, ఉత్తరాల సమాచారాల ఆధారంగా రాసింది. ఇక మిగలిన సంభాషణలు, ఆలోచనా తరంగాలు నా ఊహా జనితాలు. అయినా అక్కడక్కడ కస్తూర్ బా మాటల్లో అనుపమ తొంగిచూసిన సందర్భం ఉంది అని కొంత సంతోషంతోనూ, కొంత బిడియంతోనూ చెప్తున్నాను. మరో మాట. ఇక్కడ నేను ఒక క్షమాపణ చెప్పుకోవాలి. కస్తూర్ బా మాటలను రాస్తున్నాను కాబట్టి అస్పృశ్యులు, హరిజనులు, కడజాతి మొదలైన కొన్ని వాడరాని పదాలను, అప్పటి కాలంలో వాడేవారు కాబట్టి వాడాల్సివచ్చింది.

గాంధి-150 పురస్కరించుకుని అన్నిచోట్ల గాంధి గురించి చర్చలు- వ్యాసాలు- సంస్మరణ, స్తుతి జరుగుతోంది. కానీ ఎంత పూజించబడ్డారో అంతే విమర్శకూ గాంధీ లోనయ్యారు. ఏ జాతి, కులం, మతం, పంథా వారైనా సులభంగా తమ వాడని చెప్పుకోలేనంత. "అన్యుడి"గానే మిగిలిన వ్యక్తి గాంధి. చాలా కాలంగా సామాజిక-రాజకీయ ఆందోళనల్లో పాల్గొన్న ఒక వ్యక్తికి ఇలా కావడం జాతి, మతగ్రస్త భారతదేశంలో సహజమే అనేటట్టయింది. మరో వైపు గాంధిని నిలువుగా,

అడ్డంగానూ చీల్చే కార్యం కూడా నడుస్తోంది. నేనొక హిందువుని అని చివరివరకూ చెప్పుకున్న, ఒక ఉత్తమ హిందువు కూడా అయిన గాంధీని హిందూరాష్ట్రవాదులు భౌతికంగా ముగించిందే చాలక, ముందు తరాలకు ఆయన గురించి ఉన్నవీ లేనివీ నింపుతున్నారు. గాంధిని నేరుగా చదివిన వారి కంటే వంకర విమర్శకుల మాటలలో ఆయనను తెలుసుకున్నవారు ఎక్కువయ్యారు. అలాంటివారికి గాంధి నీడలా తన బ్రతుకును అరగదీసిన కస్తూర్ ఒక పదునైన పనిముట్టుగా మాత్రమే కనిపిస్తారు. బా మాటల్లో బాపును తమకు తోచినట్లుగా విమర్శించే సాకుగా సృష్టించుకోవడం జరుగుతోంది.

అంతే కాకుండా గాంధి ప్రతిపాదించిన బ్రహ్మచర్యం, ఉపవాసం, యంత్ర నాగరికత వ్యతిరేకత, శ్రమించే జీవితం, సాదా జీవన విధానం, అస్పృశ్యతా నివారణ, ట్రస్టిషిప్, ఆహారపు అలవాట్లు, శిక్షణ-భాష గురించిన ఆయన జ్ఞానం తీవ్రమైన విమర్శకు గురయ్యాయి. అంతే కాకుండా మహిళా దృక్పథం, సబాల్టన్ దృక్పథం, దళిత దృక్పథం, ధార్మిక దృక్పథం, ఆధునిక వైజ్ఞానిక దృక్పథం-ఇలా ఒక్కొక్క దృక్పథంలోనూ బాపును విమర్శిస్తూ ఆయన జీవిత సరళ పాఠాన్ని గ్రహించడంలో విఫలమవడమూ కనిపిస్తుంది.

గాంధి ఒక చోట రాసినట్టు, మన బ్రతుకు ఒక హార్మోనియం లాంటిది. అన్ని మెట్లూ ఒకే స్వరాన్ని పలకలేవు. అలాగే జతగానూ అన్ని పలకలేవు. కానీ ప్రతి మెట్టునూ మొత్తం స్వరావళిలోని భాగంగా కాకుండా విడి భాగాలుగా వింటే శృతి, లయ, స్వరవిస్తారం అర్థమయ్యేదానికంటే అనర్థానికి దారి తీయడమే ఎక్కువ. కస్తూర్ జీవిత చరిత్ర కూడా అలా జరగరాదని జాగ్రత్త వహించాను.

బా గురించిన అనేక పుస్తకాలు వచ్చి ఉండవచ్చు. నాటకాలు, నవలలుగానూ ఆమె జీవిత చరిత్ర వచ్చింది. నాదే స్వంత కథన మార్గాన్ని వెతుక్కోవడం కోసం కొంచెం రిస్క్ తీసుకుని, ఉద్దేశపూర్వకంగా కొన్ని పుస్తకాలను చదవలేదు. గాంధి గురించిన కొన్ని అమూల్య పుస్తకాల్లోనే నేను కస్తూర్ బాను వెతుక్కోవడానికి ప్రయత్నించాను. ఒక సాధారణ మహిళగా ఉన్న బా ఒక అసాధారణ పురుషుడి భార్యగా, అసాధారణ చారిత్రిక ఘటనలకు సాక్షిగా, భర్త తీసుకున్న పెద్ద మలుపును ఎలా గ్రహించారు? ఎలా తనదిగా చేసుకున్నారు? ఎంత వ్యతిరేకించారు? ఏది వీలయ్యింది? ఏది కష్టమనిపించింది? మహాత్ముడనిపించుకున్న, పదే పదే ఉపవాస దీక్ష చేపడుతున్న, తనను ముట్టుకోకుండా బ్రహ్మచారిగా మిగిలిన, తన పిల్లల పైన విశేషమైన మమకారాన్ని చూపని, వ్యక్తిగత నిమిషాలకు, మాటలకు

దొరకని భర్తను ఆమె ఎంతవరకు తెలుసుకుంది? ఎంత సహించింది? లేదా ఒక పెద్ద కుడ్యచిత్రంగా ఉన్న బాపు కార్యక్షేత్రాన్ని, దాని అటూఇటూ, పరిసరాలు, శ్రమవలన తెలుసుకోలేక పోయారా? ఇలాంటి విషయాలను వెతకడం వెనుక తన బ్రతుకు తోడును తెలుసుకోవడంలో ఎదురయ్యే ఆందోళన, తికమకల మూలాన్ని తెలుసుకునే ఉద్దేశమూ ఉంది.

6

గాంధీగారిని చంపినవారిని అటుంచుదాం. ఆశ్చర్యమేమిటంటే ప్రగతిపరవాదులైన ఎన్నో మనసులు కూడా గాంధిగారి గురించిన పూర్వాగ్రహం, అతివిమర్శలను పెట్టుకున్నాయి. గాంధిగారిని ప్రగతిపర ధార తత్త్వానిగా తీసుకుని, ఆంతరిక కొలబద్ధగా పరిగణించడం కంటే ఆయన విచారధారల ద్వంద్వాన్నే ముందుంచి గాంధిగారి గురించిన తమ అభిప్రాయాన్ని మరోసారి పరిశీలించడానికి కూడా నిరాకరించే మనుషులున్నారు. ఇది ప్రస్తుత కాల వైపరీత్యంగా నాకు అనిపించింది.

అలా నేను బాపు-బాల గురించి ఇంక ఎక్కువ చదువుతూ పోయినట్లల్లా "చేయి దాటిపోయింది" అనే గాభరాకు లోనయ్యాను. కబీర్, షరీఫ్, లల్లా, కస్తూర్ అనుకుంటూ చెల్లాచెదరయ్యానని అనిపించింది. అలా అనిపించి నా రాతల పరిశ్రమను అతి సూక్ష్మంగా పరిశీలించే, ప్రతి ఆలోచన వెనుక తానున్న బసు, గాంధి గురించిన నా అధ్యయనం- ఆలోచనలు ఈ సాకుతో మరోసారి పదును పెట్టాలి అనే సదుద్దేశంతో ఈ కృతిని బసుకు, లడాయి ప్రకాశకకులకు అప్పజెప్పాను. నా వ్రాతప్రతిలోని ప్రతి పంక్తిని లక్ష్యపెట్టి చదవడమే కాక సూక్ష్మ మార్పులను కూడా, అలాగే వాటి అవసరాన్ని బసు తెలిపాడు. ఈ పుస్తకాన్ని ప్రకటిస్తున్న లడాయి మిత్రులకు ప్రేమతో నా సలాం!

- అనుపమా

నేను ...
కస్తూర్బా ని

సుదామపురి....కస్తూర్‌ని

అమ్మాయ్, ఎలా వున్నావు? అంతా బాగున్నారా?

నేను, కస్తూర్ గోపాలదాస్ మకంజి కపాడియాని. గుజరాత్ లోని కాథేవాడ్ ప్రాంతంలోని పోరుబందర్ కు చెందిన గోపాలదాస్, వ్రజ్ కుంవర్ ల కూతుర్ని. మీకు తెలుసా ? నేను 150 సంవత్సరాల క్రితం పుట్టిన దాన్ని. 75 సంవత్సరాలు అందరితోనూ జీవించాను. తరువాత 75 సంవత్సరాల నుండి మీ అందరి స్మృతులలో ఉన్నాను. ఇల్లెక్కడ, భర్త, పిల్లలు ఎక్కడ అని అడుగుతున్నారా ? నిజం చెప్పాలంటే భర్త, పిల్లలు అని ఒక కుటుంబం నాకు లేనే లేదు. లేదా మేము అలా ఉండనే లేదు. నా భర్త ఒక లోక సంచారి. పిల్లలు నలుగురు. అందరూ మగ పిల్లలే. వారిది కూడా లోక సేవే. మేమంతా కలిసి ఉండిందే చాలా తక్కువ. కాబట్టి నాకు ఎప్పుడూ ఇల్లనేది లేనే లేదు. లేదా అందరి ఇళ్ళూ నావే అనుకోవచ్చు. నాదీ అని ఏదీ లేదు. అయినా అంతా అంటే అంతా ఉంది. వెల కట్టడానికి వీలు కాదు. అంతుంది నా వద్ద.

ఇదెవరండీ బాబూ, అలంకారిక భాషలో మాట్లాడుతోంది అనిపిస్తుందా ? ఆడవాళ్ల భాషే అలంకారికం అయిపోతుందమ్మాయ్. లోకం మాటలు వదిలెయ్యి. మన పరిచయమే మనకుండదు కదా. అందుకే ఇలాంటి భాష మనది.

నేను గంభీర స్వభావం దాన్ని అని అందరూ అంటారు. నా అంతటికి నేను ఉండడం నాకు ఇష్టం. దానికి నా బాల్యం కూడా కారణం అయ్యుండొచ్చు. గుజరాత్‌లో ఆడపిల్లలు చాలా సాంప్రదాయకమైన వాతావరణంలో పెరుగుతారు.

అపరిచితులను చూడగానే మొదటి పని మొహాల పైన కొంగు లాగేసుకోవడం. వాళ్ళెదుట నిలబడడం కానీ, మాట్లాడడం కానీ చెయ్యరు. నేనయితే ఎవరైనా వస్తే, ఎవరు ఏమి అని కూడా అడక్కుండా లోపలికి పారిపోయేదాన్ని. ముందునుండి మాటలు తక్కువ. నా భర్త మాట్లాడు, మాట్లాడు అంటుంటే కొద్దిగా నేర్చుకున్నాను. చదువు రాత అంటూ చాలా తక్కువ. రాయడానికి రాదు అనే అనవచ్చు. నా భర్త, పిల్లలు నేర్పించిన అంతో ఇంతో గుజరాతీ చదివి, రాయడానికి నేర్చుకున్నాను. నాకు గుజరాతీ మాత్రం వచ్చు. ఎంత తన్నుకున్నా హింది, ఇంగ్లీష్ తలకెక్కలేదు.

ఇంత దీర్ఘంగా చెప్పినా కానీ, నేనెవరు అని ఆనవాలు దొరకడం లేదు కదూ ఎవరని? సహజమేలే. ఇలాగే ఎంత చెప్తూ పోయినా కస్తూర్ గోపాలదాస్ మకంజి కపాడియా ఆనవాలు మీకు దొరక్కుండా పోవచ్చు. నీళ్ళు పోస్తున్నా కానీ చెట్టు వేరు కంటికి కనబడదు. వేరుకు పేరూ పెట్టేదిలేదు. దాని జ్ఞాపకమూ ఉండదు. పైన వ్యాపించిన చిగురు, పండు, కాయిలే చెట్టు చేమలకు పేరు తెచ్చేది కదూ! నాదీ అలాంటి కథే అమ్మాయ్ !

"నేను కస్తూర్ మోహన్ దాస్ గాంధీ, కస్తూర్ బా లేదా బా" అంటే? వెంటనే గుర్తు పడతారు కదూ! కళ్ళు విప్పారతాయి. మహాత్ముడి భార్య అంటూ దగ్గరికి వస్తారు, కాళ్ళకు దండం పెడతారు. అదేమో కానీ, కస్తూర్ కపాడియా అని ఉన్నదాన్ని కస్తూర్ బా అయింది: ఒంటరి అమ్మాయిగా ఉన్న నేను పోరాటం, ఉపవాసం అంటూ జైలుకు వెళ్ళింది; మూగదాన్లా ఉన్నదాన్ని విలేకరులు, రాజకీయ వ్యక్తులతో మాట్లాడేలా అయింది: మా ఇంటి గోడల్ని దాటి ఆవలికి వెళ్ళని దాన్ని దేశ విదేశాలు చుట్టి, విదేశంలోని జైలును కూడా చూసొచ్చింది అదొక పెద్ద ప్రయాణం. ఔనమ్మాయ్! గంగోత్రి నుండి వేలాది మైళ్ళు ప్రవహించి గంగా నది బంగాళాఖాతంలో లీనమవుతూ తాను సముద్రమే అయినట్టు నా ఈ ప్రయాణం.

దాన్ని మీకంతా చెప్పాలి. ఎందుకంటే 'ఇక్కడితో కథ ముగిసింది' అని అయిపోలేదు మా కథ. ఈ రోజుకి కూడా బాపు గురించిన ఎన్నో విషయాలు ఏరి ఏరి తీస్తూనే ఉన్నారు. వెతుకుతూనే ఉన్నారు. పిల్లల జ్ఞాపకాల నుండి మరుగు పడడమే చావు అని మా అమ్మ చెప్పేది. ప్రజల మనసులలో ఎదిగేది నిలిచి పోతే అదే చావు అని బాపు అనేవారు. అలా చూస్తే మాకు చావు రానే లేదు. బ్రతుకు ఎదుగుతూనే ఉంది–అదృశ్యంగా, ఎత్తుగా, విశాలంగా, లోతుగా....

€

ఎక్కడినుండి మొదలుపెట్టను?

మహాత్ముడి భార్య అని మొదలుపెట్టడమైతే వద్దు. ఎందుకంటే మహాత్మ అనేది కవీంద్రులు రవీంద్రనాథ్ ఠాకూర్‌గారు ఇచ్చిన బిరుదు. నేను చూసినప్పుడు ఇతడు మహాత్ముడేం కాదు. అతడూ నా అంతే పెద్దవాడు లేదా నా అంతే చిన్నవాడు.

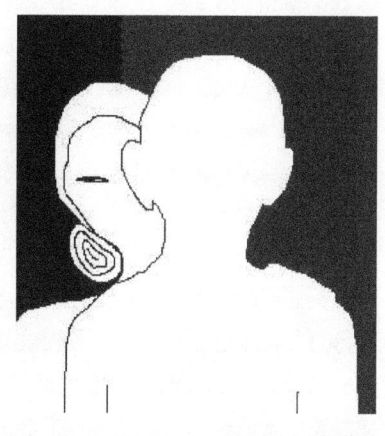

మీకు నా చిన్నప్పటి కొన్ని విషయాలు అంటే నా పుట్టిల్లు, పెళ్ళి, మా ఊరు గురించి చెప్పాలి. వీటి గురించి చెప్పడం ఏ ఆడపిల్లకు నచ్చదు? అది మన మూలం. మనం మనమైన స్థలం. ఆడదని కాదు, భార్య అని కాదు, అమ్మ అని కాదు ఒక జీవిగా మనం అన్ని సంతోషాలను, స్వాతంత్ర్యాలను అనుభవించిన చోటు పుట్టిల్లు. అందుకే పుట్టింటి స్మృతులు చాలా ఇష్టమైన, వెచ్చని జ్ఞాపకాలు. కాదా?

నేను సముద్రపు ఒడ్డు ఊరిదాన్ని. పోరుబందర్ మా ఊరు. ఎప్పుడూ వినిపించే సముద్రం హోరు ఇప్పటికీ నా చెవుల్లో వినిపిస్తుంది. మా ఊరికి మొదట పావ్ బందరు అని పేరుండేదట. పావ్ అంటే ఒక రకమైన రొట్టె. గోధుమలతో పావ్ చేసి అరబిక్ దేశాలకు ఓడల్లో పంపేవారట. మా ఊరికి కమాన్ మాదిరి సముద్రపు ఒడ్డుంది. సముద్రం అక్కడ లోతుగా ఉంటుంది. కాబట్టే పడవలు వచ్చేవట. కోస్తా తీరంనుండి కొద్దిగా లోపలికి వెళ్తే వరి, ధాన్యం గింజలు పండించేవారు. అవన్నీ మా ఊరికి వచ్చేవి. ముంబై పెద్ద బందర్‌గా మారడానికి మునుపు ఆ దరిదాపుల్లో పోరుబందరే ముఖ్యమైన రేవు పట్టణం.

ఒక వైపు సముద్రం, మరొక వైపు చిన్న కొండలు, దాని పైన హిందూ, ప్రణామి, జైన మందిరాలున్నాయి. అప్పుడంతా చిరుత, సింహం, జింకలు ఆ కొండల పైన ఉండేవి. ఆహారం వెతుక్కుంటూ కోడి, కుక్క, గొర్రె, పశువులను ఎత్తుకుని పోవడానికి చిరుతలు ఊళ్ళోకి వచ్చేవి. సముద్ర తీరంలో ఫ్లెమింగో అనో ఏమో దాని పేరు, ఎర్ర కుత్తుకల బాతులు చాలా ఉండేవి. అవే కాకుండా మైనా, పాలపిట్ట, పావురాయి, ఇబిరిత మొదలైన పక్షులు ఉండేవి.

మా ఊళ్ళో అన్నిటికంటే మిన్నగా కనిపించేది ఒక ఎత్తైన దీపస్తంభం.

తొంభై అడుగులు ఎత్తు దానిది. మా ఊళ్ళోనుండి ఎక్కడ నుంచున్నా కనిపించేది. మైళ్ళకొలది దూరంనుండి నావికులకు కనిపించేది.

మా ఊరు అన్న అభిమానంతో చెప్పడంలేదమ్మాయ్! పోరుబందరు అందమైన ఊరు. వర్షం, చలి, వేసవి కాలాలు ఏవైనా వెచ్చగా ఉండే ఊరు మా ఊరు. చెమటలు పోయించే కోస్తా వాతావరణం. వర్షం ఎప్పుడు వస్తుందో చెప్పడమే కష్టం. ఎప్పుడో ఒకసారి ఒకే ధాటిగా హెూరున బలు జోరుగా వచ్చేసి కురిసేది. లేదా, అసలు వచ్చేది కాదు. ఎప్పుడూ చెమట. తొంగిచూసి తొంగిచూసి, ఉరిమి మేఘాలు ఎగిరి పోయేవి. రెండు మూడు సంవత్సరాలు వర్షం కురియకుండా వున్న రోజులుండేవి. దబదబా కురిసిన రోజులూ ఉండేవి. అందుకే మా ఊళ్ళో ఏం చేసేవాళ్ళంటే నేలపై పడే ప్రతి చినుకును కూడా వ్యర్థం కాకుండా నిలవ చేసుకుని వాడేవారు. వర్షం అంటే దేవలోక కృప, రబ్ కి రహమత్ అనేవారు సాధువులు. కాబట్టి దాదాపు అందరి ఇళ్ళల్లోనూ వర్షం నీళ్ళు నిలవ చేసే ఒక పెద్ద తొట్టె ఇంటి ముందర, భూమి మట్టంలో ఉండేది. వర్షం వచ్చేది ఆలస్యమైనా లేదా రాకపోయినా తాగే నీటికి ఇబ్బంది కలగకుండా ఈ తొట్టే మమ్మల్ని కాపాడేది. వర్షం పడితే వైశాఖ మాసం నుండి శ్రావణ మాసం దాకా కురిసేది. అది మా అందరికీ అత్యంత ఆనంద సమయం.

మా నాన్న మూడంతస్తుల మేడ కట్టారు. నగరంలోని సేఠ్ కాబట్టి వచ్చి పోయేవాళ్ళు ఎక్కువ. ఇంటికి వచ్చిన అందరినీ లోపలికి పిలిచేవారు కాదు. పైన మేడలో ఒక అతిథి గది ఉండేది. గణ్యవ్యక్తులను బయటి నుంచే మెట్లెక్కించి ఆ గదికి తీసుకెళ్ళేవారు. కింద మా పనులు మేము చేసుకునేవాళ్లం. దానిపై అంతస్తు పైకప్పు పైన పడిన వర్షం నీరు గోడలు, రాళ్ల మధ్యలో ఉన్న రంధ్రాల ద్వారా ప్రవహించి క్రింది తొట్టికి చేరేది. తొట్టిని మూయడానికి విసర్రాయిలాంటి ఒక బండరాయి ఉండేది.

మా కుటుంబంలోని వారంత వ్యాపారులేనట. మా ఇల్లు సముద్ర తీరం నుండి కొంత దూరంలో ఉండేది. రెండు వీధులు దాటి వెళ్తే సముద్రం ఉండేది. దూరంగా పరచుకున్న జెట్టి ఉండేది. అక్కడ ఎప్పుడూ రెండో మూడో పడవలు నిలిచి ఉండేవి. మా తాత, అవ్వ తమ కాలం కథలు చెప్పేవారు మరి! మలబారునుండి చెక్క పనిముట్లు, ముంబైనుండి ప్రత్తి, తంబాకు, కరాచి వైపు నుండి ధాన్యం ఇక్కడికి వచ్చేదట. వాటిని తీసుకుని మా వాళ్ళు ఇతర స్థలాలకు అమ్మకానికి పంపేవారట. కూర్చున్న చోటే దేశవిదేశాల సంబంధాలు, వ్యవహారాలు.

బ్రిటిష్ వాళ్ళు చేస్తుండింది ఇదే కదా. అందుకే వాళ్ళను చాలా వేగంగా అర్థం చేసుకుని, వాళ్ళు వస్తే కలిగే అపాయం గురించి మొదటే ఊహించిన వారు గుజరాతీలు.

మా నాన్న గోపాలదాస్ మకంజీ కపాడియా. పప్పు దినుసులు, ప్రత్తి, బట్టల వ్యాపారం చేసేవారు. పెద్ద వ్యాపారి. బాగా కలిగినవారు. అరబిక్ దేశాలకు, ఆఫ్రికాకు ధాన్యం పంపేవారు. మా ఇంట్లో ఎప్పుడూ వ్యాపారం, వ్యాపారం వ్యాపారమే. అది కాకుండా అంటే రాజకీయ చర్చలు. వేరే మాటలే ఉండేవి కావు. నాన్న పోరుబందరు మేయర్ గా ఉండేవారు. పద్దెనిమిది గదుల ఇల్లు నా పుట్టిల్లు. ఇంట్లో ఎంత మంది ఉండేవారో అన్ని ధాన్యపు మూటలు, సామాన్ల మూటలు వుండేవి. మా నాన్న వ్యాపారం, రాజకీయం కాకుండా వేరే మాట్లాడిందంటూ నేనెరగను. ఎప్పుడూ అదే ధ్యాస. నాకు చిన్నప్పటి నుండి ఛాతీలో కఫం చుట్టుకుని ఊపిరాడడం కష్టమయ్యేది. మళ్ళీ మళ్ళీ జలుబు చేసేది. మా ఇంట్లో ఎప్పుడూ ధాన్యం, దాని దుమ్ము ఉండేవి. నాకు ఆ దుమ్ము దగ్గరికి వెళ్ళడమే పడేది కాదు. ఆ నాటి దమ్ము చివరిదాకా నన్ను సతాయించింది. తొందర తొందరగా నడవడానికే అయ్యేది కాదు. కానీ ఆటల్లో, పరుగుల్లో దేంట్లోనూ తగ్గింది లేదు. చిన్న ప్రాణం, చురుకుగా ఉండేదాన్ని.

సముద్రం ఆడవాళ్ళను లోపలికి లాక్కుంటుంది, దగ్గరికి వెళ్ళకండి అని ఇంట్లో ఎప్పుడూ భయపెట్టేవారు. మా ఇంట్లో చాలా మంది ఆడపిల్లలం ఉండేవాళ్ళం. మా అమ్మకు నలుగురు, ఒక మగబిడ్డ. నలుగురిలో ఇద్దరు అక్కలు తొందరగా చనిపోయారు. ఇరుగు పొరుగు ఇళ్ళ ఆడపిల్లలంతా కలిసి గుంపుగా సముద్రం వైపు వెళ్ళేవాళ్ళం. మా వెంట మగపిల్లల్ని వదిలేవారు కాపలాగా. నా తమ్ముడు మాధవ్, వాడి స్నేహితులు చిన్న పిల్లలు, వాళ్ళేం కాపలా కాస్తారు మమ్మల్ని? చిన్న పిల్లలయితే ఫర్వాలేదు. మా కాపలాకు అబ్బాయిలు వచ్చేవారు. ఒకిద్దరు మా కంటే పెద్ద అబ్బాయిలు. గుంపుకు “యజమానులు” వాళ్ళు. మేము నీళ్ళను తాకడానికి ముందే హెూయ్ హెూయ్ అని అరవసాగేవారు. వాళ్ళు మాత్రం బర్రెలు కాసేవాళ్ళలా సముద్రంలోకి దూకి ఈత కొట్టేవారు. మమ్మల్ని మాత్రం నీళ్ళలోకి దిగడానికి వదిలేవారు కాదు. మేము కొద్దిగా ముందుకు వెళ్తే మమ్మల్ని పిలవడానికి ఒక ఉపాయం కనిపెట్టారు. వేరే ఎవరో స్నేహితులతో వచ్చి మా ముందు నిలబడేవాళ్ళు. అపరిచిత అబ్బాయిలు ఎదురుగా నిలబడితే, ఇక అంతే. పైటను తల పైకి లాక్కుని పరిగెత్తి వచ్చేవాళ్ళం.

మగవాళ్ళంతా ఎప్పుడూ వ్యాపారం, రాజకీయాలతో తలకాయ చెడుపుకుంటే ఆడవాళ్ళు పిల్లలు, పండగలు, వ్రతాలు, వంట, చీరల అల్లికలు ఇలా. మీకు తెలుసు కదా! మా వైపు చీరలు కాథేవాడి చీరలు అని, ఒక్కొక్క చీరను తయారు చెయ్యడానికి కొన్ని నెలలే పడుతుంది. అల్లికలు, కుట్లతో సమయం గడిచేదే తెలిసేది కాదు. దీనికి తోడు గోడలు, నేల నున్నగా ఉండేట్టుగా రుద్దడం, గోడల పైన గుమ్మాల పైన బొమ్మలు వేయడం, ఉపాహారం- భోజనాలకు వంట సామాగ్రిని సిద్ధం చేసుకోవడం, కట్టెలు, బొగ్గులు సమకూర్చుకోవడం ఇవీ ఆడవాళ్ల పనులు. పనులు, బాలింతల పనులలో మునిగిన ఆడవాళ్ళకు ఆప్తులే దేవుళ్ళు, సంతులు! అవును. ఆడవాళ్ళకు బయటకు వెళ్ళడానికి అవకాశం దొరికేది ఒక దేవాలయానికి వెళ్ళడానికి మాత్రమే. దాని కోసమే కల్పించుకున్నట్టు ఏదో ఒక వ్రతం, కథ తయారు చేసుకున్నారో ఏమో అన్న మాదిరిగా ఒకదాని తరువాత ఒకటి వ్రతం, ఉపవాసం, పండగ, పూజలే ఎప్పుడూ ఉండేవి.

మా ఊరు లెక్కలేనంత కృష్ణ భక్తులున్న వైష్ణవ పంథా భక్తుల ఊరు. మా అమ్మ వైష్ణవ పంథాను అనుసరించేది. ఇది సుదాముడి జన్మస్థలం అని అందరి నమ్మకం. సుదామ పురి అని కూడా పిలుస్తారు. అన్నిచోట్ల కృష్ణుడి గుడి, బలరాముడి గుడి కనబడితే మా ఊళ్ళో సుదాముడి గుడి ఉంది. తెలుసా? సుదాముడు, అతడి భార్య సుశీల, కృష్ణుడు రుక్మిణుల మూర్తులున్నాయి అక్కడ. అటుకులే నైవేద్యం, ప్రసాదం. ఎప్పుడో ఒకసారి మోఢేశ్వరి మాత దేవాలయానికి వెళ్ళేది మా అమ్మ. ఆ దేవతని అంబా మా, మాతంగి మా అని కూడా పిలుస్తారు. మోఢబనియా అనే మా జాతి పేరు ఆమెనుండే వచ్చిందేమో తెలీదు. ఆమెకు ఒకట్రెండు చేతులు కాదు, పద్ధెనిమిది చేతులు. గర్జించే సింహం పైన కూర్చున్న అమ్మవారు ఆమె. ఆ దేవతను చూడడానికి భయమేసి నేను బయటే ఉండేదాన్ని. లోపలికి రాకుంటే అమ్మకు కోపం వస్తుంది. "కడుపు నొప్పి వస్తుంది, దుష్టుడైన మొగుడు వస్తాడు చూడు" అని అమ్మ తిట్టి భయపెట్టి లోపలికి తీసుకు వెళ్ళేది!

పిల్లలకంతా చాలా ఇష్టమయ్యే దేవుడు వానదేవుడు. వర్షం అంటే మా అందరికీ చాలా ఇష్టం. ఎక్కువగా పడినా లేదా అసలు పడకున్నా దాంతో మాకు వ్యవహారం ఉండనే ఉండేది. మీకు ఆశ్చర్యం కలుగవచ్చు. భూమినే ముట్టుకోకున్నా మా నాన్న ఏ నక్షత్రం వాన ఎప్పుడు వచ్చింది, ఏది చెయ్యిచ్చింది, ఇప్పుడు ఏది ప్రారంభమవుతుంది అని లెక్క చెప్పేవారు. మేం వ్యాపారులం కదా? వానలు బాగా పడి, పంటలు పండితే కదా మా వ్యవహారాలు సాగేది! లేకపోతే అందరికీ

నష్టమే. అందుకే వానదేవుడితో మాకు నేరుగా సంబంధం. వర్షం పడితే వానదేవుడికి పూజలు, లేకపోతే అలకలు. ఎక్కువగా కురిస్తే శాపాలు పెట్టడం లాంటివి చేసేవాళ్ళం. రైతులు ఎలా చేసేవారో వ్యాపారులైన మేము కూడా అలాగే చేసేవాళ్ళం.

చాలా రోజులుగా వర్షం పడలేదనుకోండి. అప్పుడు వానదేవుడి మూర్తిని చేసి ఎండలో ఉంచి చెమట పట్టించేవాళ్ళం. ఉక్కకు తట్టుకోలేక దేవుడు వర్షం కురిపిస్తాడని. భోలేనాథ్, శివుడున్నాడు కదా, ఆయనకు కారం రాసేవాళ్ళం. వానదేవుణ్ణి ముళ్ళకంచె పైన కూడా విసిరేవాళ్ళం. సముద్రదేవుడి దగ్గరికి వెళ్ళి రాళ్ళు విసిరి రావడం, కప్పలను వెతుక్కుని వెళ్ళి తెచ్చి ఊరి బయట వీధిలో వేలాడదీయడం, చిన్నా చితకా దేవుడి ప్రతిమల వద్ద పాములు, తేళ్ళు వదలడం, దేవుడు పూనేవాళ్ళ ఇళ్ల ముందు లేదా పురోహితుల ఇళ్ళ ముందు రాళ్ళ కుప్ప పోయడం, ఇలా భక్తాదులకు కోపం వచ్చి తనను పీడిస్తారని దేవుడికి అర్థమవ్వాలి. అలా ఏమేమో చెయ్యడం. కంటికి కనిపించే మనుషుల కంటే కనబడని దేవుడితోనే మా వ్యవహారం.

వర్షం పడ్డప్పుడు మా ఆనందాన్నిచూడాలి మీరు. ఆహాహా! వర్షంలో తడిసే ఆనందమే వేరు. దాంతోపాటు వానదేవుడి పూజ కూడా జరిగేది. వర్షం ఆర్భాటం ఎక్కువైతే గంగకు పూజ, నీళ్ళ పూజ. దగ్గరగా సముద్రం ఉండేది కదా, వానకు సముద్రం శబ్దం తోడై గలాటా విపరీతమయ్యేది. మేమంతా ఇళ్ళల్లో ఏడ్చింది, నవ్వింది, పాడింది ఏదీ బయటకు వినిపించేది కాదు. ఆ వర్షం గలాటా కంటే మేం ఇంకా ఎక్కువ గలాటా చేసేవాళ్ళం. జోరుగా శబ్దం చెయ్యాలని మేడ పైకి ఎక్కడం, దిగడం, ఎక్కడం దిగడం చేసేవాళ్ళం. మగవాళ్ళు వేషాలు వేసుకుని ఊరేగింపుగా వెళ్ళేవాళ్ళు. ఆడపిల్లలు, మగపిల్లలంతా వర్షంలో తడుస్తూ వాళ్ళ వెంట వెళ్ళేవాళ్ళం. వానదేవుడి పాట పాడుతూ వాళ్ళు ఇళ్ళ ముందు నిలబడే వాళ్ళు. వాళ్ళకు ఇంటి ఆడవాళ్ళు హారతి ఇచ్చేవాళ్ళు. కురిసే వర్షంలో తడిసి తమ ఇంటి ముందుకు వచ్చిన దేవుడి వేషం వాళ్ళను అరుగుకు పిలిచి హారతిచ్చి, నోరు తీపి చేసి, ఎండుఫలాలు, ఫలహారాలు ఇచ్చి ముందుకు పంపేవారు.

అలాగని విపరీతంగా కురిసినా కష్టమే. మా ఊళ్ళో చండమారుతం, సుడిగాలి వాన ఎప్పుడైనా వచ్చేది. నాకు గుర్తున్నట్టు ఒక్క సారి వచ్చింది. విపరీతమైన గాలి, దానికి తోడు వర్షం. అంత వర్షం అక్కర్లేదు మాకు. పట్టిపెట్టుకోవడానికి కూడా అయ్యేది కాదు. అందుకే వానకు "వెళ్ళిపో వెళ్ళిపో" అంటూ గట్టిగా అరచి ఇంటి ముందు నిప్పు కణికలను పైకి విసిరేవాళ్ళం. చిన్న పిల్లల బట్టలూడదీసి, అరుగుపైన

నిలబెట్టి, కాలుతున్న కట్టెను బయటికి విసరమని చెప్పేవారు. పిల్లలు బట్టలు విప్పి, పృష్ఠ భాగాన్ని ఆకాశానికి చూపేవారు. కొడవలిని ఎర్రగా కాల్చి బయట వర్షానికి పెట్టేవారు, చీపురును తలక్రిందులు చేసి బయట పెట్టడం, ఇంటి బయట ప్రవహించే నీట్లో ఆకు పైన నెయ్యి వేసి తేలిపోయేలా చెయ్యడం, ఇలా వర్షాన్ని ఆపడానికి ఏమేమో చేసేవారు. వాటితో పాటు వానదేవుడిని అనేక తిట్లతో తిట్టేవారు. మనుషులతో పోట్లాడినట్లే వానదేవుడితో పోట్లాడేవారు.

మా ఊరికి పాటగాళ్ళు చాలా వచ్చేవాళ్ళు, పల్లెలనుండి. ఆ పాటలను విని వారికి ఏదైనా ఇచ్చి పంపేది ఆడవాళ్ళే. అదే మాకు పెద్ద మనోల్లాసం. మగ వాళ్ళు మాత్రం ఒక క్షణం నిలబడి, మేము ఎక్కడ పాటల్లో ఒళ్ళు మరచిపోయామో, ఎంత పని ఆగిపోయిందో అని లెక్క వేసి హుంకరించి ముందుకెళ్ళిపోయేవారు. మేము మాత్రం మా వద్ద ఉన్న కాసులు, వండినవి, పాత గుడ్డలు, తిండి, వంట సామాను, పళ్ళు, కూరగాయలు ఇలా ఏమైనా ఇచ్చి పంపేవాళ్ళం. భజనలు పాడేవాళ్ళే ఎక్కువ. కొందరు ముగ్గురు, నలుగురు చేరి ఒకచోట కూర్చుని పాడే వాళ్ళు. నరసి మెహ్తా అనే ఒక దాసయ్య, ఆయన రాసిన భజన పాట, కృష్ణుడి పాట, రాస్ పాటలనే ఎక్కువగా పాడేవారు. రాధా కృష్ణులు ఏమేమి చేశారో అని తామే చూసినట్టుగా పాడేవారు. భక్తిగీతాలతో పాటు శృంగార గీతాలుకూడా వుండేవి. పుట్టింటికి సంబధించిన ఒక పాట, గోపికలు చెప్పేవి నాకు గుర్తుంది. “నేను అక్కడా ఇక్కడా తిరుగుతూ హాయిగా ఉండేదాన్ని. నీకు నా జ్ఞాపకమైనా ఉందా” అని కన్నయ్యను ఏడిపించేలా ఒక పాట అది. “మైకా మే మై రహతీ థీ ఖుషీ మే, ఫిర్తీ థీ క్యూ మారీ మారీ కన్హయ్యా.. యాద్ హై కుఛ్ భీ హమారీ?” అనే ఆ పాట చాలా బాగా పాడేవారు. అది వినేటప్పుడు ఆడంగుల మొహాల్లో నవ్వు, సిగ్గు ఎలా పూచేవి అని మీరు చూడాలి. అందరికీ తమ తమ పుట్టిళ్ళలో తాము బాల్యంలో హాయిగా, సుఖంగా ఉన్నరోజులు జ్ఞాపకం వచ్చి ఒక రకంగా మనసు బరువైపోయేది. నా భర్త మోక వచ్చినప్పుడు నేను ఈ పాట పాడి అతడ్ని ఆట పట్టించేదాన్ని. మొదట్లో మోకకు కూడా రాసలీల పాటలు నచ్చేవి. నరసి మెహ్తాగారి రాస్ చాలా ఇష్టం. వైష్ణవ జనతో నచ్చింది బాపు అయిన తర్వాత.

అప్పుడు పోరుబందర్‌ను రాణా అనే ఆయన పాలించేవాడు. పేరుకు మాత్రం రాణా. అంతా ఆంగ్లేయులదే అధికారం. దివానుగా ఉన్న కాబా గాంధీ అంటే కరంచంద్ గాంధీగారికి మా నాన్న స్నేహితులుగా ఉండేవారు. తమ స్నేహాన్ని పటిష్టం చేసేందుకు బంధుత్వం కలుపుకోవాలని తమ పిల్లలకు పెళ్ళి చేసే ఆలోచన

ఇద్దరికీ వచ్చింది. ఇప్పుడు మీరు అంత చిన్న వయసుకే పెళ్ళా అనొచ్చు. కాలధర్మం అని ఒకటుంది కదా. దాని ప్రకారం అప్పుడు అన్ని వివాహాలు అంటే అందరి వివాహాలు బాల్యవివాహాలుగానే జరిగేవి.

ఎక్కడానికి ముందు గుర్రాన్ని చూడు, విత్తడానికి ముందు నేల చూడు అంటారు. అప్పుడు అబ్బాయి, అమ్మాయి ఒకరినొకరు చూసుకునేవారే కారు. వాళ్ళ తలిదండ్రులే చూసేవారు. ఏం చూసేవారు? వాళ్ళ జోడి కుదిరిందా అని కాదు. వాళ్ళ వాళ్ళ వంశాలను మాత్రమే చూసేవాళ్ళు.

నా అత్త మామల గురించి కొద్దిగా మీకు చెప్పాలి. మేము పుట్టడానికి మునుపే, అనగా 1869 అప్పటికే నా మావగారు కాబా గాంధీ దివానై 20 సంవత్సరాలు గడిచాయి. ఆయనకు అప్పటికే నాలుగు పెళ్ళిళ్ళయ్యాయి. మొదటి ఇద్దరు పెళ్ళాలు ఒక్కో ఆడపిల్లను కని చనిపోయారు. మూడో ఆమెకు పిల్లలు కలగలేదు. ఆమె అనుమతి తీసుకుని తన కన్నా 22 సంవత్సరాలు చిన్నదైన పుతలీ బాయిని నాలుగో పెళ్ళి చేసుకున్నారు. మూడో ఆమె పుతలీ బాయి కలిసే ఉండేవారు. నా మామగారు కాబా గాంధీగారు చాలా ముక్కోపి అని అంతా అనుకునేవారు. చాలా క్రమశిక్షణగల, కఠినమైన మనిషిగా పేరు గాంచారు. నేను చూసినంత మట్టుకు ఒక మంచి భర్త. మా అత్తగారికి ఎంత సహాయ పడేవారంటే అంతటి పెద్ద హెూదాలో ఉన్న మగవాడు తన భార్యకు సహాయపడడం చాలా విడ్డూరం. ఇంట్లో మాంసం, మద్యం, తంబాకు అన్నీ నిషిద్ధం. వాటిని ముట్టుకోవడమే మహా అపరాధం అనే వాతావరణం ఉండేది. మామగారు ధార్మిక మనసుగల వ్యక్తే అయినా ధార్మిక ఆచరణలను పాటించేవారు కారు. ఆయనకు వృత్తే జీవితం. ఆయన సంపర్కంలో ఒకరు కాకుంటే ఇంకొక జైన సన్యాసులు ఎప్పుడూ ఉండేవారు.

మా అత్తగారు పుతలీబాయి జునాగఢ్ వైపు పల్లెటూరి మనిషి. భూమిలోపల పండిన దేనినీ ఆవిడ తినేవారు కాదు. ఉల్లిపాయలు, వెల్లుల్లి నిషిద్ధం. వారికి 1857 లో పెళ్ళయిందట. మూడు సంవత్సరాలకు మొదటి కొడుకు లక్ష్మీదాస్ బావ పుట్టారు. రెండున్నర సంవత్సరాల తరువాత ఆడపడుచు రాలియత్ పుట్టింది. మళ్ళీ ఐదు సంవత్సరాలకు కర్షణ్ దాస్ బావ. తరువాత 1869 లో మోహన్ దాస్ పుట్టారు. నేను పుట్టిందీ అదే సంవత్సరంలోనే. మధ్యలో రెండు, మూడు సార్లు కడుపు దిగిపోయిందట.

మా అత్తగారు పుతలీబాయి చాలా ధార్మిక వ్యక్తి. సత్యం, న్యాయం, నీతి

ఇవన్నీ ఉత్త నోటి మాటలు కావు ఆమెకు. ప్రతి ఒక దానినీ "అయ్యో ఇలా చేశాను కదా, అది సరైనదా కాదా?" అని ఆలోచించేవారు. ఒకసారి ఏదో వ్రతం చేస్తూ, పూజ నైవేద్యం కాలేదంటూ ఇంటికి వచ్చినవారికి భోజనమే పెట్టలేదు. పూజ ముగిసేటప్పటికి వచ్చినవారంతా వెళ్ళిపోయారు. ఇక చూస్కోండి. మా అత్తగారికి అదే చింత పట్టుకుంది. ఆకలిగొని వచ్చినవాళ్లకి పూజ అని భోజనం పెట్టలేదు. ఇది సరైనదా కాదా అని. చివరికి పెద్దల దగ్గర అడిగి అనుమానం నివృత్తి చేసుకున్నారు. ఎప్పుడు చూసినా భజన, ఉపవాసం, దైవ చింతన. వీటిని దాటి ఆమె మనసు వెళ్ళేదే కాదు. ఆమె మనసులో రాజ మహారాజులకు స్థానమే ఉండేది కాదు. సంతులు, యోగులనే మహారాజ్, మహారాజ్ అని పిలిచేవారు. మా అత్తగారు సాధువులను ఎంత గౌరవించేవారంటే మా ఇంటికి వైష్ణవ సాధువులూ, జైన సాధువులూ వచ్చేవారు. బేజార్ జి అనే ఒక జైన సాధువు తరచుగా వచ్చేవారు. తన చిన్న కుమారుడు మోక లండన్ కు బయలుదేరినప్పుడు, జాతి పెద్దలు సముద్రోల్లంఘనం చేస్తే జాతి భ్రష్టుడవుతాడు అని గలభా సృష్టించినప్పుడు, అత్తగారు బేజార్‌జీగారిని అడిగారు. ఆయన అంతా మంచే జరుగుతుంది, పంపు అని చెప్పినాకనే ఆమె సరే అనింది.

చేయడానికి ఏ వ్రతం కష్టతరమో అలాంటి వ్రతాన్నే ఏరి ఏరి మా అత్తగారు ఎన్నుకునేవారు. ఉపవాసం అదెన్ని సార్లు చేసేవారో లెక్కలేదు. పూజ జరగనిదే భోజనం లేదు. అత్త-మామ గార్ల పూజలు, నమ్మకాలు వేర్వేరు. మామగారు మా అత్తగారిలా ప్రణామి కారు. వైశ్యులు అంతే. మా అత్తగారు ప్రణామి పంథాను అనుసరించేవారు. ప్రాణనాథ్ జీ రాసిన "కుల్జామ్ స్వరూప్' యొక్క పద్నాలుగు గ్రంథాలను పవిత్రం అని నమ్మేవారు. శుద్ధ శాకాహారం, అహింస. వారికి జాతి భేదాలు లేవు. రాధా కృష్ణ భక్తులంతా ఒకటే అని నమ్మేవారు. ఆ పంథాలోని ప్రాణనాథ్ అనే ఒక సంతుడి గురించి మా అత్తగారు ఎప్పుడూ చెప్పేవారు. ప్రాణనాథ మహారాజ్ గారు క్షత్రియులట. మక్కాకు కూడా వెళ్ళి వచ్చారట. అందుకే ప్రణామి అనుయాయులు పూజలో ముసల్మాన్ అంశాలను కూడా చేర్చుకున్నారు.

మా అమ్మగారి ఇంటివారు కూడా ప్రణామీలే. మా ఇంటి వెనుకే ప్రణామి దేవాలయం ఉండింది. మా అత్తగారు అక్కడికి వచ్చినప్పుడు మా పెళ్ళికి మునుపే చూశాను. ప్రణామీ దేవాలయాలలో విగ్రహాలు ఉండవు. గోడల పైన రామాయణం, మహాభారతం, భగవద్గీత, భాగవతం అలాగే కురాన్ నుండి ఎంపిక చేసిన సూక్తులను రాసి ఉంచుతారు. ఒక ఉయ్యాల పైన రెండు 'కుల్జామ్ స్వరూప్' పుస్తకాన్ని

ఉంచి, పైన ఛత్ర చామరాలను వ్రేలాడ దీసుంటారు. ఉయ్యాల బల్లకు కట్టిన ఇనుప గొలుసులను పట్టుకుని ఊపడమే పూజ.

కాబా గాంధీగారిది ముందు పాత ఇల్లుండేది. తరువాతనే ఆయన మేడ ఇల్లు కట్టింది. మా ఇంటినుండి గట్టిగా పిలిస్తే వాళ్లింటికి వినిపించేంత దగ్గిర అది. సముద్రం నుండి వచ్చే గాలికి మొహాన్ని ఉంచి నుంచోవచ్చు. అలాంటి మేడ ఉన్న ఇల్లు వాళ్ళది. ఆకాశం, సముద్రం రెండూ విరివిగా కనిపించే మేడ వారిది. మా రెండూ ఇళ్ళలాగా ఎత్తుగా, అన్ని గదులున్న ఇళ్ళు ఎక్కువగా ఉండేవికావు అప్పుడు. మిగతావంతా ఒక గది లేదా ఒక మేడ ఉన్న ఇళ్ళయితే మావి మాత్రం మూడు మేడలు. మేడ పైన నిల్చుంటే నేలపైని ఇళ్ళూ, జనులు, పశువులు, దారులు, సముద్రం, హుజూర్ ప్యాలెస్, దీపస్తంభం అన్నీ కనబడేవి.

అమ్మాయ్! పోరుబందర్ లోని మా ఇల్లు ఎలా ఉందో చూశావా? ఇప్పుడు మీకంతా ఇదేమిటి, ఇంత చిన్న ఇంట్లో ఉండి ఇంత అభిమానం ఈమెకు అనిపించవచ్చు. కానీ ఆ సమయానికి అలాంటి ఇల్లు అధికారానికి, కలిమికి, పెద్దరికానికి లక్షణంగా ఉండేది. గడ్డిపరకలతోనూ, తాటాకులతోనూ కట్టిన ఇళ్ళ మధ్య మా ఇళ్ళు రాజప్రాసాదాల లాగానే ఉండేవి.

పెళ్ళి ఆట

కాబా గాంధీగారి నాలుగో కొడుకు మోహన్ దాస్. మోన్యా అని పిలిచేవారు. కొందరు మోక అని కూడా పిలిచేవారు. నాకు మోకాయే నచ్చింది. అందులో ఇతడి పేరు, మామగారి పేర్ల మొదటి అక్షరం ఉండినందువల్ల పిలిస్తే గౌరవ పూర్వకం అనే అనిపించేది. అందరి ఎదుట పిలవడానికి కూడా ఇబ్బందిగా ఉండేది కాదు. అతడికి ఒకటి తర్వాత ఒకటి, ఇద్దరు పిల్లలను చూశారట. కానీ అవి రెండూ తాంబూలాలు పుచ్చుకునేలోగా రద్దయిపోయాయి. అప్పుడంతా మా ఊళ్ళో ఇది చాలా సామాన్యం. చివరికి ఈ కస్తూర్ ను చూశారు. చూశారు అంటే ఏమిటి. అతడి నాన్న, మా నాన్న మాట్లాడుకున్నారు. లెక్క చూస్తే నేనే అతడి కంటే ఆరు నెలలు పెద్దదాన్ని. భర్త కంటే భార్య కొద్దిగా పెద్దదిగా ఉండడం మా ఊళ్ళో అప్పుడు విచిత్రమేమీ కాదు. అయినా భర్తను నువ్వు అని పిలవకూడదు. “ఆయన, వారు” అనే పిలవాలి. రోజూ ఉదయం ఆయన పాదాలకు నుదురు తాకించే లేవాలి. సాయంత్రం బయటకు వెళ్ళి రాగానే ఆయన పాదాలు కడగాలి. పేరు పెట్టి అయితే ఎప్పుడూ పిలవకూడదు. అందరూ పిలిచినట్టే నేను నా భర్తను పిలిచేదాన్ని. ఆయన పేరు మారుతూ పోయినట్టల్లా నేను మోకా బాబు, హరి నాన్న, నా పిల్లల నాన్న, మోక భాయి, గాంధి భాయి, బాపు అని మార్చుకుంటూ వెళ్ళాను.

మొదటిసారి మేమిద్దరం కలిసినప్పుడు మా ఇద్దరి వయస్సు ఏడు సంవత్సరాలు. చిన్నగా నిశ్చితార్థం చేశారు. ఆ రోజు మా ఇంటికి నా

స్నేహితురాళ్ళంతా వచ్చారు. మేమంతా తొందరగా శాస్త్రం ముగించి సముద్ర స్నానానికి వెళ్ళాలనుకున్నాం. కానీ కాళ్ళకు దణ్ణం పెట్టు, పాదాలు పట్టుకో అంటూ శాస్త్రం అసలు ముగియలేదు. అతడు నాలానే ఉన్నాడు, చిన్నవాడు, నేనెందుకు అతడి పాదాలు పట్టుకోవాలి అని కోపం నాకు. మా ఇంటివాళ్ళంతా నా మొహం చూసి గద్దిస్తూ ఉన్నారు. అంతే గుర్తు. తరువాత తీపిని పంచి, వాళ్ళంతా వెళ్ళిపోయిన తరువాత మమ్మల్ని బయటికి వదిలారు. తరువాత ఒక ఐదారు సంవత్సరాలు అతడెవరో, నేనెవరో. దానికి తోడు మామగారి ఇంటివాళ్ళంతా రాజ్‌కోట్ వెళ్ళిపోయారు. మోక కూడా అక్కడే చదువుకుంటున్నాడు. అయితేనేం? నా మొగుడయ్యే వాడి ఇంటి ముందు దొంగతనంగా వెళ్ళొచ్చేదాన్ని. కాబా మామగారి స్వంత ఇంటి ముందు వెళ్ళొద్దు అనే అమ్మ చెప్పేది. "చిన్న పిల్లలా ఆడకు. నిన్ను వాళ్ళింటికి తీసుకెళ్ళేవాళ్ళు ఏమనుకుంటారు" అనేది. నుంచుంటే, కూచుంటే, ఏడిస్తే, గట్టిగా నవ్వితే అన్నిటికీ కాబా గాంధీగారి పేరు చెప్పి బెదిరించడం. "కాబా బాబు అంటే ఏమనుకున్నావు నువ్వు? అక్కడికి వెళ్ళినాక ఇలా చేసి మా పరువు తీయకు" అనేవారు. అరె ఎవరు వీళ్ళు, వాళ్ళెక్కడో ఉన్నా నేను వాళ్ళకి భయపడి ఉండాలి అంటున్నారు కదా అని కాబా ఇంటివారందరి పైనా కోపం వచ్చేది. అలా అడిగితే, పుణ్యానికి మా ఇంట్లో దెబ్బలు ఉండేవికావు. కొన్ని ఇళ్ళల్లో వీపు విమానం మోత మోగేది. పిల్లలనే కాదు, భార్యలను, నౌకర్లను కూడా కొట్టింది చూశాను. కానీ మా ఇంట్లో మనుషులను కొట్టేవారు కారు. మా అమ్మ పళ్ళు కొరుకుతూ చెప్పేదే కానీ ఎప్పుడూ ముట్టుకునేది కాదు. నాన్న సంగతి వదిలెయ్యి, ఆయన వీటి జోలికే వచ్చేవారు కారు. ఉల్టా మాట్లాడతానని తిట్టేది ఎప్పుడూ అమ్మ, అక్కయ్య మాత్రమే.

నా మాటలన్నీ చిన్నతనానికే పరిమితమేమో అనేలా నేను పెద్దదాన్నవుతూ పోయినట్లెల్లా మాటలు తక్కువై, మౌనినై పోయాను.

పదమూడేళ్ళప్పుడు పెళ్ళయ్యింది. పెళ్ళి అంటే సంబరం. ఎందుకంటే ఇంటికి చుట్టాలు, వాళ్ళ పిల్లలు వస్తారు. వాళ్ళతో ఆడుకోవచ్చు. కొత్త కొత్త బట్టలు, నగలు కొనిపెడ్తారు. రాసులు పోసి మిఠాయిలు చేస్తారు. పెళ్ళయినాక కూడా ఇక్కడే ఉండవచ్చు. అందరూ మనల్నే మాట్లాడిస్తారు. జై జై అంటారు. మొత్తం మీద దీనికి అని కాదు, పెళ్ళి అంటే సంబరం. అప్పుడు నాకు కాని, మోకకు కానీ ఇంత చిన్న వయసుకే పెళ్ళి ఎందుకు చేసుకుంటున్నామన్న ఆలోచనే రాలేదు. మాది బాల్య వివాహం, అది తప్పు అని నువ్వుగింజంత కూడా తెలీదు. నిజం

చెప్పాలంటే పెళ్ళి అంటే మాకు కుతూహలంగా ఉండింది.

వాళ్ళ ఇంట్లోవాళ్ళు మూడు పెళ్ళిళ్ళూ కలిపి చేద్దామన్నారు. మాది, కర్షన్ దాస్ బావ, మరొక చుట్టాలబ్బాయి పెళ్ళి కలిపే. అలా చూస్తే బావగార్ల పేరు అనకూడదు నేను. పెద్ద బావ, నడిపి బావ, చిన్న బావ, పొడుగు బావ, పొట్టి బావ ఇలా పిలవాలి. కాని, నేను మొగుడి పేరే చెప్పగలిగినప్పుడు బావగార్ల పేరొక లెక్కా ? అది సరే. ఉమ్మడి కుటుంబాలలో అలాగే ఉండేది. ఖర్చు కలిసి వస్తుందని ఒక పెళ్ళికి ఇంకో పెళ్ళిని జతచేసి చేసేసేవారు. 1883 సంవత్సరం. మే నెల. మండే ఎండల రోజులు. పోరుబందర్ లో మా పెళ్ళి జరిగింది. ఈ పెళ్ళికి అనిమోక స్కూలు, పరీక్షలు అన్నీ తప్పిపోయి ఒక సంవత్సరం వ్యర్థమవుతుందని అనుకుంటున్నారు. కానీ పెద్దవాళ్ళకు సౌకర్యంగా ఉంటుందని, పరీక్షలు తప్పించి ముగ్గురి పెళ్ళిళ్ళు జతగా చేసేశారు. పెళ్ళికి క్రితం రోజు కాబా మామగారు బండ్లో పోరుబందరుకు వచ్చారు. వచ్చేటప్పుడు బండి బోల్తాపడి గాయాలు తగిలి పట్టీలు వేసుకుని వచ్చారు. అది బాగా గుర్తు నాకు.

మా వైపు మిగతావాటికి పైసా పైసా లెక్కవేసి ఖర్చు చేసినా పెళ్ళిళ్ళకు మాత్రం ఎంతైనా ఖర్చు చేస్తారు. పెళ్ళి అంటే సరిగ్గా ఒక వారం. అవేవో శాస్త్రాలు ఉంటాయి. వినాయకుడి పూజ, మండవ్ ఆచరణ, గంధపునీళ్ళు చల్లుతూ ఆడుతూ పాడుతూ ఊరేగింపుగా వెళ్ళి కుంభం తీసుకురావడం, రెండూ ఇళ్ళవాళ్ళు పరస్పరం కానుకలు ఇచ్చిపుచ్చుకోవడం, గోరింటాకు పెట్టుకోవడం, ఇలా. తరువాత గౌరీ పూజ. అది అయిపోగానే పుట్టింటివాళ్ళు తాము పెట్టవలసిన బంగారం నగలతో అమ్మాయిని అలంకరిస్తారు. తరువాత అమ్మాయి తల్లి అల్లుడి పాదాలు కడిగి తీసుకుని వస్తుంది. ఇదంతా ముగిసిన తరువాత పెళ్ళి, మాలలు, సప్తపది, కన్యాదానం అన్నీ.

పెళ్ళిరోజున నన్ను చూడగానే ముందుగా అతడు చేసిందేమిటో తెలుసా ? తన రెండూ చేతులను విప్పి చూపించాడు! అతడి చేతులకు కూడా గోరింటాకు పెట్టారు. మా వైపు అబ్బాయికి కూడా గోరింటాకు పెడ్తారు. అతడయితే తన చేతులకున్న గోరింటాకు చూసుకుని మురిసిపోయాడు. పెళ్ళి పీటల మీద కూర్చున్నప్పుడు కళ్ళతో సైగ చేసి నా చెయ్యి చూపమన్నాడు. నా చేతుల్లో పట్టుకోవడానికి ఏవేవో ఇచ్చారు. అయినా ఒక సారి చెయ్యి విప్పి చూపాను. విప్పారిన అతడి కళ్ళు నాకు ఇంకా జ్ఞాపకం ఉన్నాయి.

అతడికి దయ్యాలు, పాములంటే చాలా భయం. నాకు అలాంటి భయాలే

ఉండేవి కావు. నేను చాలా గట్టి గుండెదాన్ని. నాకిష్టం వచ్చినట్టు చేసేదాన్ని. అది అతడికి మొండితనం, మకురుతనంగా కనిపించేవి. పెళ్ళి అయ్యేటప్పటికి నేనైనా కాస్త ఆడదాన్లా కనిపించేదాన్ని.అతడు ఇంకా చదువుకుంటున్నాడు. బక్కప్రాణి. మీసాలు కూడా రాలేదింకా. చూడ్డానికి పిల్లాడిలా కనిపించేవాడు. అన్నిటికీ తొందర. తకతక ఎగుర్తూ ఉండేవాడు. నిదానం తక్కువ.

కానీ చూడ్డానికి పిల్లాడిలా కనిపించినా పిల్లాడు మాత్రం కాదు అని తొందరగా అర్థమయ్యింది. పెళ్లయినాక నేను మా నాన్నగారి ఇంట్లో కొన్ని రోజులు, రోజులేమిటి, ఒక సంవత్సరమే ఉన్నాను. అప్పుడంతా అలాగే ఉండేది. చిన్న వయసులో పెళ్ళి చేసేవారు. అమ్మాయి పదిహేడు, పద్దెనిమిది సంవత్సరాలు నిండేదాకా పుట్టింట్లోనే ఉండేది. అక్కడున్నట్టుగానే ఒకట్రెండు కానుపులు కూడా అయ్యేవి. అప్పుడప్పుడు పోరుబందరుకు అతనే వచ్చేవాడు. కొన్ని సార్లు రాత్రులు ఉండేవాడు. అబ్బా అదేం జోరు అప్పుడు! ఇలా కూర్చోరాదు, ఇలా మాట్లాడాలి, ఇలా కొంగు తల పైన కప్పుకుని ముఖాన్ని మూసుకోవాలి అని నాకు తాకీదు చేసేవాడు. నేనైతే అతడి ఎదుట తలాడించి, తరువాత నా ఇష్టం వచ్చినట్టు వుండేదాన్ని. ఇవన్నీ అయితే ఫర్వాలేదు. తొందరగా ఇంటికి వచ్చెయ్యి, తొందరగా ఇంటికి వచ్చెయ్యి అని ఒకటే తొందర పెట్టేవాడు. నాకేం తొందర ఉండేది కాదు. కానీ వాళ్ళింటికి పంపే శాస్త్రం జరిగింది. వెళ్ళి తీరాలి కదా. వెళ్ళాను. పోరుబందరు నుండి రాజకోట్ కు వెళ్ళాను. అక్కడ మా మామగారు కట్టించిన ఇల్లు. అందమైన కాథేవాడి ఇల్లు. దాని వద్దనే ఒక హైస్కూలు ఉండేది. మోక రోజూ వెళ్తున్నది అదే స్కూలుకే. ఆ స్కూలుకు నువ్వు కూడా వెళ్ళేలా అవ్వాలి, నేర్చుకో నేర్చుకో అని బలవంతం చేసేవాడు. నేను స్కూలుకే వెళ్లలేదు. అక్షరాలు రావు. అలాంటి

నాకు పాఠం చెప్పే పిచ్చి అతడికి. అప్పట్నుండి ప్రారంభమయ్యింది. చివరిదాకా నాకు గుజరాతీ వ్యాకరణం, కవితలు, చరిత్ర అన్నీ తనే ఉపాధ్యాయుడై పాఠం చెప్తూనే ఉన్నాడు.

అతడి ఇంటికి వెళ్ళిన తరువాత నన్ను ఎలాగైనా తన హద్దుల్లో ఉంచాలని చాలా ప్రయత్నం చేశాడు. పెళ్ళైన కొన్ని సంవత్సరాల వరకూ నన్ను తన గుప్పిట్లో ఉంచుకోవాలన్నదే అతని ఆలోచనగా ఉండింది. భారతీయ భర్తగా తన మొదటి కర్తవ్యం పెళ్ళానికి నియమాలు పెట్టి ఆమె వాటిని అనుసరిస్తుందా లేదా అని చూడడమే అని ఎక్కడో పుస్తకాల్లో చదివాడట. ఇక చూడు, నన్ను పతివ్రతను చెయ్యడానికి ఏవేవో నియమాలు వేశాడు. మొదటిది: తనను అడక్కుండా ఎక్కడికీ వెళ్ళరాదు. అతడిని అడక్కుండా నేను ఇంటినుండి బయటికి వెళ్ళనే కూడదు. ఒకవేళ వెళ్ళాల్సివస్తే మా అత్తగారైనా లేదా వేరెవరైనా తోడుగా ఉండాలి. పుట్టింటికి వెళ్తాననరాదు. అక్కడ అందరు పురుషులతో మాట్లాడరాదు. వెళ్ళే ముందు తన అనుమతి తీసుకోవడమే కాకుండా, ఇంట్లో మిగతా పెద్దలను అడగాలి. వెళ్ళొచ్చిన తరువాత అక్కడ అన్ని రోజులు ఎందుకున్నది, అక్కడ ఎవరెవరితో మాట్లాడింది అంతా పూర్తిగా సమాచారం ఇవ్వాలి. ఎప్పుడూ “చెప్పింది విను, ఊరుకో, నీకు తెలీదులే, ఎదురు జవాబు చెప్పకు, నీకేం అర్థమవుతుంది” లాంటి మాటలే చెవిన పడేవి. అయ్యో, చాలా కిరికిరి.

కానీ నేనెందులో తక్కువ, అతడంతే వయసుదాన్ని, ఇంకా చెప్పాలంటే అతడికంటే పెద్దదాన్ని? నాకు నచ్చినట్టు ఉండేదాన్ని. మనసులో ఉన్నది చెప్పేసేదాన్ని. ఒక్కోసారి తగవులయ్యేవి. రోజుల కొలది, వారాల కొలది, కొన్ని సార్లు నెలల కొలది మాటలుండేవి కావు. మౌనయుద్ధం. మాటలు లేకున్నా మిగతావన్నీ అలాగే నడిచేవి. ఒకసారి అత్తగారితో కలిసి దేవాలయానికి తనను అడక్కుండా వెళ్ళానని తిట్టాడు. “నువ్వు పెద్దవాడివా? మీ అమ్మ పెద్దవారా? ఆమెతో వెళ్ళడానికి ఆమె కొడుకు అనుమతి తీసుకోవాలా?” అని మొగం తిప్పుకుని అన్నాను. ఆ రోజు నుండి కొద్దిగా మెత్తబడ్డాడు.

ఇలా ఇద్దరు లేత పిల్లలు అమ్మా నాన్న ఆట ఆడుకున్నట్టు మా సంసారం ప్రారంభం అయ్యింది.

రాత్రి కావడమే కాచుకునేవాడు. అమ్మో! అదేం ఆశ అనుకున్నావు!! ఎలా చెప్పేది? అప్పటిదాకా పిల్లల్లా చాలా ఆటలే ఆడాము. ఆడపిల్లలే కలిసి అమ్మా నాన్న ఆట ఆడాము. మా అమ్మా నాన్న ఆట అంటే ఏమిటి? భర్త అయినవాడు

తిట్టడం, భార్య సేవ చెయ్యడం. ఆడపిల్లలే భర్తలు కదా. లేని మీసాలు తిప్పడం, ఛాతీ పొంగించి, వీపు నిటారుగా చేసి, కాళ్ళు వెడల్పు చేసి కూర్చోవడం, బిగ్గరగా అరుస్తూ గద్దించడం, తల–కాళ్ళు–వీపు పట్టించుకోవడం, వీపు గోకించుకోవడం ఇలా. భార్య అయినవాళ్ళు వంట చెయ్యడం, కొంగు తల పైకి లాక్కుంటూ వుండడం, పాలు పట్టేలా కూర్చోవడం, పిల్లల్ని గదమాయించడం, డబ్బాల్లో పైసలు దాచిపెట్టుకోవడం, నగలు చేయించండి అని పీడించడం, లేదా అటు తిరిగి పడుకోవడం, గర్భిణిలా నడుస్తూ ఉస్సనడం, పోట్లాడడం. ఇలా. చివరికి ఆట అడుతూ అడుతూ భార్య భోజనం వడ్డించి, పాత్రలన్నీ సర్ది, మొగుడి పాదాలకు నుదురు తాకించి ఇద్దరూ ఒకే దుప్పటిలో పడుకున్నాక ఆట ముగిసేది.

ఇప్పుడూ అదే ఆట. కానీ అప్పుడు దుప్పటి కప్పుకున్నాక ఆట అయిపోయేది. ఇప్పుడు ప్రారంభమయ్యేదే దుప్పటి కప్పుకున్న తరువాత.

నేను బ్రహ్మచర్యాన్ని స్వీకరించినదానను. ఇప్పుడు వీటిని గుర్తు చేసుకునేది సమంజసమో కాదో తెలీదు. కానీ ఇంత మాత్రం చెప్పొచ్చు. మొదట మొదట గింజుకున్నాను. కానీ క్రమంగా నాకూ రోమాంచనం కలిగిందంటే అబద్ధం కాదు. నేను దూరంగా జరిగి అలక చెందాలి. అతడు గబగబా దగ్గరికి రావాలి అనే మనసు కోరేది. అతడున్నప్పుడు వదిలించుకుని దూరం జరిగేది ఎలా అని ఆలోచిస్తుంటే, అతడు దూరంగా ఉన్నప్పుడు ఇప్పుడొస్తాడా, ఇంకో క్షణంలో వస్తాడా అని వేచేదాన్ని. అతడి పళ్ళ గాయాలు నా వీపు, చెంపలు, భుజాల పైన కనిపించి నప్పుడల్లా ఇక నీ వద్దకు రాను అనేదాన్ని. కానీ నా ఒంటిమీది ఎరుపు గుర్తులను చూసి ఇంటి ఆడవారు ఏడిపించినప్పుడు పులకించిపోయేదాన్ని. అలా ఒకటి మాయమయ్యేలోగా ఇంకోటి కనిపిస్తుంటే లోలోపలే మురిసి పోయేదాన్ని.

మా ఇంట్లో ఉన్న అనేక పిల్లల మాదిరిగానే నేనూ ఉన్నాను అనిపించేది. గండుపిల్లి దగ్గరికి వస్తే

ఆడ పిల్లి గద్దించి దూరంగా తరిమేది. చివరికి దాని ఎదురుగ్గానే వెళ్ళి కూర్చుని గురుగురుమని సురత శబ్దం. ముట్టుకోవడానికి వెళ్తే చిర్రు, ముట్టుకోకుండా ఉంటే ముట్టుకోవడానికి వచ్చేవారి పైనే దృష్టి.

భూమి తిరుగుతూ ఉన్నదే దీనికి అమ్మాయ్!

నెల తిరక్కుండా సరిగ్గా బయట చేరేదాన్ని. ఐదు రోజులు బయట. ఇలా నెలకు ఐదు రోజులు హాయిగా గడపడానికి ఒక రకంగా సంతోషంగా ఉండేది. కానీ నా భర్తకు ఐదు రాత్రిళ్ళు నేను జతలో పడుకోను అని చిరాకు. ఆరో రోజు నా వెనకా ముందు తిరగడమే చేసేవాడు. ఒకసారి స్నానం చేసి లోపలికి వచ్చాను. "బయట చేరినప్పుడు నువ్వు బయట ఎందుకుండాలి? నాతో పాటే ఉండు" అన్నాడు. మీకంతా నవ్వులాటగా అనిపించవచ్చు. అతడికి బయటికి చేరడం అంటే ఏమని తెలియనే తెలియదు. కాబా గాంధీగారి ఇంట్లో ఆడవాళ్ళు చాలా తక్కువ. ఉత్త మగపిల్లలే. నాకూ అంతేగా మరి. ఆడపిల్ల పుట్టనే లేదు. నా గర్భంలో ఆడపిలక మొలవనేలేదు. ఎన్ని రోజులు ఈ వెలితి ఉండిందో తెలుసా? మా బావలకూ అంతే. ఆడపిల్లలు తక్కువ. ఆడ మగల మధ్య పరదానే ఎక్కువగా ఉండేది కాబట్టి ఆడపిల్లలకు సహజంగా ఏమేమి జరుగుతుందో మగవాళ్ళకు అర్థమయ్యేది కాదు. ఆడవాళ్ళపైన జాలి చూపితే ఆడంగి అన్న బిరుదు వస్తుందనే భయం కూడ మగవాళ్ళకు ఉండేదేమో మరి!

చివరికి నా భర్తకు, అంటే మోక బాబుకు చెప్పాను, బయట చేరడం అంటే ఇలా ఇలా ఉంటుంది అని. చూడు ఇక్కడ నాకు చాల నొప్పి వస్తుంది అని చెప్తూ అతడి చేతిని అందుకుని నా పొట్ట పైన పెట్టుకుని చూపించాను. పోరుబందరులో ఉన్నప్పుడు నా కడుపు నొప్పికి అమ్మ ఉప్పు వేడి చేసి బట్టలో చుట్టి శాఖం పెట్టేది. తరువాత తను స్నానం చేసి శుద్ధి చేసుకునేది అని చెప్తూ చెప్తూ ఎందుకో అమ్మ, మా ఇల్లు గుర్తుకు వచ్చి ఏడుపొచ్చింది. కాని ఒక ఆశ్చర్యం! నేను ఏడవడం చూసి తను కూడా ఏడవడం మొదలుపెట్టాడు. ఆ రాత్రి ఇద్దరూ దుఃఖపడ్డాము. ఎందుకు? ఈ ప్రపంచంలోని ఆడవాళ్ళంతా ఆడ అనే కారణంగా అనుభవించే అన్ని కష్టాలకు. "మీ ఆడవాళ్ళు నిజంగా చాలా గొప్పవాళ్ళు" అనే మాట అతడి నోటినుంచే వచ్చింది. తన తల్లి, అక్క, అవ్వ ఎవరికీ ఇలాంటి ఇబ్బంది వచ్చేదని తనకు తెలియనే తెలియదు అని పశ్చాత్తాపం కలిగిందట అతనికి.

ఈ శరీరం అనేది, ఆడమగ అనేది అదెలాంటి మాయ అమ్మాయ్! 'స్కూలులో ఉన్నా నీతో ఉన్న జ్ఞాపకాలే కలుగుతాయి నాకు. ఏంచెయ్యను?' అనేవాడు మోక.

అంత కాయమోహిగా ఉండేవాడు. ఈ సంఘటన తరువాత ఆడవాళ్ళ ఇబ్బందుల్ని కొద్ది కొద్దిగా తెలుసుకోవడం మొదలెట్టాడు.

అంత సేపటికి మా మామగారి ఆరోగ్యం బాగా చెడిపోయింది. 1885 అనుకుంటా. ఆయనను కనిపెట్టుకునే బాధ్యత మా అందరిపైనా పడింది. పండితులు వచ్చి చూశారు. హకీములు చూశారు. మా కుటుంబ వైద్యులు చూశారు. ఇంగ్లీష్ వైద్యులు శస్త్రచికిత్స అవసరం అన్నారు. మిగతావాళ్ళు కూడదు అన్నారు. చివరికి ఇంకేం చెయ్యలేము, ఉన్నన్నాళ్ళూ అతడి సేవ చెయ్యాలని నిర్ధరించడం జరిగింది. ఎక్కువగా సేవ చేసింది మోకాయే. పెద్ద బావలు పనులు, రాజకీయాలు, పోరుబందరు అని తిరిగేవారు. సేవ మాత్రం చాలా జాగ్రత్తగా, బాధ్యతగా చేసేవాడు మోక. రోగి యొక్క కదలికలను బట్టే అతడికి ఏమవుతుంది, ఏం కావాలి అని అర్థం చేసుకునేవాడు. తండ్రి పక్కనే కూర్చుని ఆయనకు హితంగా ఉండడానికి ఏం కావాలో చెయ్యడానికి మోక నిష్ణాతుడు. చేతులు కాళ్ళు రాయడం, తల పైన చెయ్యి ఆడించడం, వీపు నుదురు రాయడం, భజనలు పాడడం, కొద్ది కొద్దిగా నీళ్ళు త్రాగించడం ఇలా పడుకున్నవాడిని చూస్తూ ఏది నచ్చుతుందో అది చేసేవాడు. మామగారు రాత్రి చాలా సార్లు లేచేవారు, నీళ్ళడిగేవారు. మూత్రవిసర్జనకు తీసుకువెళ్ళాల్సొచ్చేది. సైగ చేస్తే లేపి కూర్చోబెట్టాలి. ఆయనది భారీ శరీరం. మా అత్తగారి చేతనయ్యేది కాదు, చేయకూడదు కూడాను.

ఇలా ఉండగా ఒక రాత్రి....

మామగారు ఆ రోజు చాలా బాధపడ్తున్నారు. ఆయనకు విసిరి, తనపైన వాల్చుకుని, నీళ్ళు తాగించి, నుదురు వీపు నిమురేటప్పటికి ఆయనకు నిద్ర పట్టింది. అప్పుడు మా లక్ష్మీదాస్ బావగారు వచ్చారు. ఆయన మామగారి దగ్గర కూర్చోగానే మోక నా గదికి వచ్చారు. నేనప్పుడు తొలిచూరు గర్భిణిని. రోజులు నిండుతూ వున్నాయి. నిద్ర పోతున్నా. లోపలికి రాగానే మోక గది తలుపులు మూశాడు. ఐదు నిమిషాలు సముద్రం ఘోష పెట్టింది. అంతే. తలుపు టకటక వినిపించింది. మామగారికి ఊపిరాడ్డం లేదు అని పిలుపు వచ్చింది. ఆయన చనిపోయారు. అప్పుడాయనకు 63 సంవత్సరాలు. మోక పరిగెత్తాడు. కానీ, చివరిక్షణాల్లో ఆయన దగ్గర లేకపోయాననే అనే పాపప్రజ్ఞతో ఎన్నో రోజులు బాధపడ్డాడు. తరువాత నాకు ప్రసవమయ్యి, బిడ్డ చనిపోయినప్పుడయితే తన పాపం వల్లనే ఇలా జరిగిందని భావించాడు.

మాయను జయిస్తాను అని చాలా కష్టపడిన నా భర్త నిజానికి తీవ్ర

భావుకుడు, సుఖాకాంక్షిగా ఉండేవాడు. నాకు నచ్చుతుందో లేదో, కానీ అతడి వేగానికి ఒప్పించుకోవడం తప్ప వేరే ఏ రకమైన సుఖమూ అందులో ఉందని నాకు అనిపించేది కాదు. ఇతడు నాపైన, నా శరీరంపైన ఉంచిన శ్రద్ధ స్కూలు పైన, తాను చేసే పనిపైన పెట్టుంటే ఇంకా బుద్ధిమంతుడై ఉండే వాడు. అలాగని అతడికి చెప్పలేదంతే.

అంత సేపటికి అతడు నా నుండి దూరంగా, విదేశాలకు వెళ్ళే ప్రస్తావన వచ్చింది. దీనితోనే దంపతులుగా మేమిద్దరూ సంబరపడ్డ, ఒకరికోసం మరొకరు కాచుకున్న, ఆనందించిన, దేహసుఖం అనుభవిస్తూ జతగా ఉండే సమయం కూడా ముగిసింది.

మోక గాంధి హరి తండ్రి అయింది

అరె అమ్మాయ్!

నేను చూడు! వినే ఒక చెవి దొరికిందంటే చాలు, మొదలు నుండి ఏమేమో వెతికి తీసి నీముందు పరచి వాగుతున్నాను !! ఏమనుకోకు అమ్మాయ్, మనసులో అనిపించింది చెప్పడానికి వినే ఒక చెవి ఎంతైనా అవసరం కదా? అది నాకు దొరికేది కాదు. అందుకే నీ ముందు ఇలా మాట్లాడుతున్నాను అనిపిస్తుంది.

సరే, సరే. ఇక నుండైనా కాస్త గంభీరంగా, కొన్ని ఇతర విషయాలు కూడా చెప్తాను. విను.

హా.... నేను ఎక్కడ ఆపాను? అదే, పోరుబందరు గురించి చెప్తున్నా కదూ. నేను– మోక ఇద్దరూ పుట్టిన సంవత్సరం పోరుబందర్లో ఒక పెద్ద మార్పు వచ్చింది. పరిపాలన రాణాల చేతినుండి జారిపోయింది. మొదట అక్కడ రాణా విక్మత్‌జీ పరిపాలన సాగిస్తున్నారు. అదెంత పెద్ద రాజమహల్ అనుకున్నావు. హుజూర్ ప్యాలెస్ అని సముద్రం ఒడ్డున కట్టించుకుని అందులో ఉన్నారు. మా పోరుబందర్ ఆంగ్లేయుల భాషలో 'క్లాస్–1' సంస్థానంగా ఉండింది అని నాన్న, మామయ్య అంతా చెప్పుకోవడం విన్నాను. అంటే అక్కడ పరిపాలన చేసేది, పనివాళ్లను నియమించేది, జీతాలు నిర్ణయించేది, న్యాయదానం వీటన్నిటి పైనా రాణాదే అధికారం. కానీ, రెండు న్యాయ విచారణల్లో మా రాణా ప్రజలకు అన్యాయం చేశాడట. అందుకే ఆయన ప్రజలను పరిపాలించడానికి అర్హుడు కాదు అని ఆంగ్లేయులు తామే నిర్ణయించి ఆయనను గద్దె దింపేశారు. తమ ఏజెంటును తెచ్చి కూర్చోబెట్టారు. మా ఇంట్లో రాణాను అపఖ్యాతి పాలు చేసిన ఆ రెండు

న్యాయ విచారణల గురించి మళ్ళీ మళ్ళీ చర్చ జరిగేది. ఆ న్యాయ విచారణ ఏమిటి? ఒక నౌకర్, లక్కన్ అని. అతడి చెవులు, ముక్కు కత్తిరించి చంపేశారు. దానికి రాణా ఇచ్చిన వివరణ 'తన కొడుకును చెడ్డ అలవాట్లకు పురిగొల్పి, రాజకుమారుడి దారుణమైన చావుకు ఆ నౌకరు కారణమయ్యాడు' అని. మరొక అరబ్బుకు కూడా రాణాగారు మరణదండన విధించారు. కారణం, 'వాడు రాత్రిపూట హిందూ సైనికుల ద్వారా, అదీ రాజపత్‌ల ద్వారా రక్షించబడిన రాణీవాసంలోకి దొంగలా ప్రవేశించి తమ విధవ కోడలితో పాటు అనేక హిందూ మహిళల మానభంగానికి ప్రయత్నించాడు' అని.

కానీ, మరణదండనలకు రాణా ఇచ్చిన కారణాలు ఆంగ్లేయులకు నచ్చలేదు. రాణా తన అధికారాన్ని అతిక్రమించి, ప్రజలకు అహితకరంగా నడుచుకున్నాడంటూ, ఉత్తినే మమ్మల్ని 'క్లాస్–3' సంస్థానంగా చేసేశారు. దీని పరిణామం ప్రజలకు ఎంతవరకూ కలిగిందో చెప్పలేం కానీ మా రెండు ఇళ్ళ వ్యాపారాలకు మాత్రం చాలా ఇబ్బంది కలిగింది. ఇది మా పెళ్ళికి ముందే జరిగింది. కాబట్టే మా పెళ్ళి సమయంలో మూడు పెళ్ళిళ్ళు ఒక్కసారే చేసి ఖర్చు మిగుల్చుకున్నారు.

అక్కడిదాకా మామగారు పోరుబందర్ దివాన్‌గా ఉండేవారు. ఆయన పెద్దగా చదువుకోలేదు. ఎలిమెంటరీ ముగించారట. దివాన్ కాక ముందు సంస్థాన కచేరిలో గుమాస్తాగిరి చేశారట. తమ నిజాయితీ, తెలివితేటలతో దివాన్ పదవికి చేరి మంచి పరిపాలనాధికారి అని పేరు తెచ్చుకున్నారు. ఎక్కడినుండో వచ్చిన ఆంగ్లేయులకు తుపాకి, నావలు, సైన్యం ఉన్న కారణంగా తరతరాలనుండి ఏలుతూ వచ్చిన మన రాజులు తమ స్థానాలను వారికి అప్పగించడం జరిగింది. మా ఇంట్లోనూ రాజకీయాల గురించి చాల చర్చలు జరిగేవి. పోరుబందరు 'క్లాస్–3' సంస్థానం అయిన తరువాత రాణా దివాన్‌కు దివాన్ పదవి పోయింది. గాంధీ కుటుంబం ప్రభావం తగ్గిపోయింది. అందుకారణంగా మోకకు ఐదారు ఏళ్ళున్నప్పుడు మామగారు రాజ్‌కోట్‌కు మకాం మార్చారు. అక్కడి ఠాకూర్ సంస్థానానికి దివాన్ అయ్యారు. అంతే కాదు. మొత్తం కాథేవాడ్ ప్రాంతపు బ్రిటిష్ ఏజంట్ కచేరి రాజకోట్ లో ఉండింది. కాబా గాంధిగారు ఆ కచేరికి దగ్గిరయ్యారు. ఆయన వెళ్ళిన ఒకట్రెండు సంవత్సరాలకు ఆయన కుటుంబం కూడా రాజ్‌కోట్‌కు పోయింది. మోక తర్వాత చదివిందంతా రాజ్‌కోట్ లోనే. పోరుబందర్‌లో ఆయన తమ్ముడు తులసీదాస్ దివాన్ గిరికి ఒక దగ్గరి స్థానంలో ఉన్నారు.

ఇలా ఉండగా ఆంగ్లేయులకు సహాయంగా వచ్చే దివాన్‌కు మంచి ఆంగ్ల

భాషా పరిజ్ఞానం అవసరం. ప్రపంచంలోని అన్ని వ్యవహారాలు తెలిసుండాలి. చరిత్ర కూడా తెలిసుండాలి.

గాంధి కుటుంబం వాళ్ళు చదువులో అంత ఆసక్తి ఉన్నవాళ్ళు కాదు. వారి తెలివితేటలు, ఆసక్తి అంతా వేరే. లక్ష్మీదాస్ బావ ఎక్కువ చదువుకోలేదు. ఇంటర్ ముగించి కోర్టు కచేరి పనులకు వెళ్ళేవారు. కర్షణ్‌దాస్ బావ అయితే మెట్రిక్ పరీక్షకు కూర్చునేదాకా కూడా స్కూలుకు వెళ్ళలేదు. కాబట్టి కాబా గాంధీగారి ఇంటివాళ్ళకు దివాన్ గిరి పోయినదొకటే కాదు, దానికి బదులుగా ఆంగ్లేయుల క్రింద అలాంటిదే పని చేసే అవకాశం కూడ లేకపోయింది. కుటుంబానికంతా మెట్రిక్ పాసైన నా భర్తే ఒక భరోసా అనేలా ఉండింది.

మోక కూడా ఏమంత బుద్ధిమంతుడు కాదట. అలాగని నాకేం తెలుసు? నేనయితే మొత్తం పామరురాల్ని. నా మొత్తం జీవితమంతా దిద్దినా ఒక నాలుగక్షరాలు రాయడానికి ఒక గంట పట్టేది. మోకనే చెప్పింది తను ఒక సాధారణ విద్యార్థిగా ఉండేవాడని. 1887లో అహమదాబాదుకు వెళ్ళి మెట్రిక్ పరీక్ష రాసి వచ్చాడు. మావైపు ఆ ఊరిని 'అమదావాద్' అని పిలుస్తారు. అక్కడికి తను రైలులో వెళ్ళాడు. అంత పెద్ద ఊరికి తను చేసిన మొదటి ప్రయాణం అది. ఏం చెప్పేది? అదెంత చెప్పినా అమదావాద్ వర్ణన ముగిసేదే కాదు. తరువాతి సంవత్సరం కొంచెం ఇంగ్లీష్ నేర్చుకోవాలని భావనగర్ కాలేజీకి పంపారు. అప్పటికి నేను గర్భవతినయ్యాను. వేవిళ్ళతో సతమతమవుతున్నాను. మొదటి బిడ్డ పోవడం, తరువాత ఒక గర్భపాతం వీటన్నిటితో చాలా భయపడుతూ ఉన్నాను. బతికి బట్టకట్టే బిడ్డలు నాకు పుడతారా లేదా అని అనిపించేది.

మోక భావనగర్‌కు వెళ్ళింది జనవరి 1888లో అనుకుంటాను. ఆ చుట్టుపక్కలకంతా అదొక్కటే పదవీ కళాశాల ఉన్నది. అంతేం దుబారాగా లేదు. మెట్రిక్ స్కూలు మాదిరిగా గుంపులు గుంపులుగా విధ్యార్థులు లేరు. 39గురు మాత్రమే ఉన్నారట. కానీ ఎందుకో మోకకు అక్కడ సరిపడలేదు. ఇంటి జ్ఞాపకాలు వస్తున్నాయి అంటూ మళ్ళీ మళ్ళీ రావడం, వెళ్లడం జరుగుతూ ఉండేది. భార్యకోసం ఇంటికి వస్తాడు అని అంతా గేలి చేసేవారు. అది కూడా నిజమేనేమో మరి. చివరికి ఒకసారి నాకక్కడ సరిపోవడం లేదు అని వదిలేసి ఇంటికొచ్చేశాడు. అప్పుడు మా ఇంటికి మావ్‌జి దవె జోషి అనేవారు వచ్చి ఉన్నారు. ఆ పురోహితుడు మా అత్త మామలకు చాలా కావలసిన పెద్దవారు. ఆయనతో మోక చాలా సేపు మాట్లాడాడు. చివరికి దవెగారు "ఒట్టి బి.ఎ చదివితే ఏమీ దొరకదు. బి.ఎ చేసినవారు

ఎంతో మంది ఉండగా దివాన్‌గిరి దొరకుతుందన్న నమ్మకం లేదు. దానికి బదులుగా లండన్‌కు బ్యారిస్టర్ చదవడానికి వెళ్ళు. సంస్థానంలో కాకపోతే సొంతంగా ప్రాక్టీస్ పెట్టుకుని చేతినిండా సంపాదించవచ్చు.' అని సలహా ఇచ్చారు. మోక వెళ్ళాలని నిశ్చయించుకున్నాడు.

నన్ను వదిలేసి తనొక్కడే వెళ్తానన్నాడని అలకతో కొన్నిరోజులు మాట్లాడలేదు నేను. సంవత్సరాల కొద్దీ నన్ను వదిలేసి వెళ్ళడమేమిటి? ఇక్కడ నేనొక్కతెనే, అతడు లేని ఇంట్లో అందరి చాకిరి చేసుకుంటూ ఎలా ఉండను? పొద్దుగూకడాన్నే ఎదురు చూసే నా భర్త, కాలేజీకి చేరినా భార్య గుర్తుకు రాగానే మళ్ళీ మళ్ళీ ఇంటికి వస్తాడని అందరితో గేలి చేయించుకున్న మోక, ఇలా సంవత్సరాల కొలదీ నన్ను వదిలి ఉంటాడా? అలా ఉంటాడనుకుంటే ఎవరో తెల్ల అమ్మాయిని చూసుకుంటాడు. ఆ తెల్ల అమ్మాయిలు మహా మంత్రగత్తెలట. మన మగవాళ్ళను తమ వశంలోకి తీసుకోవడమే కాకుండా వారికి మాంసం, మదిర అలవాటు చేయించి జాతిభ్రష్టుల్ని చేసి, మతాంతరం చేయిస్తారట. కాబట్టి మోక అక్కడికి చదవడానికి వెళ్ళడం వద్దు, ఇక్కడే వ్యాపారం చూసుకుని ఉండనీ, పెద్ద కొట్టు పెట్టడానికి కావలిస్తే మా తండ్రిగారు సహాయం చేస్తారు అని చెప్పి చూశాను.

కాని మోక వింటేనా? అదేం తలకాయలో నిండిందో, వెళ్ళితీరాలని పట్టుబట్టాడు.

లండన్‌కు వెళ్ళి చదవాలంటే డబ్బులు కావాలి. అంత డబ్బు ఎక్కడి నుండి తెచ్చేది? తులసీదాస్ మామగారు "వెళ్లేది వద్దే వద్దు. డబ్బుల్లేవు" అనేశారు. అప్పుడు మోక అన్నయ్య లక్ష్మీదాస్ బావగారే ఒత్తాసు పలికింది. ఎంత కష్టమైనా, ఎంత ఖర్చైనా సరే తన తమ్ముణ్ణి బ్యారిస్టర్ చేసి తీరుతానని నిర్ణయించేశారు. లండన్ ఖర్చు ఎంతవుతుందో అని లక్ష్మీదాస్ బావ, మోక కూర్చుని లెక్కవేశారు. ఎంత తక్కువైనా 13000 రుపాయలు అవుతాయని తేలింది. నేను నా నగలు ఇస్తానన్నాను. "ఇవన్నీ నీవి. నువ్వే ఉంచుకో. వెళ్ళినవాణ్ణి మళ్ళీ వస్తానో లేదో తెలియదు. వచ్చినా ఇవన్నీ చేయించి ఇవ్వగలుగుతానో లేదో" అనేశాడు మోక. తొమ్మిది నెలలు నిండి ప్రసవ సమయం దగ్గర పడుతోంది. తొలిచూరు బిడ్డ చనిపోయింది. ఆ చావు, ప్రసవం అంటేనే భయం అనిపించేలా చేసి వెళ్ళింది. ఇప్పుడు ఈయన చూస్తే ఇలా అంటున్నాడు! నాకయితే చచ్చిపోయేంత భయం వేసింది. వస్తాడో లేదో అనిపిస్తే అసలు వెళ్లడం ఎందుకు అని మళ్ళీ మళ్ళీ అనిపించి, అలా ఆయనతో అని, తిట్టించుకున్నాను. ఒకసారైతే 'తల సరిగ్గా ఉందా లేదా నీకు" అని

దబాయించాడు మోక.

❖❖❖

పదమూడు వేల రుపాయలు మా వాళ్ళలో ఎవరివద్దా లేవు. పోరుబందరు ఆంగ్లేయాధికారి వద్దకు ఉన్నత చదువులకు ఇంగ్లండుకు వెళ్లడానికి ధనసహాయం చెయ్యవలసిందిగా అడుగడానికి వెళ్లారు. అన్ని రోజులు దివాన్‌గా సేవలందించిన కుటుంబపు సభ్యుడిగా ఆర్థిక సహాయం ఇవ్వడం న్యాయం అని వాదించారు. కానీ ఆయన ఖడాఖండిగా నిరాకరించారట. నా భర్త మొహం వాడిపోయింది. తన మనసుకు వచ్చింది చేయకుండా ఉండలేడు, వెళ్ళిరానీలే అనిపించింది. నా నగలనన్నిటినీ అతడి ముందుంచాను. వాటినుండి మూడున్నర, నాలుగు వేలు వచ్చాయి.

వేవిళ్ళ శాస్త్రార్థానికి నన్ను పుట్టింటికి పిలిచారు. పోరుబందరుకు వెళ్ళి ఇక్కడి సంగతులన్నీవారి చెవిన వేశాను. ఎవరి వద్దనుండైనా ధన సహాయం చేయించమని, లేదా అప్పుగానైనా ఇప్పించమని, ఆయన లండన్‌కైతే వెళ్ళితీరాలని చెప్పాను. 'నా ప్రసవం, బాలింతతనం మీరేమీ చెయ్యకండి, తీసుకు వచ్చి దిగబెట్టేవి ఏవీ చెయ్యకండి, నా భర్త చదువుకు సహాయం చెయ్యండి' అన్నాను. అక్కడా కష్టాలే ఉన్నాయి. నా అక్క భర్త ప్రయాణం ఖర్చు భరిస్తానని అన్నారు. 'చుట్టాల దగ్గర అప్పులు చేసి పంపిద్దాం, దాని గురించి వదిలెయ్యి' అని ధైర్యం నింపారు.

మొత్తానికి డబ్బుల ఏర్పాటు జరిగింది. ఇంత అయ్యాక కూడా నా చిన్న మామయ్య తులసీదాస్‌గారు "ఫారిన్నూ వద్దు ఏం వద్దు. లండన్‌కు వెళ్ళి వచ్చినవాళ్లను చూశాను కదా నేను. సిగార్ నోట్లోనుండి తియ్యనే తియ్యరు. అన్ని ఆచారాలను వదిలేస్తారు వాళ్ళు" అంటూ చివరి క్షణం దాకా పొడుస్తూనే ఉన్నారు. ఇది మా అత్తగారు పుతలీ బాయిని బాగా భయపెట్టింది. చివరికి తమ ఆప్తులయిన సంత్ బేచార్‌జి మహరాజ్ గారిని కలిసి వచ్చారు. ఆయన మాటే చివరి మాట ఆమెకి. "కాలం మారింది. సముద్రం దాటితే జాతిభ్రష్టుడవడమేం లేదు. విదేశాలకు వెళితే వెళ్ళనీ. కానీ అతడి వద్ద మూడు ప్రమాణాలు చేయించుకోండి" అని సలహా ఇచ్చారు. విదేశాల్లో మద్యం, మగువ, మాంసం ముట్టుకోనని ప్రతిజ్ఞ చెయ్యాలి.

మోక బయలుదేరే రోజు దగ్గిర పడుతున్నాయి. అక్కడికి తీసుకువెళ్ళడానికి తిండి సామాన్లు ఏమేం చెయ్యాలో అని ఆలోచించి బుర్ర పాడుచేసుకున్నాం. ఈ తిండి, ఈ పొడి, ఈ కారం, ఈ తీపి, ఇది కావాలా, ఇది అక్కర్లేదా అనుకుంటూ

ఏరి ఏరి పెట్టాము. ఏ తిండి చాల్రోజులు ఉంటుందో అని ఆలోచించి చేసి పెట్టాము. అక్కడ ఎలాంటి దుస్తులు వేసుకోవాలో తెలీక ఉన్నవాటిలో మంచివి ఏరి ఇస్త్రీ చేసి పెట్టాము. అక్కడ విపరీతమైన చలి అని తెలిసి కాథేవాడ్ వెచ్చని దుస్తులను ఒక వైపుకు పెట్టాము. అక్కడికి వెళ్ళినాక దగ్గర ఉండనీ అని మా అత్తగారు, ఒక చిన్న భగవద్గీతను, ఒక జపమాలను పెట్టారు. నా భర్త బ్యారిస్టర్ అయ్యి తిరిగి వస్తున్నందుకు గర్వపడాలో, ఇంక రెండు మూడు సంవత్సరాలు కనిపించడు అని దుఃఖపడాలో ఒకటీ అర్థంకాలేదు.

అప్పుడని కాదు. అక్కడినుండి ముందు ముందు అనేక సార్లు నేను ఇలాంటి సందిగ్ధంలోనే, అదీ ఈ మోక విషయంలోనే ఇరుక్కున్నాను.

మోక ఇకనేం బయలుదేరాలి, ఒక వారముందేమో అనిపిస్తుంది అంతే. నాకు కడుపులో నొప్పి ప్రారంభమయ్యింది. ఇంట్లో వాళ్ళంతా నేను నా భర్తను దూరం చేసుకునే కష్టంలో బాధపడుతున్నానని అనుకున్నారు. కానీ రోజులు గడిచే కొద్దీ బాధ ఎక్కువై, మోక బయలుదేరేటప్పటికి ఇక చచ్చిపోతానేమో అనిపించింది. తొలిచూరు కాన్పు చాలా కష్టంగా ఉండింది. కానీ అప్పటికంటే ఇప్పుడు కొంచెం గట్టిదాన్నయ్యాను. పెద్దదాన్ని కూడా అయ్యాను. నాకప్పుడు 20 ఏళ్ళు. ఇలాగైనా మోక వెళ్ళిపోయేంతలో బిడ్డ పుడుతుంది, అది తన తండ్రిని, అతడు తన బిడ్డను చూసుకోవచ్చు కదా అని నెమ్మది ఒక వైపు. ఈ బిడ్డైనా దక్కుతుందో లేదో అనే భయం ఇంకొక వైపు. చివరికి నొప్పులు ఎక్కువై, దుఃఖం ఎక్కువా, నెమ్మది ఎక్కువా అని తెలియని విచిత్ర మనఃస్థితి ఏర్పడింది. వాటి నడుమ నా నిర్ణయం గట్టిగా వుంటూ, ఏదో ఒక తెలియని ధైర్యం ఏర్పడింది. ఈ పురిటి నెప్పులు తక్కువైనట్టే, మోక దూరంగా ఉండే సమయం కూడా గడచిపోతుంది, చివరికి అంతా మంచే జరుగుతుంది అనిపించింది. ఏవేవో కలవరింతలు రాసాగాయి. మా ఇంటివాళ్ళంతా నాకు మతిభ్రమించిందని అనుకున్నారు.

చివరికి కాన్పయ్యి, ఒడి నిండింది. మగ బిడ్డ. ఎర్రగా, బొద్దుగా ఉన్న నా బిడ్డ, పుట్టిన రెండు నిమిషాలకే కప్పు ఎగిరిపోయేటట్టు ఏడ్చాడు. ఆ ఏడ్పు వినేవరకూ ఊపిరి బిగబట్టి వేచి ఉన్న వారంతా నెమ్మదిగా నిట్టూర్చారు. వెంటనే మా ఇంటికి వార్త చెప్పడానికి మోక పరుగెత్తాడంట.

అది జూలై 1888. బిడ్డ తండ్రి ఒక వారంలో బయలుదేరుతున్నాడు. నేను కూడా పురిటి స్నానం చేసి లోపలికి రాలేదు. ఒక రోజు మోక నా పుట్టింటికి వచ్చాడు. నేరుగా బాలింతరాలి గదిలోకి వచ్చేశాడు.‘శ్ శ్. అయ్యయ్యో! ఇంకా

శుద్ధికాలేదు, ముట్టుకోరాదు' అని మా అమ్మ అరుస్తున్నా 'అత్తా! కొంచెం బయటికెళ్తారా? ఒకే ఒక్క నిముషం' అన్నాడు. అమ్మ బయటకు వెళ్ళిపోయింది. "పేరేం పెడదాం బిడ్డకు?" అని అడిగాడు. నేనింకా ఆలోచించలేదు. "అన్ని వంటకాలు తయారు చేసి పెట్టావు కదా! నేనేం బకాసురుణ్ణి అనుకున్నావా?" అని నాతో మేలమాడాడు. "నాకు ఏ తిండీ అక్కర్లేదు కస్తూర్. నువ్వు ఇంతవరకూ ఇచ్చిన సంతోషాన్ని నాతో తీసుకుపోతాను. నా కళ్ళల్లో ఉన్న నీ నవ్వు బిడ్డ మొహమే చాలు. అమ్మ ఇచ్చిన జపమాల, భగవద్గీత మాత్రమే తీసుకుని వెళ్తాను. సరేనా? బిడ్డను హరిలాల్ అని పిలుద్దామా?" అని అడిగాడు. "ఓహో! హరినారాయణుడి పేరు. మంచిదే. సరే" అన్నాను. బిడ్డను చేతిలోకి తీసుకుని దాని చెవిలో "హరి, హరిలాల్ హరిలాల్ హరిలాల్. నా కొడుకా" అని గుసగుసలాడాడు. తలుపును మెల్లిగా తోసిన మోక, బిడ్డను నా పక్కలో పడుకోబెట్టి, నా కళ్ళు, ముక్కు, పెదవులు, నుదురు పైన వేళ్ళాడించి, అతి తేలికైన మెత్తనైన ముద్ర ఒత్తాడు. ఓ ఇది ఆ ఆవేశపు మోకా యేనా? ఇతణ్ణి సంవత్సరాల కొలది ఎలా వదలి ఉండాలి దేవుడా అని నా కళ్ళల్లో నీళ్ళు తిరిగాయి. వేడి ఊపిరిని గమనించి నా కళ్ళ పైన పెదవి ఒత్తాడు, నా దుఃఖాన్నంతా పీల్చివేసేటట్టుగా.

"కస్తూర్! నేనిప్పుడు నీ పక్కనే ఉండి నీకు సేవలు చెయ్యాల్సింది. క్షమించు నా ప్రాణమా! ఈ శరీరం బయలుదేరినా కానీ, నా ప్రాణం మాత్రం ఇక్కడే వుంటుంది అని మరచిపోకు. ఎప్పటికైనా మోహన్‌దాస్ నీవాడే, నీ దాసుడే. నేను అక్కడ ఏ మగువనూ ముట్టుకోను. మద్యం, మాంసం ముట్టుకోను. అమ్మకిచ్చిన మాటనే నీకూ ఇస్తున్నాను. రెండే సంవత్సరాలు, వచ్చేస్తాను. అప్పటిదాకా ఈ బిడ్డ ఆరోగ్యం, నీ ఆరోగ్యం బాగా చూసుకో. నాకోసం ప్రార్థించు. నువ్విక్కడ ఎలా ఉంటావో నేనక్కడ అలానే ఉంటాను. హరిని, నిన్ను బాగా చూసుకో. నాకోసం మీరిద్దరూ బాగుండాలి. లండన్‌కు వెళ్ళడానికి డబ్బులు, ఇతర ఏర్పాట్లు కూడా అయిపోయాయి. ఇక నీ అనుమతి ఒకటే బాకీ ఉంది. నన్ను నవ్వుతూ పంపు నా బంగారమా! దేవుడి ఇచ్ఛ ఇలానే ఉంది. అంతా మంచిదే అవుతుంది. దేవుడు మన చెయ్యి వదలడు. వెళ్ళే రోజు మళ్ళీ వస్తాను" అంటూ నుదురు, కనుబొమలు, పెదాల పైన చిత్తరువు గీశాడు. మెల్లగా బిడ్డకు ఒక ముద్దిచ్చి, వెళ్ళిపోయాడు.

ఈ క్షణాలే మూడు సంవత్సరాలు నేను ప్రాణం ఉగ్గబట్టుకుని వేచి ఉండే శక్తినిచ్చాయి. హరి తండ్రి ఐన మోక ఉన్నట్టుండి పెరిగి పెద్దవాడయినట్టు అనిపించింది.

లక్ష్మీదాస్ బావ పడవ ఎక్కించి వస్తానని ముంబైకి వెళ్ళినాయన తొందరగా తిరిగి వచ్చేశారు. సముద్రంలోతుఫాను లేచిందనీ, బయలుదేరిన పడవలు మునిగిపోతున్నాయనీ, అందుకే దీపావళి సమయానికి బయలుదేరమని అక్కడి వాళ్ళు సలహా ఇవ్వడంతో మోకను అక్కడి స్నేహితుల ఇంట్లో వదిలేసి వచ్చానని చెప్పారు. నా చెల్లెలి భర్త మోకకు తోడుగా ఉన్నాడని చెప్పారు. పడవ మునగడం గురించిన వార్తవిని నాకు చేతులు కాళ్ళు ఆడలేదు. అయ్యో! హరి నాన్న మళ్ళీ తిరిగి రాకపోతే? వెళ్లవద్దు అని పరిగెత్తుకుని వెళ్ళి ఆపేద్దామని అనిపించింది. కానీ నేనందుకోనంత ఎత్తుకు ఎదిగిపోయారు హరి నాన్న. నేను పసికందును ఒడిలో పెట్టుకుని భయపడడం తప్ప, అతడి కోసం ప్రార్థించడం తప్ప, ఇంకేమీ చేయడానికి వీలు కాలేదు.

ముంబైనుండి మరో వార్త వచ్చింది. మోధబనియాలనే మా జాతివాళ్ళకు హరి నాన్న సముద్రాన్నిదాటి వెళ్లడం అసలు నచ్చలేదట. ముంబైలో అనుకూల వాతావరణం కోసం కాచుకుని పడవ ఎక్కడానికి మోక వేచి ఉన్నప్పుడు జాతివారు కాబా గాంధీ కొడుకును గుర్తు పట్టి వెళ్లవద్దని పట్టు పట్టారు. 19 సంవత్సరాల మోకకు అందరూ, "మీ నాన్న నాకు అంత తెలుసు, ఇంత పరిచయం" అంటూ చెప్పేవారే. పాపంతో నిండిన "కాలాపాని"ని దాటి వెళ్తే జాతి నుండి బహిష్కారం అని వాళ్ళు పట్టు పట్టారు. పెద్దవాళ్ళంతా కలిసి ఒక జాతి పంచాయితీని జరిపించారు. సముద్రాన్ని దాటడం అంటే జాతి భ్రష్టులైనట్టే. కాబట్టి మోక విదేశానికి వెళ్ళరాదు, ఆయన్ని పంపడానికి ఎవరూ రేవుకు వెళ్ళరాదు, వెళ్ళినవాళ్ళు జరిమానా చెల్లించాలి, చెల్లించనివాళ్ళను జాతినుండి వెలివేయాలి అని పంచాయితీ తీర్మానించింది. మద్యం, మాంసం, మానినిలను ముట్టుకోనని తన తల్లికి ప్రమాణం చేశానని మోక చెప్పినా వారు వినలేదు. కానీ హరి నాన్న వెనక్కు తగ్గలేదు. వాళ్ళంతా చివరికి కాబా గాంధి కొడుకుకు దండన విధించి బహిష్కరించారు. అదేం జరగనట్టు మోక లండన్‌కు బయలుదేరారు.

మూడు వారాల తరువాత రాజకోట్ లాయర్ ఒకాయన లండన్‌కు బయలుదేరారు. ఆయన తోడుగా మోక తనూ బయలుదేరాడు. ప్రయాణపు ఖర్చులు ఇస్తానన్న మా అక్క భర్త, జాతివాళ్ళ కోపానికి భయపడి ఇవ్వకుండా తిరిగి వచ్చేశారు. దానికి కూడా అప్పు చెయ్యాల్సివచ్చింది. ఈయన్ని పంపడానికి బంధుమిత్రులు ఎవరూ వెళ్ళలేదు. లక్ష్మీదాస్ బావ

ఇదంతా చెప్పేటప్పుడు నాకు దుఃఖం పొంగింది. మొదటి సారిగా జాతి పైన కోపం వచ్చింది. అప్పటిదాకా నా జాతి అంటే నాకు చాలా అభిమానం ఉండేది. ఇప్పుడు కొంచెం కొంచెంగా కూలుతూ పోయింది.

మోధబనియాలు మమ్మల్ని జాతి నుండి వెలివెయ్యడం ఒక రకంగా మంచిదే అయింది. ఒక్కొక్కటే వదిలేస్తూ పోయాం అన్నాను కదా, అలా జాతినే మొదటిగా వదిలెయ్యడం జరిగింది. కానీ, ఎంత దుఃఖపడ్డాడో నా మోక ? హరిని పట్టుకున్నట్టు అతడిని కూడా పట్టుకుని ఓదార్చాలనిపించేది. కానీ ఎక్కడ? హరికి ఒక నెల నిండేటప్పటికి వాడి తండ్రి సముద్రం దాటి నా నుండి దూరంగా సాగి, కనిపించని దేశం చేరుకున్నాడు.

ఇంతవరకూ అతడు నా మోకాగా ఉన్నాడు. ఇక పైన "ఉన్నారు మోక భాయ్" అవుతున్నారు.

మా వైపు చాలా మట్టుకు అందరి ఇళ్ళల్లో, మా మామగారి ఇంట్లోనూ అంతే, సంగీతం, పాట ఇవేవీ ఉండేవి కావు. వినరాదు. ప్రతి రోజూ భజన ఉంటుంది అంతే. ఆట, పాట, వేడుక ఉండదు. సంగీతం ఉండదు. యాత్ర ఉండదు. విశ్రాంతి ఉండదు. ఎప్పుడూ పని, పని, పని. వ్యాపారం, వ్యాపారం, వ్యాపారం. పనుల్లో మునిగి తేలే అలవాటు మోకకు కూడా ఉండేది. మోక మొదటగా పియానో చూసింది ఓడలోనే. ఎంత ఆశ్చర్యంతో తన జాబులో దాని గురించి రాశారో తెలుసా? ఎంత ఘన గాంభీర్యంగా ఉన్నా, అతడు పసిపిల్లవాడే. అన్నింటి గురించి ఆసక్తి, కుతూహలం. ఒక జాబు నిండా ఉత్త పియానో గురించే రాశారు.

లండన్‌కు వెళ్ళిన తరువాత లెక్కలేనన్ని ఉత్తరాలు రాశారు. వాటినన్నిటినీ భద్రంగా ట్రంకులో దాచేదాన్ని. స్వతహాగా రాసిన ఉత్తరాలు కదా! అప్పుడప్పుడు కళ్లకద్దుకునేదాన్ని. అకస్మాత్తుగా ఆయన కళ్ల రెప్పలో, తల వెంట్రుకలో, మీసాల వెంట్రుకలో దొరకొచ్చునేమో అని చూసేదాన్ని. ఊహూ. చాలా క్రమశిక్షణ ఉన్న మనిషి. అలా జరగడానికి వీల్లేదంతే. ఇక్కడి నుండి వెళ్ళిన ఉత్తరాలలో అలాంటివి ఉండే అవకాశాలున్నాయి. ప్రతి ఉత్తరంలోనూ 'ఉత్తరం రాస్తూండు, ఉత్తరం రాయి' అని ఒత్తిడి చేసేవారు. ఏమని రాసేది, ఏమని రాయించేది? నాకు ఉత్తరం రాయడం వచ్చేది కాదు. చదవడం, రాయడం కూడా వచ్చేది కాదు. నేను చదువుకున్నదాన్ని కాను, ఇతరులతో చదివించాలి, రాయించాలి. అక్షరాలు మాత్రం నేర్చుకున్నాను. ఎలాగెలాగో రాసేదాన్ని. కానీ, తరువాతి ఉత్తరంలో ఎలా కాయితం పైన కలం పట్టుకుని రాయాలి అనే దాని గురించి ఒక పుట సలహా ఉండేది. ఇలా రాయి,

ఇలా ప్రారంభించు, తరువాత ఇలా రాయి అని ఏవేవో నియమాలు. అక్షరాలు గుండ్రంగా అవాలని రోజూ కా గుణింతం రాయాల్సుండేది. పనుల మధ్యలో ఇదేం ఈయన పీడించడం అని కోపం వచ్చేది. చదువు రాక పోయినా, పైసా పైసా ఇంటి లెక్క అంతా చేస్తుంది నేనే కదా అనిపించేది.

మోక ఎలాంటి వాడంటే అన్నిటినీ రాసేవారు. అందరికీ తెలిసేటట్టు చెప్పేసుకుంటే చేసిన పాపం క్షమార్హం అని ఆయన అభిప్రాయం. రాసి తెలిపేస్తే మళ్ళీ చెడు పనులు చెయ్యకుండా మనం ఉండవచ్చు అని భావించారు. ఏమైనా కానీ, నిజాయితీగా బ్రతకాలని ఆయన తత్త్వం. 'డిన్నర్లకు వెళ్ళేటప్పుడు ఒకామె చాల దగ్గరైంది. ఆమెతో పేక కూడా ఆడేవాణ్ణి. చివరికి అమ్మకిచ్చిన మాట గుర్తుకు వచ్చి, ఆమెను వదిలేశాను" అని ఒకసారి నాకు రాశారు. నాకెలా అనిపించుండాలి చెప్పు? నాకు ధైర్యం రావాలని అలా రాసేవారని చెప్పారు. దీన్ని చదివి నాకు ఎలా ధైర్యం వస్తుంది? తనకు ధైర్యం రావాలి అని రాసుండాలి.

అక్కడికెళ్ళినాక కొన్ని రోజులు విసుగు పుట్టుండొచ్చు. తరువాత రాసిన ఉత్తరంలో అక్కడి శాకాహారి సంఘం పరిచయం అయ్యింది, నిజాయితీగా వుండడానికి సహాయపడుతోంది అని రాశారు. మొదట హొటల్లో, తరువాత హాస్టళ్ళలో రోజులు గడిపి, అక్కడెక్కడా పడక ఒక ఇంట్లో పేయింగ్ గెస్ట్‌గా వుంటున్నానని రాశారు. రాను రాను అక్కడున్న మనవారి పరిచయం కాసాగింది. ప్రాణజీవన్ మెహ్తా అని, మా ఊరు రాజకోట్ వైపు వారు, లండన్ కు ఈయనకంటే ముందుగా వెళ్ళినవారు దొరికారట. ఆయన దొరికినాక ఒక మంచి స్నేహితుడు దొరికాడు అని ఆనందంగా ఉంది అని రాశారు. డబ్బులు మాత్రం నీళ్ళ లాగా ఖర్చవుతున్నాయి. డబ్బులు కావాలి అని ఇంటికి పైన పైన ఉత్తరాలు వచ్చేవి. ఇంగ్లీష్ మాట్లాడడం నేర్పే పాఠశాలకు చేరారు. ఇతర కోర్సులను తీసుకున్నారు. లక్ష్మీదాస్ బావ అప్పులు చేసి, చేసి డబ్బులు పంపేవారు. ఆయన దన్నును మరచిపోలేము. తండ్రి స్థానంలో నిలుచుండి హరి నాన్నకు సహాయం చేశారు. అదేమైనా కానీ, తన తమ్ముణ్ణి బ్యారిస్టర్ చేసి తీరాలని పట్టుబట్టారు మా బావగారు. ఒకటి తరువాత ఒక పరీక్షలు ముగిసాయి. మళ్ళీ ఆరు నెలలకు మరొక్క పరీక్ష ముగిసింది.

అలా ఇలా రెండు సంవత్సరాలు గడచిపోయాయి. కానీ తిరిగి రావడానికి సమయం పడుతుంది అని ఒక ఉత్తరంలో రాశారు. "ఆహార ప్రయోగాలు, శాకాహారం ఇలా అనేక విషయాల గురించి పత్రికకు వ్యాసం రాస్తున్నాను. శాకాహార సంఘ

కార్యదర్శినయ్యాను. పెద్దవాళ్ళ పరిచయాలు అవుతున్నాయి” అని రాశారు. శాకాహార సంఘంలో చేరినందువలన రుచిగా వుండే మన ఆహారం దొరుకు తుండవచ్చు అని అత్తగారు, బావగారు నెమ్మది పొందారు.

ఇటు వైపు నేను, హరి ఒకరికొకరు అతుక్కునే గడుపు తున్నాము. నాకైతే నా మొదటి బిడ్డ పోయినట్లే హరి కూడా పోతాడేమో అనే భయం, భ్రమ చాలా రోజుల వరకూ ఉండింది. ఈ క్షణానికి బిడ్డ ఊపిరి ఆగిపోతే అని భయంగాఉండేది. రాత్రి పాలు తాపుతూ పక్కలో వేసుకున్న బిడ్డ తెల్లవారేటప్పటికి ముక్కులో పాలు నిండిపోయి, ఊపిరి అందకుండా చనిపోయాడు అని ఎవరో చెప్పేసరికి హరిని నా తొడపైనే పడుకోబెట్టుకుని పాలు తాపేదాన్ని. రాత్రి మెలకువ వచ్చినప్పుడల్లా బిడ్డ ఊపిరి తీస్తున్నాడా లేదా అని పట్టి పట్టి చూసేదాన్ని. వీడు చనిపోతే అని ఆలోచించి ఆలోచించి ఏడ్చేదాన్ని. వీడి తండ్రి కూడా ఇక్కడ లేడు. ఇంట్లో అందరూ ఉన్నా తండ్రి లేని పిల్లవాణ్ణి నేనే చూసుకోవాలి అనే భయం ఉండేది. వాడి మెడకు, కాలికి, చేతులకు ఏవేవో దారాలు కట్టేదాన్ని. తాయత్తులు కట్టేదాన్ని. పూజలు చేయించేదాన్ని. ఇంటికి వచ్చిన సాధువుల కాళ్ళకు వాడి నుదుటిని తాకించేదాన్ని. ఏమైనా కానీ, నాకు నా కొడుకు ఆరోగ్యంగా, దృఢంగా ఉండాలి అంతే. హత్తుకుని పడుకునేదాన్ని. వాడి తండ్రి గుర్తుకు వచ్చినప్పుడల్లా వాడిని ముద్దాడి, హత్తుకునేదాన్ని.

వారానికొకసారి వచ్చే భర్త ఉత్తరం, దాంట్లో నా గురించి, హరి గురించి ఆయన చూపుతున్న ప్రేమ, ఆరోగ్యం-ఆహారం గురించిన సలహాలు, గుజరాతి చదివి రాసేదాన్ని గురించిన విచారణ అన్నీ ఇలాగే జరిగిపోతున్నాయి. హరి పెద్దవాడవుతున్నాడు. రోజు రోజుకూ గట్టిగా తయారవుతున్నాడు. ఇక వీడు చావడు అనే ధైర్యం వచ్చింది. హరి లేకపోతే నాకు మోక లేనిది ఎంత కష్టమయ్యేది అని ఆలోచించేదాన్ని. ఒక్కోసారి హరి తండ్రి ఉండుంటే వీడిని ఇంత జాగ్రత్తగా ఎలా చూసుకోను వీలయ్యేది అని కూడా అనిపించింది. ఆయన ఉండుంటే ఈ వేళకు

ఇంకోదాని తయారి జరిగుండేది అని జ్ఞాపకం వచ్చి సిగ్గు ముంచుకొచ్చేది.

దీని నడుమ లక్ష్మీదాస్ బావ పోరుబందరుకు దివాన్ కచేరికి వెళ్ళివచ్చేవారు. కర్షణ్‌దాస్ బావ అక్కడే రాజ్‌కోట్ లో చిన్నపనికి కుదురుకున్నారు. మా అత్తగారు అప్పుడప్పుడూ అనారోగ్యానికి గురవుతున్నారు. నా ఆడపడుచు భర్తకు కూడా అప్పుడప్పుడు ఆరోగ్యం చెడేది.

మోకనుండి ఎన్ని ఉత్తరాలు వస్తున్నా ఆయన ఎదురుగా లేని కొరత నన్ను బాధించేది. సాధువులు ఇంటికి వచ్చినప్పుడు నా కష్టాలు చెప్పుకుంటుండేదాన్ని. మా ఇళ్ళల్లో సాధువులు వచ్చినప్పుడు ఉండడానికి ఒక గదినిచ్చేవారు. ఒక్కొక్కరుగా ఆడవాళ్ళు పరదా చాటున తమ కష్టసుఖాలను సాధువుల వద్ద చెప్పుకునేవారు. రోగాలు, పోట్లాటలు, విసుగు, సంబంధాల కష్టాలు మొదలైన అన్నిటినీ సంసారం వదిలేసిన సాధువుల వద్ద చెప్పుకుని మనసులు తేలికపరచుకునేవాళ్ళం. మా కష్టాలకు పరిహారంగా వారు చెప్పే వ్రతాలు, పూజలు అన్నిటినీ చేసేదాన్ని. భర్తను చూడాలని అనిపించినప్పుడు, అక్కడ ఇంకెవర్నైనా పెళ్ళి చేసుకున్నాడా అని భయం కలిగినప్పుడు, ఇక్కడినుండే కట్టు బిగించేదాన్ని. "ఫిరంగి ఆడవాళ్ళను నమ్మలేము. వాళ్ళు మన మాదిరి కాదు. అన్నీ వదిలేసినవాళ్ళు" అని నా తోడికోడళ్ళు మళ్ళీ మళ్ళీ భయపెట్టేవాళ్ళు. కానీ ఎడతెగకుండా వచ్చే ఉత్తరాల వల్ల అక్కడ ఆయన ఏం చేస్తున్నాడు, ఏ పన్లో మునిగున్నాడు అని తెలిసేది. మోక భాయి ఇతర ఆడవాళ్ళ వెంట పడే వాడు కాడు. ఏముందో అంతా చెప్పేసుకునేవాడు. అలా ఏమైనా ఉంటే ఉత్తరం రాసి తెలిపేస్తారు అని ధైర్యం తెచ్చుకున్నాను.

దీని నడుమ మా అత్తగారికి చాలా అనారోగ్యమయింది. ఆమెను కనిపెట్టుకుని ఉండడంలోనే సమయం గడిచిపోయేది. తమ చిన్న కొడుకును తలచుకునేవారు, పిలిచేవారు. అప్పుడు లండన్‌కు రాసే ఉత్తరాల్లో అమ్మ మిమ్మల్ని తలచుకున్నారు అని రాసేవాళ్ళం. ఆమె అనారోగ్యం చాలా ముదిరి ఇక బ్రతకడమే కష్టం అని తెలిసినప్పుడు మోక భాయికి తెలపాలా వద్దా అని ఇంట్లో చర్చ జరిగింది.

అమ్మను చూడాలని అంత దూరం నుండి వచ్చి వెళ్ళడం విద్యాభ్యాసానికీ అడ్డంకి, అలాగే డబ్బులకు కూడా ఇబ్బంది, అదీకాక అత్తగారు అంతవరకూ బ్రతకడం సందేహం కాబట్టి మోకభాయికి విషయం తెలిబరచరాదని నిర్ణయించారు.

చివరికి ఒక రోజు తన చిన్నకొడుకు తిరిగి వచ్చేరోజు కోసం కాచుకోకుండా అత్తగారు చనిపోయారు. చాలా ప్రశాంతమైన చావు ఆమెది. ఆమె మొహం చూస్తే శాంతియుతంగా యాత్రకు బయలుదేరినట్లున్న నెమ్మది కనిపించింది. తన తండ్రి ప్రాణం పోయేటప్పుడు తను దగ్గర లేనే అని బాధపడిన మోక తన తల్లి పోవడానికి ముందు కానీ, తరువాత కానీ ఉండలేక పోయినందుకు అదెంత బాధపడతాడో అనిపించింది. నా కళ్ళల్లో అత్తగారిని నింపుకుని భర్త వచ్చాక దాన్ని దాటించేయాలి అనిపించింది.

అలాగో ఇలాగో రెండు, రెండున్నర సంవత్సరాలు గడిచే పోయాయి. అయినంతవరకూ ఖర్చు చెయ్యకుండా, డబ్బులు అడక్కుండా పండుగలు పబ్బాలు నిభాయించేటట్టు చూసుకున్నాను. బావగారి నుండి తీసుకున్న ప్రతి పైసాకు లెక్క రాసివుంచాను. అలా పెట్టమని మోక చెప్పున్నారు.

ఇలా ఉండగా ఆ రోజు రానే వచ్చింది. హరి నాన్న, బ్యారిస్టర్ మోహన్ దాస్ కరమ్‌చంద్ గాంధి ముంబైలో వచ్చి దిగారు. నాకైతే స్వర్గమే వచ్చి రాజకోట్ లో వాలుతుందేమో అనేంత ఆనందం. దేహం, మనసు, రోమాలు ఆనందంతో తకతక నర్తిసున్నట్టు, ఎదలో ఏదో వికసిస్తున్నట్టు అనిపించింది.

రాగానే లక్ష్మీదాస్ బావ అత్తగారు చనిపోయిన వార్త చెప్పారు. మోకభాయి చాలా దుఃఖించారట. ఆయన మిత్రుడు ప్రాణజీవన్ మెహ్తా ఇంట్లో రాయ్‌చంద్ భాయి అనే ఒక సంతుడు ఆయనను సమాధాన పరచారట. జాతి నుండి వెలివేసిన వాళ్ళ కిరికిరి ఎక్కువయ్యింది. వాళ్ళ కోపం శమింపజేయడానికి, రాజ్‌కోట్ కు రావడానికి ముందు నాసిక్‌లో దిగి, గోదావరిలో మునిగి శుద్ధమయ్యారు. కానీ అది మోఢబనియాలను తృప్తి పరచకుండా, మేము జరిమానా కట్టాల్సిందేనని తీర్మానించారు. మోక భాయి కట్టలేదు. అలా జాతి పెద్దల కోపానికి భయపడి మోక అక్క తమ్ముడ్ని ఇంటికి పిలిచి ఒక గ్లాసు నీళ్ళైనా ఇవ్వలేదు.

మూడు సంవత్సరాల తరువాత హరి నాన్న ఇంటికి వచ్చారు. సంవత్సరాల తరబడి తరువాత నా భర్త నన్ను చేరుకున్నారు. మొదటి కంటే పెద్దవారయ్యారు,తెల్లబడ్డారు. మీసాలు దట్టమయ్యాయి. విదేశంలో మంచి ఆహారం దొరికిందేమో, ఆరోగ్యవంతంగా కనబడ్డారు. కళ్ళు మెరుస్తున్నాయి. హరి ముందు ముందు తండ్రివద్దకు వెళ్ళడానికి మొండితనం చేశాడు. తరువాత కొన్ని రోజులకు

సర్దుకున్నాడు.

మోక దూకుడు, పోకిరి పనులన్నీ ప్రీతితో కూడిన స్పర్శలుగా, మెత్తని మాటలుగా మారాయి. తనను తాను నిగ్రహించుకోవడానికి తను పడిన కష్టాలన్నీ ఏకరువు పెడుతూ నా ఛాతీలో మొహం కప్పుకుని మౌనంగా ఉండిపోసాగారు. నా మట్టుకు భవిషత్తు ప్రణాళికలేవి లేని, అత్యంత నెమ్మది క్షణాలవి.

నా వస్తువు నా వద్దకు వచ్చింది. నా ఇంటి దీపం నా ఇంటికి వెలుగునిస్తోంది. దీనికంటే ఇంకేం కావాలి?

సముద్రాలకావలి కల

ఏదైనా నెమ్మది, రోమాంచనం ఒకే రకంగా ఉండవమ్మాయ్!

మూడు సంవత్సరాల లండన్ చదువు కోసం చేసిన అప్పులు తీర్చవలసి ఉంది. చేయవలసిన పెళ్ళిళ్ళ ఖర్చులకు డబ్బులు లేక ఇంటివాళ్ళ చెయ్యి లేవడం లేదు. బావగారికి అనేక ఆశలు, ఇంకేమిటి ఇంటి ఖర్చులకు డబ్బులిచ్చే కామధేనువు వచ్చేసింది అని. ముంబైలో నా భర్త లాయరుగిరి ప్రారంభమై, కొన్ని రోజుల తరువాత మేమంతా అక్కడికి వెళ్ళడం అని నేను కూడా కలలు కన్నాను. కానీ మోకభాయికి ఇప్పుడు తన భార్యను, తన ఇంటివారిని లండన్ సంప్రదాయాలకనుగుణంగా మార్చే ఉత్సాహం పుట్టుకొచ్చింది. ఇది ఇక్కడ పెట్టరాదు, సరైన పద్ధతి కాదు, ఇలా చేయడం కాదు, భోంచేస్తూ సద్దు చెయ్యడం సరికాదు, చేతులతో తినడం శుభ్రత కాదు, లేవగానే ఒక కప్ చాయ్ తాగాలి, కలుపుకోవడానికి చక్కెర, చంచా ఇవ్వాలి, నేలపై కూర్చోవడానికి బదులు కర్ర దివాన్ వెయ్యాలి, కిటికీ తలుపులు బార్లా తెరవకుండా తెరలు వెయ్యాలి, వచ్చిన అతిథులను ఇక్కడినుండి లోపలికి పంపకూడదు, తమదంటూ స్థలం కోసం ఇక్కడ ఒక గోడ కట్టాలి, ఓహెూహెూ... ఇలా. లక్ష్మీదాస్ బావ కొన్నింటిని ఆచరణలో పెట్టారు. కప్పు సాసర్ తెచ్చిపెట్టారు. తెరలు కట్టించారు. దివాన్ వేయించారు. చంచాలు తెప్పించారు. ఇక మిగిలినవి వృథా ఖర్చులనిపించుండాలి, తన తమ్ముడితో ముందు ఒక లాయర్ ఆఫీసు తెరిచిన తరువాత వీటన్నిటికీ ఖర్చు చేద్దాం అన్నారు. నేను కూడా హరి నాన్నతో “మొదట ఒక కచేరి ప్రారంభించండి. చేతినిండా డబ్బు సంపాదించి, అప్పులు తీర్చి, తరువాత ఇంటిది, మనది అలంకరణ చేద్దాం” అని గుర్తు చేశాను.

ముంబైలో లాయర్‌గిరి ప్రారంభమయ్యింది. దుబారా ఖర్చుతో కచేరి అద్దెకు తీసుకున్నారు. కానీ ప్రతివాది లాయర్‌గా ఎదుటి వారిని ఇష్టం వచ్చినట్టు ప్రశ్నలడిగి తిమ్మిని బొమ్మిని చెయ్యడం హరి నాన్నకు చేతకాలేదట. అలా ఎక్కువ కేసులు రాలేదు. వచ్చిన ఆదాయం అక్కడి ఖర్చులకే సరిపోయి మా ఖర్చులకు మళ్ళీ లక్ష్మీదాస్ బావనే అడిగే పరిస్థితి కొనసాగింది. మాది అటుంచి, తన ఖర్చువెచ్చాలకు కూడా లక్ష్మీదాస్ బావను అవలంబించే పరిస్థితి ఎదురయ్యింది. మొదటే ఈయనది సూక్ష్మమైన మనసు. డబ్బులిచ్చేవారి మాటలు, ముఖభావాలు, ఇచ్చే రీతి వీటిలో కొంచెం తేడా కనిపించినా హరి నాన్న చాలా బాధపడేవారు. మేమిద్దరమే వున్నప్పుడు మా మధ్య ఇలాంటి బాధలను పంచుకోవడం గురించే అయ్యుండేవి. చివరికి ముంబై కచేరి మూసేసి సంవత్సరం తిరక్క ముందే రాజకోట్‌కు వచ్చేశారు. కానీ రాజకోట్‌లోనూ అనుకున్నన్ని కేసులు దొరకలేదు. అన్నీ చిన్నాచితక కేసులు. ఏదో సందర్భంలో ఒక ఆంగ్ల అధికారి కోపానికి గురైన మోకకు రోజులు గడవడమే కష్టమయ్యాయి.

ఇలా ఉండగా ఒక రోజు, “దక్షిణ ఆఫ్రికా అని ఒక దేశం ఉంది. అక్కడికి వెళ్ళే అవకాశం దొరికింది. వెళ్ళనా?” అని అడిగారు.

అప్పుడు నేను మళ్ళీ గర్భవతిని. మొదటి కాన్పుల్లా వాంతులు, తిప్పడాలు, నీరసం లేకున్నా నిశ్శక్తత ఉండింది. మూడు సంవత్సరాలు నన్ను వదిలి వెళ్ళిన మనిషి వచ్చి ఒక సంవత్సరమైనా కాలేదు. మళ్ళీ వెళ్తాను అన్నప్పుడు విసుగొచ్చింది. ఎన్ని రోజులని నేను భర్త లేని ఇంట్లో ఉండను? ఇతర ఆడవాళ్ళు కడవా చౌత్ అని అదని ఇదని వ్రతాలు చేస్తూ, భర్త పాదాలు కడుగుతూ ఉన్నప్పుడు నాకు ఇవేమీ దొరికేవి కావు. దూరంగా ఉన్న భర్తకు మేలు కలగాలని వారానికి రెండు సార్లు ఉపవాసం చేసేదాన్ని. నేను ఇలా అనగానే హరి నాన్న మొహం చిన్నబోయింది. చివరికి ఒక సంవత్సరం మట్టుకు వెళ్ళాలనీ, ఆలస్యమయితే నన్నూ అక్కడికి పిలిపించుకోవాలని షరతు పెట్టి ఒప్పుకున్నాను.

రాజ్‌కోట్‌కు చెందిన దాదా అబ్దుల్లా సేఠ్ మెమన్ అనేవారు పెద్ద పడవ వ్యాపారులు. ఆయన వ్యవహారం దక్షిణ ఆఫ్రికా అంతా ఉండేది. అక్కడ ఉన్న ఆయన సోదరుడికి కోర్టు వ్యవహారాలు చూసుకునే లాయరు, అదీ కాఠేవాడ వైపు గుజరాతి, ఇంగ్లీష్ రెండూ తెలిసిన లాయర్ అవసరం ఉంది. 105 పౌండ్ల డబ్బు, ప్రయాణానికి అయ్యే ఖర్చు ఇస్తాము, లాయర్ గిరి సహాయకులుగా లేదా మోకభాయి చెప్పినట్టుగా “కూలి బ్యారిస్టర్”గా వస్తావా అని అడిగారు. రాజ్‌కోటలో

ఉద్యోగం కష్టమయినప్పుడు బయటి దేశం అనుభవం కూడా అవుతుంది. అలాగే ఒక సంవత్సరం పాటు ఉద్యోగ అనుభవం కూడా అవుతుంది అని భావించి, తన అన్నయ్యతో చర్చించి మోకభాయ్ బయలుదేరారు.

అబ్దుల్లా సేఠ్‌గారు తమ వ్యాపార ప్రత్యర్థి తయ్యాబ్ సేఠ్ పైన వేసిన దావాకు సహాయకుడిగా పని చెయ్యడానికి మోకభాయ్ వెళ్ళింది. సేఠ్ లిద్దరూ బంధువులే. ఇద్దరి మధ్య వ్యాజ్యం వలన ఇద్దరికీ నష్టమే. ఈ దావా కొనసాగడం వలన లాయర్లకు, కోర్టుకు మాత్రమే లాభం అని మోకభాయ్‌కి స్పష్టంగా తెలిసిపోయింది. కోర్టు బయటే రాజీ చేయించి ఈ దావాను పరిష్కరించాలి అనుకుని వారిద్దరితోనూ తామే మాట్లాడి, చర్చించి ఐదారు నెలలలో దాన్ని ముగించేశారట. భాయి ప్రకారం ఉత్తమ లాయరుగిరి అంటే వెంట్రుక చీలిపోయేలా వాదన చేస్తూ దావాను కొనసాగించడం కాదు : విరిగిన మనసులను జోడించి, చర్చలకు ఏర్పాటు చేసి దావాను ఇత్యర్థం చెయ్యడం. అలాగే సేఠ్ లిద్దరి దావాను ముగించారు.

లాయర్ల గురించి ఎలాంటెలాంటి అవహేళన, హాస్య పలుకులున్నాయి కదూ అమ్మాయ్! ఒక వ్యాజ్యం దొరికితే చాలు, ఏళ్ళ తరబడి లాగీ, లాగీ ఆ ఘర్షణకు ప్రాణం పోస్తుంటారని లాయర్ల పైన అపవాదుంది. కానీ, ఈ కొబ్బరి నీళ్ళలాంటి మనసున్న లాయరు గాంధి ఇంత తొందరగా రాజీ చేయించి కేసు ముగించింది అబ్దుల్లా సేఠ్ కు చాలా గౌరవం, ఆత్మీయత కలిగాయి. భాయి పైన స్నేహ వర్షాన్నే కురిపించి, సత్కరించి వాపస్ పంపడానికి తయారి మొదలుపెట్టారు. ఇంకేం తొందరగా వచ్చేస్తాను అని భాయి ఉత్తరం కూడా వచ్చింది.

కానీ, ఇంకేం భారతానికి బయలుదేరాలి అనేటప్పుడు ఒక ఇక్కట్టు వచ్చిపడిందట. కాబట్టి రావడం కొంత ఆలస్యం అవుతుందని ఇంకో ఉత్తరం వచ్చింది. వచ్చేస్తారు అనే సంతోషంలో ఉన్న నాకు చాల నిరాశ కలిగి అలా నా ఉత్తరంలో రాయించాను. వస్తానన్న మనిషి ఎందుకు మానుకున్నారు అని ఏవేవో ఆలోచనలు మనసులో మెదిలాయి. తరువాత భాయి ఒక దీర్ఘ లేఖ రాశారు. ఉత్తరంలో వివరంగా ఆ దేశ చరిత్రను రాశారు. మన వద్ద కాథేవాడ్, ముంబై మాదిరిగా దక్షిణ ఆఫ్రికాలో నటాల్, ట్రాన్స్‌వాల్ అనే ప్రాంతాలు ఆంగ్లేయుల పరిపాలనా ప్రాంతాలు. వాటిలో భాయి ఉన్న దర్బాన్ పట్టణం నటాల్ ప్రాంతలో ఉంది. అది పోరుబందరులాంటి కోస్తా ఊరు. చెరుకు తోటలు, గనుల్లో పనిచేస్తున్న అనేక భారతీయులు నటాల్‌లో ఉన్నారు. నటాల్ కు ప్రక్కగా వెనుకవైపు ట్రాన్స్ వాల్ అని ఇంకొక ప్రాంతం ఉంది. ప్రిటోరియా, జోహాన్స్‌బర్గ్ ఆ ప్రాంతపు ముఖ్య

నగరాలు. అక్కడ కూడా మనవాళ్ళు చాలానే ఉన్నారు.

మనవాళ్ళు భారత దేశం వదిలి అక్కడికెందుకు వెళ్ళారు అని నా ఒక ఉత్తరంలో అడిగున్నాను. దానికి బదులుగా ఒక కథనే రాసి పంపారు. ఆంగ్లేయులు మన దేశానికి వచ్చిన తరువాత పేదవాళ్ళ సంఖ్య, పేదరికం పెరుగుతూ పోయాయి. జీవన భృతి వెతుక్కుని దేశాన్ని వదిలి వెళ్ళేవాళ్ళు ఎక్కువయ్యారు. అదే సమయంలో ఆంగ్లేయులకు తమ గనులు, ఇంటి పనులు, పొలం పనులకు చవకగా పనిచేసే కూలీల అవసరం కలిగింది. బయటి దేశాల ప్రజలు, అందునా బానిసలుగా చేసుకున్న నల్లవాళ్ళను అలాంటి పనులు చెయ్యడానికి

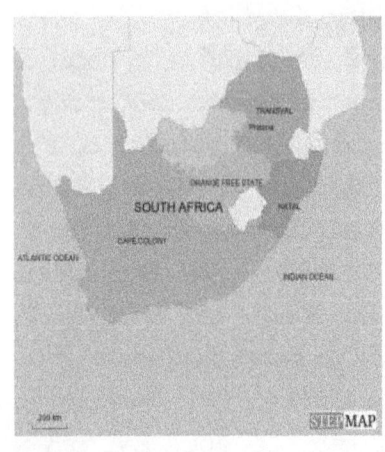

తయారు చెయ్యడం కష్టం అని ఆసియా పేద దేశాల కూలీలను పడవల్లో నింపి తీసుకుని వెళ్ళారు. అక్కడ తెల్లవాళ్ళే యజమానులు. వాళ్ళ తరువాతి స్థానం వలస వెళ్ళిన వాళ్ళది, వారికంటే దిగువ స్థాయిలో నల్లవాళ్ళు ఉండేవాళ్ళు. మనవాళ్ళు తలెత్తకుండా ఆంగ్లేయులు ఒక వైపు నుండి తల నొక్కుతూ ఉంటే, తమ రెండో యజమానులైన భారతీయుల పైన నల్లవాళ్ళకు కోపం, కడుపు మంట. ఇలా రెండు వైపుల ఒత్తిడికి అక్కడున్న మనవాళ్ళు గురయ్యారు.

ఆ సమయానికి మనవాళ్ళు ప్రపంచంలోని అన్ని దేశాలకు వెళ్ళసాగారు. కానీ, యంత్రాలు వచ్చాక ఆంగ్లేయులకు కూలీలు అనవసరమయ్యారు. కాబట్టి వలసలను అరికట్టేందుకు కొత్త కొత్త చట్టాలను తీసుకు రాసాగారు. ఆంగ్లేయుల చేతి క్రింద గోధుమ రంగు ఆసియా వాసులు, భారత దేశంలోని అస్పృశ్యుల మాదిరిగా కష్టాలు, అవమానాలు అనుభవించారు. నిజానికి నాకైనా, భాయి కైనా మన దేశంలోని అస్పృశ్యతా ఆచరణ వల్ల వాళ్ళు ఎన్ని కష్టాలు అనుభవిస్తున్నారు అని తెలియనే లేదు. అది అక్కడ మొదటిగా అనుభవంలోకి వచ్చింది.

అవునట అమ్మాయ్! మనవాళ్ళను "గిరమిటియా" కూలీలని పిలిచేవారట. వాళ్ళు దుకాణాలు పెట్టుకోకూడదట. అనుమతి లేకుండా ఎక్కడికీ వెళ్ళి రావడం

చెయ్యకూడదు. తమకు నచ్చిన ఊళ్ళో ఉండడానికి లేదు. తిరగకూడదు. కూర్చోకూడదు. పెళ్ళి చేసుకుని భార్యను తీసుకు రాకూడదు. రోడ్డు పక్కన కూరగాయలు, పాలు అమ్ముకుని జీవితం గడుపుదామంటే అది కూడా వీలవదు. పర్మిట్, లైసెన్స్, సుంకం అన్నీ అవసరం. రాత్రి తొమ్మిది గంటల నుండి ఉదయం ఆరు దాకా గిరిమిటియా కూలీలు రోడ్లలో తిరగరాదు. తెల్లవాళ్ళ రోడ్లలో అయితే అసలు వెళ్ళరాదు. హెూటళ్ళలో బసచెయ్యడానికి రూములు దొరికేవి కావు. తెల్ల వాళ్ల పార్కులు వేరు, రైలు బోగీలు వేరు, ఆస్పత్రి వార్డులు వేరు. అక్కడ మిగతా వాళ్ళు తిరగరాదు. భారతీయ కూలీలందరూ ఒకే చోట, ఒకే వీధిలో ఉండాలి. ఇలా కొత్త కొత్త నియమాలు అక్కడ. అన్యాయం అని తెలిసినా, కోపగించుకున్నా మనవాళ్ళు ఏమీ చెయ్యడానికి వీలయ్యేది కాదు. ఎందుకంటే తమది కాని దేశంలో ఉన్నారు. అందరూ నాలుగు రాళ్లు సంపాయించుకోవాలని వెళ్ళారు. ఇలా 50 వేల జనాభా ఉన్నా కానీ, మనవాళ్ళ తరుపున పోరాడేవారు ఎవరూ లేకపోయారు.

భాయి దీనిని వ్యతిరేకించి మాట్లాడారు. ఎక్కడెక్కడో ఉన్న గిరిమిటియా కూలీల సంఘాన్ని ఏర్పరచారు. ఉత్తరాలు రాశారు. ప్రణాళికలు తయారు చేశారు. అదెందరినో కలిశారు. తమ పనులకు ఆసరాగా నటాల్ ఇండియన్ కాంగ్రెస్ ప్రారంభించారు. మాకూ అన్ని హక్కులివ్వండి అని కోర్టులోనూ పోరాటం ప్రారంభమయ్యింది. అక్కడి మనవాళ్లకు ఒక నాయకుడు జన్మించినట్టనిపించింది. ఇలా మోక గాంధి అందరికీ “గాంధి భాయ్' అయ్యారు.

ఇలా ఉండగా, ఇక మన దేశానికి బయలుదేరాలి అని అనుకునేటప్పటికి, కొంత సమయంలోనే జరగనున్న నటాల్ ఎన్నికలలో భారతీయలకు ఓటు హక్కు ఇవ్వరాదన్న చట్టం వస్తున్నట్టు వార్త తెలిసింది. ఓటు హక్కు లేకపోతే ఇక ఏ హక్కూ లేనట్లే. గాంధి భాయ్ కనీసం ఒక నెలైనా ఆగి పోరాటం కొనసాగించి తరువాత కావలిస్తే వెళ్ళనీ అని అక్కడి మన అబ్దుల్లా సేర్ వేడుకున్నారట. సత్కార సభ పోరాట సభగా మారింది. రాత్రికల్లా సంతకాలు సేకరించి మరుసటి రోజు వార్తా పత్రికకు పంపారు. ఆంగ్లేయులకు కూడా పదివేల సంతకాలు సేకరించి పంపారు. దక్షిణ ఆఫ్రికా భారతీయుల పరిస్థితి ఎలా ఉంది అన్నది ప్రపంచం నలు మూలలా వార్తగా మారింది.

భారతీయుల వైపు వాదించడానికి తను డబ్బులు తీసుకోను, కానీ తన స్వంత ఖర్చులకు మాత్రం లాయరు గిరి చేస్తానని గాంధీ భాయి నటాల్ హైకోర్టులో తన పేరు నమోదు చేసుకున్నారు. వ్యాపారస్తుల, కూలీల స్నేహితులై పోయారు.

కూలీల కష్టాలను పట్టించుకునేవారు, వారి పరంగా మాట్లాడేవారు లేనప్పుడు ఆయన యోధుడిగా మారారు. సాధుసంతులు మన ఇంటికి వచ్చినప్పుడు మన కష్ట సుఖాలను వారికి చెప్పి ఎలా తేలికపడతామో, అలా అక్కడివారికి మా ఆయన సాధు సంతులయ్యారు. ఇంకేం ఇప్పుడు వస్తాను, ఇప్పుడు అయిపోతుంది అంటూ ఒక సంవత్సరం పని అని వెళ్ళింది, మూడు సంవత్సరాలయ్యింది. అయినా కానీ ముగిసే సూచనలు కనరాక చివరికి నన్ను, పిల్లల్నీ అక్కడికే వచ్చెయ్యండి అని పిలిచారు. తీసుకెళ్ళారు.

ఒక సంవత్సరానికని వెళ్ళిన మనిషి నటాల్, ట్రాన్స్‌వాల్‌లలో ఒక్కోచోట పది సంవత్సరాలు, మొత్తం ఇరవై సంవత్సరాలు ఉండాల్సి వచ్చింది, గుజరాతి బనియా మోక గాంధిని గాంధి భాయిగా, బాపుగా మార్చింది. అదేం అల్లాటప్పా మార్పు కాదమ్మాయి! "మొదట నేను బ్రిటిష్ వాణ్ణి, తరువాతే భారతీయుణ్ణి" అంటున్న భాయి, ఆంగ్లేయులు భారతీయుల పట్ల చూపే నిరాదరణను చూసి "నేను ముందు భారతీయుణ్ణి, తరువాతే బ్రిటిష్" అనేంతగా మారారు. ఆ నేల ఆయననే కాదు, నన్నూ మార్చేసింది. అప్పటి దాకా నేను, నా దేశం, నా మతం- దేవుడు, ఇతర ప్రజల గురించి అసలు ఆలోచించిన దాన్నేకాదు. ఆ నేల ఎన్నో విషయాలకు నా కళ్ళు తెరిపించింది. ముందు నా ప్రపంచం ఏమున్నా గుజరాత్, బనియా ప్రపంచాలు. అందులోనూ ఆడవాళ్ళ పండుగ పబ్బాలు, వ్రతాలు, వంట, దుస్తులు, పిల్లలు, రోగాలు, చావుల ప్రపంచం ఇంతేగా ఉండింది! ఇప్పుడు వాటన్నిటికవతల వికసిస్తూ పోయాను. చుట్టూతా ఉన్న కవచాలను వదులు చేస్తూ ఒక్కొక్కటిగా విడిపించుకోవడానికి సిద్ధమయ్యాను.

అందుకే హిందూస్థాన్ నా జన్మభూమి అయితే, దక్షిణ ఆఫ్రికా కర్మభూమి, యోగభూమి అనవచ్చు.

మేము అరేబియా సముద్రాన్ని దాటాము

1896 అనుకుంటాను. హరి నాన్న దక్షిణ ఆఫ్రికా నుండి మూడు సంవత్సరాలలో రెండు సార్లు వచ్చి వెళ్ళారు. హరిలాల్, మణిలాల్ పెరుగుతున్నారు. రెండో సారి ఆయన వచ్చినప్పుడు నేను గర్భవతినయ్యాను. అది నాలుగవ గర్భం నాకు. మూడో బిడ్డ. ఆ దేశంలో ఇంకా నాలుగైదు సంవత్సరాలు ఉండాల్సొస్తుంది, వస్తారా అని అడిగారు. నాకూ అదే కావల్సింది. కానీ మేము తయారయ్యేంతలో అక్కడికి వచ్చెయ్యమని అత్యవసర సమాచారం వచ్చి ఆయన వెళ్ళిపోయారు. మళ్ళీ ఆరు నెలల తరువాత వచ్చారు. మొత్తం కుటుంబం దక్షిణ ఆఫ్రికాకు బయలుదేరాము.

మొదటి సారిగా ఇల్లు, ఊరు వదిలి విదేశానికి బయలుదేరాను. నా బంధువులంతా పోరుబందర్ చుట్టుపట్లే ఉండడం వలన ఇలా ఇంత దూరం ప్రయాణం ఎప్పుడూ చెయ్యలేదు. పోరుబందరు, జునాగఢ్, రాజ్‌కోట్ ఈ మూడు ఊళ్ళు తప్ప ఇంకెక్కడికీ వెళ్ళలేదు. వెళ్ళాలని అనిపించనూ లేదు. ఇంకా బుద్ధి పక్వమవడానికి ముందు, అంటే హరి నాన్న మెట్రిక్ పరీక్షకు కూర్చుని అమదావాద్ కు వెళ్ళొచ్చి, నెలల కొద్దీ అక్కడి విశేషాలు, వైభవం, అందాన్ని వర్ణించినప్పుడు నాకూ ఒకసారి వెళ్ళి చూడాలనిపించింది మాత్రం నిజం. కానీ ఇంటిని వదలి వెళ్ళడం అంత సులభమా? పిల్లలు అంటుకునే ఉంటారు. ఇంటి పనుల భారం రోజూ మీద పడుతూ ఉంటుంది. తిరిగి రావాలని అనిపించడమే కష్టం. అలాగేమైనా అనిపిస్తే అది విచ్చలవిడి తనం, పాపం అనే లెక్క. వెళ్ళి తీరాలంటే భర్త, అన్నయ్య, మామగారు లేదా మరెవరైనా ఇంటి 'యజమానే' వెంట తీసుకెళ్ళాలి.

మోక గాంధి లండన్‌కు బయలుదేరినప్పుడు ఆయనకు వీడ్కోలివ్వడానికి ముంబైకి వెళ్ళాలని ఆశ అయితే ఉండింది. కానీ అప్పుడు హరి కడుపులో వున్నాడు.

నెలలు నిండుతూ పోయినట్లల్లా గూడు వెచ్చగా ఉంచాలన్న బాధ్యత పెరిగింది. వెనకా ముందు చుడుతూ సతాయించే ముద్దుల భర్త బయలుదేరే దుఃఖానికి చేతులు కాళ్ళు పడిపోయినట్లనిపించింది. తన తండ్రి ఇంకేం వెళ్లాలన్నప్పుడు హరి పుట్టాడు. వీడ్కోలు పలకడానికి వెళ్ళడం అసాధ్యమైంది. మూడు సంవత్సరాల తరువాత మోకభాయి బ్యారిస్టర్ అయి వచ్చినప్పుడు కూడా ఎదుర్కోవడానికి ముంబైకి వెళ్లడానికి కుదరలేదు. ఆ సమయానికి సరిగ్గా హరి ఆరోగ్యం చెడింది. తండ్రి వచ్చేటప్పటికి కొడుకుని కులాసాగా చెయ్యడం పట్ల నా లక్ష్యం వెళ్ళింది.

ఇలా ఇల్లే నా జగత్తుగా మారింది. ఇల్లే స్వర్గం, ఇల్లే నరకంగా అయ్యింది. నేనే అని కాదు, చాలా మంది ఆడవాళ్ళు వాళ్ళ పుట్టిల్లు, అత్తగారిల్లు తప్ప మూడో ఊరు చూడనే చూడలేదు. ఉత్త ఆడపిల్లలే కాదు, విదేశీ వ్యాపారాలు చేస్తున్నా మా నాన్న దేశం వదిలి వెళ్ళలేదు. పడవ ఎక్కలేదు. అరేబియా దేశాలు, ఆఫ్రికా దేశాల వ్యవహారాలు ఒక చిత్తు కాగితం పైన, నోటి మాట పైన జరిగే వ్యవహారం. సముద్రాన్ని దాటడం అంటే జాతిభ్రష్టుడవడమే అని చాలా మంది వ్యాపారస్తులు అనుకునేవారు.

అలాంటి పరిస్థితుల నడుమ ఇల్లు, వాకిలి, తనవాళ్ళు, సముద్రం, చెట్లు చేమలు, దేవుడు ఇవన్నిటీనీ వదిలి బయలుదేరాను. పోరుబందరులో రోజూ చూస్తున్న సముద్రం వెన్నంటి బయలుదేరాను. మోక భాయి మాదిరిగా జాతిభ్రష్టురాలవడానికి బయలుదేరాను. 600 ప్రయాణికులున్న రెండు పడవలు ముంబై నుండి దక్షిణ ఆఫ్రికాకు. 1896 లో దీపావళి గడచి ఒక నెల అయిందేమో! నవంబరు చివర్లో ఉండాలి, బయలుదేరాము. మాతో పాటు హరి, మణి ఉన్నారు. బిడ్డకు అప్పుడు ఐదు సంవత్సరాలు. నుంచున్న చోట నిలిచేవాడు కాడు. ఎప్పుడూ తిరుగుతూ వుండేవాడు. ఏ సందుల్లోనైనా కాలో చెయ్యో ఇరికిస్తాడేమో అని, ఎక్కడెక్కడికో వెళ్ళి దారి తప్పితే ఎలా అనే భయం ఎప్పుడూ ఉండేది. కానీ, పడవలో ఎక్కడికి వెళ్ళినా దారి తప్పే అవకాశం లేదు,భయపడొద్దు, మన దగ్గరికి రానే వస్తాడు, మూల మూలల్లోనూ చూసేవాళ్లు ఉన్నారు అని మోక సమాధాన పరిచారు.

సముద్రం అంటే నాకు చాలా ఇష్టం. రాజ్‌కోట్‌కు పోయిన తరువాత సముద్రం, దాని సవ్వడి లేకుండా ఎక్కడో దూరంగా వచ్చినట్టనిపించింది. కానీ, సముద్రం ఒడ్డున కూర్చుని సముద్రాన్ని ఆనందించానే కానీ, ఆ అపార జలరాశిలో పయనించలేదు. పడవ ఒక ఊరి మాదిరిగా ఉంది. ఒకే స్థలంలో అన్ని రకాల ప్రజలు. అంతమందిని చూసి కొంచెం కంగారు పడింది నిజం. నిద్ర పట్టేది

కాదు, భోజనం సహించేది కాదు, సముద్రంలో పడవ మునిగి పోయి నావికులు అతి కష్టంతో తిరిగి వచ్చిన కథలు ఇంట్లో అప్పుడప్పుడు చెప్పేవారు. పడవ కొంచెం అల్లాడినా భయమేసి ఎప్పుడు నేలను తాకుతామా అనిపించేది.

అయినా ఒకటే ధైర్యం. భర్త, పిల్లలు తోడున్నారు. ఏది జరిగినా అందరికీ కలిపే జరుగుతుంది. హరి నాన్న అదే అవకాశంగా నాకు,పిల్లలకు పాఠాలు చెప్పారు. దక్షిణ ఆఫ్రికా దేశం, అక్కడి ప్రజలు, చట్టాలు, తన ప్రయత్నాలు, అన్నిటి గురించి వివరంగా నాకు అర్థమయ్యే దాకా చెప్పారు."అంతా తెలుసుకుని ఉండాలి నువ్వు. లేకపోతే నేను అక్కడ ఏం చేస్తున్నాను, నా చుట్టూ ఉన్న ప్రజలు ఎలాంటి వాళ్ళు అని అర్థం కాదు. చివరికి మనమిద్దరం ఉద్దాలకుడు, చండికల మాదిరిగా పోట్లాడుకునే దంపతులమవుతాం అంతే" అంటూ మనసుకు హత్తుకునేలా చేసేవారు.

అది ఒక రకంగా చాలా సంతోషకరమైన సమయం. ఎందుకంటే ఒక నెల పాటు మేము రోజంతా కలిసి ఉండేవాళ్ళం. హరి నాన్న మాతోపాటు ఒక నెల ఉన్నారు! అక్కడ నాకు వంటపని లేదు. ఇంటి పనులు లేవు. రోజంతా భర్తతో పడవ, అది నడిచే రీతి, దిక్కులు తెలుసుకునే విధం, సముద్రం, భూమి, గుజరాత్, ఆఫ్రికా, అక్కడి పరిస్థితి, వ్యాకరణం, లెక్కలు, చరిత్ర-ఇలా ఆయన అనేక విషయాల గురించి తెలిపారు. ఇంట్లో ఇలా మేము ఒకరి ఎదురుగా ఒకరు కూర్చుని మాట్లాడిందే లేదు. మాకు మాదంటూ సమయం దొరికేది రాత్రి మాత్రమే. అప్పుడు రాసలీల. అందుకే ఇప్పటికీ నాకు పడవ అంటే మేమిద్దరం ఎదురుగా కూర్చుని మాట్లాడిందే గుర్తుకు వస్తుంది.

పడవలో నెలలు నిండుతున్నాయి

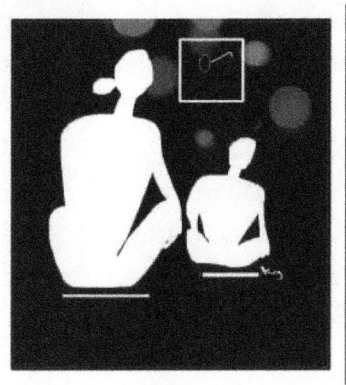

రమారమి ఒక నెల పడవలో గడిచింది. అందులో ఉన్నప్పుడే క్రిస్మస్ పండుగ వచ్చింది. నాకయితే ఆ పండుగ గురించి ఏమీ తెలియదు. గాంధి భాయి క్రీస్తు మహాత్మ్యం, ఆయన బోధనలు, క్రైస్తవ ధర్మం గురించి చెప్పారు. అంతే కాదు, పడవలోని వాళ్ళు ఏర్పాటు చేసిన క్రిస్మస్ భోజన కూటమిలో చాల సేపు మాట్లాడారు. ఆయనేం మాట్లాడారో నాకయితే అప్పుడు అర్థం కాలేదు.

ఎందుకంటే ఆయన ఇంగ్లీషులో మాట్లాడారు. ఆయన మాటలు ముగిసాక కొందరు రోషం కనబరిచారు. అంతే నాకు జ్ఞాపకం.

1897, కొత్త సంవత్సరం అడుగిడింది. చివరికి పడవ దక్షిణాఫ్రికా తీరం చేరింది. కానీ బొంబాయి రేవులో ఏదో అంటు రోగం ఉన్న కారణంగా పడవను సముద్రంలోనే నిలిపివేశారు. ఒకట్రెండు రోజులు కాదు, 20 రోజులు! దార్లో వండుకోవడానికి మేము తెచ్చుకున్న వంటసామాగ్రి అయిపోతూ వచ్చింది. ఇంకో కంగారేమిటంటే నాకు నెలలు నిండుతూ వస్తున్నాయి!

అవును. అప్పుడు రామదాస్ కడుపులో ఉన్నాడు. చివరి రెండు నెలలు శ్రమ పడకుండా హాయిగా గడిపాను. నా భర్త గర్భవతికని వంటింటి నుండి గింజలు, పప్పులు, ఎండు పళ్ళు తీసుకుని వచ్చేవారు. అది తిను,ఇది తిను, ఇంత తిను అనేవారు. అలా తిన్నందుకో లేదా ఊరకే కూర్చున్నందుకో కొంచెం ఒళ్ళు చేశాను. రవికలన్నీ బిగువుగా తయారయ్యాయి. బిడ్డ పెరిగి కాన్పు కష్టమవుతుందేమో అనే కంగారు ఒకటి. మూడవది, నాలుగవది తొందరగా అవుతాయని ఆడవాళ్ళు చెప్పుకొనేది వినున్నాను. బాలింతరాలికి, బిడ్డకు కావలసిన గుడ్డలు, సామానంతా తీసుకొచ్చాను. కానీ ఊళ్ళో కాకుండా నీళ్ళలో కాన్పు అయితే? నీళ్ళ పైన పుట్టిన బిడ్డ భవిషత్తు ఎలా ఉంటుందో అని భయమేసేది. “పిచ్చిదానా! నేల పైనయిందే నీళ్ళపైన కూడా అవుతుంది. అందరికీ అయ్యేదే మనకూ అవుతుంది. ఇక్కడ వైద్యులున్నారు. నేనున్నాను. భయపడకు. ఊరుకో” అని హరి నాన్న ఓదార్చేవారు.

“అందరికీ జరిగేదే మనకూ జరుగుతుంది” అన్నదాన్ని చివరిదాకా గాఢంగా నమ్మారు భాయి. కాబట్టే తమకొరకు, తన వాళ్ళకొరకు ప్రత్యేక జాగ్రత్తలు తీసుకోకుండా ఉండగలిగారు ఆయన.

కాని, గాంధి భాయి దక్షిణ ఆఫ్రికాలో లేనప్పుడు ఆయనకు వ్యతిరేకంగా ప్రచారం చేశారు. పడవల కొలది కూలీలను భారత దేశం నుండి తెస్తున్నారని పుకారు పుట్టించారు. కాబట్టి ఆ పడవలను రేవు చేరడానికి వదలకుండా సముద్రంలోనే ముంచాలని ఆలోచిస్తున్నారనీ, అందుకే మా పడవను నిలిపారని వార్త వచ్చింది. కానీ దీన్ని ఆయన నమ్మలేదు. ఆంగ్లేయులు అలాంటి స్థాయివారు కాదని అన్నారు. అది నిజమో, అబద్ధమో కానీ అంతా పుకారు వ్యాపించింది. చివరికి బ్రిటిష్ ప్రభుత్వమే నటాల్ పరిపాలకులకు బుద్ధిచెప్పి నన్నూ, పిల్లలనూ దించి పంపింది. అన్ని రోజుల తరువాత నేలను చూశాము.

భీతావహ స్వాగతం

"మీరు దిగండి. భాయి తరువాత వస్తారు" అంటూ మమ్మల్ని దింపారు. కానీ, పడవలోనే కొంతమంది తెల్లజాతివారు ఆయన పైన చేయి చేసుకున్నారు. దిగినాక కూడా గలభా జరిగింది. ఇది నాకు అనుకోనిది. నా భర్త అన్ని మంచి పనులనే చేస్తున్నారు, అందుకే తెల్లవాళ్ళతోపాటు అందరూ ఆయనకు మద్దతుగా ఉన్నారు అనే నా అభిప్రాయం ఉండింది. బుద్ధిమంతులైన తెల్లవాళ్ళు ఎందుకు మీ పైన దాడి చేశారు అని భాయినే అడిగాను. తెల్లగా ఉన్నవాళ్లంతా బుద్ధిమంతులని నీకు ఎవరు చెప్పారు అని నన్నే ప్రశ్నించారు. చెయ్యి చేసుకున్న వాళ్ళ పైన పోలీసులకు ఫిర్యాదు చేయడానికి కూడా ఆయన ఒప్పుకోలేదు. ఎవరో ఒత్తిడివల్ల తప్పుగా అర్థం చేసుకుని ఇలా చేశారు, నిజం తెలుసుకున్నాక తప్పకుండా మారిపోయి తమతో వస్తారు అని వాదించారు.

డర్బానులో భాయి ఇల్లు తీసుకున్నారు. పెళ్ళయి 15 ఏళ్ళయినా మేమిద్దరమే ఒక ఇంట్లో ఇంతవరకూ ఉండలేదు. రాజ్‌కోట్ లోని 'కాబా గాంధిలో దేలో' లో అందరూ కలిసున్నాము. ఒకే వంటిల్లు, పిల్లలను నేను కాకపోతే వాళ్ళ పెద్దమ్మలో, పిన్నమ్మలో లేదా ఇతర ఇంటి సభ్యులెవరో చూసుకునేవారు. వంటిల్లూ అంతే. కానీ ఇక్కడ అలా కాదు. అంతా మాదే బాధ్యత. బయటినుండి సామాను, ఇతర వస్తువులు తీసుకుని రావడానికి ఒకడుండేవాడు. కానీ, వాడికి మా భాష తెలియదు. మేమున్నది భారతీయులుంటున్న వీధి కాదు. సముద్రతీరంలోని బ్రిటిష్ వాళ్ల కాలనీలో. బ్యారిస్టర్ ఇంటివాళ్ళు కదా! అందుకే అక్కడ. మోక భాయి క్లయింట్లలో ఎక్కువ భాగం ముసల్మానులే. భాయికి ముసల్మానులు చాలా మంది దోస్తులవసాగారు. వారికి మా భాష అర్థమయ్యేది. కానీ వాళ్ళ ఆడవాళ్ళు బయటికి రావడం అతి తక్కువ కావడం వల్లనేమో వాళ్ళకు దగ్గరవడం చాలా కష్టమయ్యింది.

నేలపైకి చేరామో లేదో నొప్పులు ప్రారంభమయ్యాయి. ఇంట్లో ఆడవాళ్ళు ఎవరూ లేరు. కానీ గాంధి భాయి ఇసుమంతైనా భయపడలేదు. ఆయనకు వైద్యుల పరిచయం ఉండింది. ఆస్పత్రికి వెళ్ళారు. ఎవరినో తీసుకొచ్చారు. నేను భయపడినట్టుగా కాన్పు కష్టమేమీ కాలేదు. తరువాత కొన్ని మందులు తీసుకొచ్చి ఇచ్చారు. బిడ్డను వాడి తండ్రే ఎత్తుకుని. దించి, పడుకోబెట్టి చాకరి చెయ్యసాగారు. "పురుటి మైలను అక్కడి నుండి వచ్చేటప్పుడే వదలి వచ్చావు. గుర్తుందిగా" అంటూ నవ్వించారు. అవును. ఈ దూరదేశంలో ఎవరికి వృద్ధి, ఎక్కడి మైల? పోరాదనడానికి ఏ దేవుడి గుడి ఉంది? నేను తెచ్చుకున్న ఒకట్రెండు దేవుడి పటాలు తప్ప, ఈ

ఇంట్లో దేవుడిని పెట్టడానికి గూడుకూడా లేదు. దేవుడి మూల కూడా లేదు. తులసి మొక్క కూడా లేదు.

మొదటి రెండు వారాలు బిడ్డను స్నానం చేయించడానికి ఒక ఆయా ఉండేది. తరువాత హరి నాన్న అన్నిటినీ తామే స్వయంగా చేసేవారు. నాకు సరళమైన ఆహారం వేడి వేడిగా వండి పెట్టేవారు. పిల్లలకు వంట చెయ్యడం, వాళ్ళకు తినిపించడం, గుడ్డలు ఉతకడం, చదివించడం అన్నిటినీ చేసేవారు. అందరి మలం కుండలనూ ఆయనే ఖాళీ చేసి, కడిగి పెట్టేవారు. వీటన్నిటినీ నా పిల్లల తండ్రి నేర్చుకున్నదెప్పుడు? మధ్య మధ్యలో ఆయన స్నేహితుల భార్యలు వచ్చి వెళ్తున్నా కూడా నా సేవలు మాత్రం ఆయనే. ఇంట్లో ఉన్నప్పుడు ఒక సారి కూడా నాతో పాటు ఉండని ఈయన ఎంత ధైర్యంగా బాలింతరాలిని, బిడ్డను నిభాయించారు తెలుసా? బిడ్డ– బాలింతరాల గురించి జాగ్రత్తల గురించి తను చదివిన పుస్తకాన్ని నాకు తీసుకొచ్చి చూపించారు. కానీ ఉత్త పుస్తకం మాత్రమే చదివి అంత ధైర్యం వస్తుందా, మనసుండాలి కదా? ఆయన నాకు సేవలు చేసేటప్పుడు నాకు కళ్ళ నీళ్ళు వచ్చేవి. కూరగాయలు తరుగుతూ, కడుగుతూ అత్తగారికి సహాయం చేసే మామగారు గుర్తు వచ్చేవారు. భర్త మీది గౌరవం, ప్రేమ పెరిగాయి. "ఇలాంటి భర్త ఎన్నటికీ తప్పుచెయ్యరు" అనిపించింది అప్పుడే. నేను, నా బిడ్డ మంచం పైన పడుకున్నప్పుడు గొంతుక్కూర్చుని నేల తుడిచే ఆయన బింబం చివరిదాకా నా మనసులో ఉండిపోయింది.

మూడు నెలల తరువాత నేను లేచి కూర్చుని, అన్ని పనులు చేయసాగాను. "ఇక మీరు మీ కోర్టు కచేరి చూసుకోండి. నేనింక పూర్వం మాదిరిగా అయ్యాను" అన్నాను. కానీ భాయి తన గుడ్డలు తామే ఉతుక్కోసాగారు. నేను లోపలికి వచ్చినా ఇదేం ఖర్మ అనిపించింది. డబ్బులు మిగిలించడానికి, స్వయం పరిపూర్ణులవడానికి తమ క్షవరం తామే చేసుకునేవారు. అయితే మేమంతా వచ్చి ఖర్చు పెంచామా? కష్టంగా ఉందా? అని అడిగాను. "అలా అనకు కస్తూర్. నా ఆదాయంలో నీ వంతు, పిల్లల వంతూ ఉండనే ఉంది" అన్నారు.

అదేమైనా ఇలా మారిన భాయి నన్ను ఇబ్బంది పెట్టింది మాత్రం నిజం.

అక్కడి ఇంటికి, అక్కడి పనులకు కుదురుకోవడానికి కొంత సమయం పట్టింది. అక్కడికంటే కొన్ని సౌకర్యాలు ఎక్కువగా ఉన్నాయి. కానీ వస్తువులు, ఉపకరణాలు, పనులు వేరుగా ఉన్నాయి. మొత్తానికి చెప్పాలంటే అక్కడి ఆడవాళ్ళ పని సులువు. కానీ, రాజ్కోట్ ఇంట్లో బావగారి పిల్లలు, తోడికోడళ్ళు, పనివాళ్ళు

అంతా ఉండేవారు. పిల్లలకు ఆడడానికి, మాట్లాడుకోవడానికి ఉండేది. ఇక్కడ పిల్లలకు బయటి పిల్లలతో జతగా వెళ్ళడానికి భాష రాకపోవడం వల్ల కొంత సమస్యగా మారింది. నాకూ అంతే. భాషదే సమస్య. గుజరాతి తెలిసిన భర్త, పిల్లలు, తెలిసినవాళ్ళతో మాత్రమే నా సంభాషణ.

ఇంటికి ఎవరెవరో వచ్చేవారు. వారికంతా భాయి నన్ను పరిచయం చేసేవారు. వాళ్ళకు ఏమివ్వాలో అని నేను కంగారు పడుతుంటే భాయి తామే చాయ్ చేసేవారు. తిండిపోతు గుజరాతీలకు సింపల్ ఆహారం ఎప్పుడూ స్ఫురించదు. ఇంట్లో డబ్బాలలో ఎప్పుడూ ఒకటని కాదు, నాలుగు రకాల చిరుతిళ్ళు నింపి పెట్టడం ఇంటి ఆడవాళ్ళ పని. కానీ ఇక్కడ "ఏముందో అదే ఇచ్చెయ్యి. లేకున్నా ఫరవాలేదు" అనేవారు భాయి. ఆయన ఆహారం ఎలా సరళంగా ఉండేదో, ఇతరులకు తయారు చేసి ఇచ్చేది కూడా అంతే సరళంగా ఉండేది. నోటి నిండా మాటలు, చర్చలు వాళ్ళ తిండిని లాగేసుకున్నాయి. కానీ మా ఆహార సరళతను పిల్లలకు అలవాటు చెయ్యడం మాత్రం కొంచెం కష్టమయ్యింది.

ఆ సమయానికి ఒక యుద్ధం వచ్చేసిందమ్మా! జులు అనే ఆదివాసి తెగ వాళ్ళకు బ్రిటిషర్లకు మధ్య. భాయి నాకు చెప్పిన ప్రకారం ఆ దేశం వాస్తవానికి జులువాళ్ళదే. మన దేశానికి వచ్చినట్లే బ్రిటిష్ వాళ్ళు ఆ దేశానికి వెళ్ళి పాతుకుని పోయి అంతా తమదే అనేశారు. కానీ, బ్రిటిష్ వాళ్ళను ఎదురించి, అందరూ కలిసి, సంఘీభావంతో, వాళ్ళ భాష నేర్చుకుని పోరాడడానికి జులు తెగ వాళ్ళకు చేతకాలేదట. వారి మాదిరిగానే ఇంకా కొన్ని ఆదివాసీ గుంపులు అక్కడున్నాయట. బ్రిటిష్ వాళ్ళు వాళ్ళ నేలలో ఉన్నారు కాబట్టి వారికి పరిపాలించడం నేర్పాలి, అంతవరకూ వారిని సరిగ్గా చూసుకోవాలి అనేది భాయి అభిమతం.

ఈ యుద్ధంలో భారతీయులు ఎవరి పక్షం వహించాలి అనే విషయం పై ఒకింత చర్చ జరిగింది. చివరికి ఏ బ్రిటిష్ వారి నుండి మనం మన హక్కులను అడుగుతున్నామో, వాళ్ళు కష్టాల్లో ఉన్నప్పుడు వారికి సహాయపడి మన కర్తవ్యాన్ని నిర్వహించాలి అని తీర్మానం జరిగింది. యుద్ధభూమిలో గాయపడ్డవారికి సేవ చెయ్యటానికి మన వాళ్ళను పదకొండువందల మందిని తీసుకుని బయలుదేరారు భాయి. వీరశూరత్వపు పనులకు భారతీయ హిందువులు పనికి రారు అనే భావన బ్రిటిష్ వారికుండింది. దాన్ని మార్చేలా మనం పని చెయ్యాలి అనేవారు భాయి. మైళ్ళ కొలది పరుపుల పైన మోసుకుని గాయపడినవాళ్ళను సాగించారు.

రామదాస్ పుట్టిన తరువాత, 1899 కాబోలు, దర్బాన్ పొలిమేరల్లో ఉన్న

ఒక క్రైస్తవ మఠానికి లేదా ఆశ్రమానికి వెళ్ళాము మేము. లండన్ శాకాహార సంఘం వాళ్ళ ద్వారా వాళ్ళ పరిచయం జరిగింది. వేల కొలది విస్తీర్ణమున్న ప్రదేశం. నాకైతే చాలా నచ్చింది ఆ ప్రదేశం. అరవై మంది సన్యాసినులు, నూట ఇరవై బ్రదర్లు, వెయ్యికి పైగా ఆఫ్రికా నల్ల జాతివాళ్ళు అక్కడ ఉన్నారు. కూరగాయలు, పళ్ళు, ధాన్యాలు ఇలా తమకు కావలసిన ధాన్యం, పప్పులు వాళ్ళే పండించుకుంటున్నారు. అందరూ శాకాహారులే. ప్రవహించే నీటినుండి నూనె, పిండిమరలు నడుస్తున్నాయి. వ్యవసాయం, శుభ్రత, కట్టడాల పని, పశుపోషణ, పాల ఉత్పత్తి, కడగడం, మేతకు తీసుకెళ్ళడం మొదలైన అన్ని పనులను తామే చేసుకునేవారు. వాళ్ళదే ముద్రణాలయం కూడ ఉంది. ఎవరూ ఎక్కువ కాదు, ఎవరూ తక్కువ కాదు, ఆడా మగ, నల్లవాళ్ళు, తెల్లవాళ్ళు అనే భేదభావన లేదు. అన్ని పనులు, అన్ని దైహిక శ్రమలు పంచబడ్డాయి. అక్కడికి వెళ్ళొచ్చిన తరువాత ఎన్నో రోజుల వరకూ భాయి నోట దాని గురించే మాట. “మన వేదకాల ఋషుల ఆశ్రమాలు ఇలాగే ఉండేవా? మనమూ ఒక ఆశ్రమం నిర్మించాలి. మనం కూడా ఇలాంటి ఆశ్రమం ఏర్పాటు చెయ్యాలి” అనే ఒక గట్టి కలను పట్టుకున్నారు.

అప్పుడే జరిగిన మరొక్క సంఘటన గురించి చెప్పాలి. ఇప్పుడు తలచుకుంటే నా గురించి నాకే సిగ్గుగా అనిపిస్తుంది. అలాగని చెప్పక పోవడం కూడా తప్పే. తమిళం మాట్లాడే గుజరాతి వంటాయన, ఆయన పేరు విన్సెంట్ లారెన్స్ అని. ఆయన మా ఇంట్లోనే ఉండేవారు. భాయి స్నేహితులు, సత్యాగ్రహి. మా ఇంటి పద్ధతి ఎలాంటిది అంటే ఇంట్లోని వారంతా వంతు ప్రకారం అన్నిపనులు, అందరి పనులు చెయ్యాలి. మలం కుండ ఖాళీ చేసే పని కూడా అందరికీ పంచబడింది. కానీ, నాకెందుకో అతడి మలం కుండ కడగడం చాలా కష్టం అనిపించింది. కారణం ఆయన క్రైస్తవుడవడానికి ముందు పంచముడు. అస్పృశ్యతయొక్క కష్టాలు, బాధలు నాకు తెలిసినా ఆయనతో పాటు బ్రతకడం నాకు ఇబ్బందిగా తోచింది. అలా నేను ఆయనది కడగనని చెప్పాను. నేను కానీ, భాయి కానీ పంచముల మలం కుండను ఖాళీ చెయ్యడం నాకు నచ్చలేదు. అలా భాయితో చెప్పేశాను. గాంధి భాయికి ఎలాంటి కోపం వచ్చింది అంటే నన్ను బరాబరా లాక్కుంటూ వెళ్ళారు. నేను ఏడుస్తున్నా లెక్క చెయ్యక “ఇంట్లో ఇలాంటి వ్యతిరేకతను నేను ఎన్నడూ సహించను. ఉండాలనుకుంటే ఉండు, లేకుంటే బయల్దేరు” అంటూ అరిచారు. అప్పుడు నేను దేవదాసును కడుపులో మోస్తున్నాను. “నా పుట్టింటివారు, బంధువులు, నావాళ్ళు అంటూ వేరే ఎవ్వరూ లేని దేశానికి, ఇంత వరకూ చూడని

దేశానికి, తెలియని ఊరికి తీసుకొచ్చి వెళ్ళమని అనడానికి మీకు సిగ్గుగా అనిపించడం లేదా?" అని మెల్లగా అడిగాను. కోపంతో బుసకొట్టున్న భాయి ఒక్కసారిగా మౌనం దాల్చారు. చివరికి మా ఇద్దరికీ మా తప్పులు తెలిసొచ్చాయి. లోపలికి వెళ్ళాము. ఇద్దరం పరస్పరం క్షమాపణలు చెప్పుకున్నాము.

కొట్టిన దెబ్బల గాయాలు మానవచ్చు, పడి లేచిన గాయాలు మానవచ్చు, కానీ నాలుక చేసిన గాయం మాత్రం సులభంగా మానదు. ఆరోజు మేమిద్దరమూ గాయపడ్డాము. బహుశా అదే చివరిది. తరువాత ఎప్పుడూ భాయి నా పైన కోపగించుకోలేదు. ఆయన, నేను ఇద్దరూ తప్పు చేశాము. రెండు వైపులనుండీ జరిగిన పాపానికి భాయి ఎన్నెన్నో ప్రాయశ్చిత్తాలు చేసుకున్నారు. మళ్ళీ మా మధ్య ఇలాంటి సంఘటనలు జరగలేదు.

ఇలా భాయి పోరాట వీరుడుగా కొత్త కొత్త ప్రయోగాలతో తయారవుతూ, కొత్త కలలను కంటూ ఉన్నప్పుడు, రామదాసుకు మూడు సంవత్సరాలుగా వున్నప్పుడు దేవదాస్ పుట్టాడు. అప్పుడూ అలాగే. బాలింతను చూసుకుంది నా పిల్లల నాన్నే.

1901, దేవదాసుకు సంవత్సరం నిండుతున్నప్పుడు భాయి భారత దేశానికి వెళ్ళాలన్నారు. ఇక్కడ అదెంత కీర్తి సంపాదించారంటే ఇక్కడే ఉంటే ఉత్త డబ్బులు ముద్రించే యంత్రంగా మారతాను అని ఆయనకు భయం వేసింది. భారత దేశంలో లాయరుగిరి నడుపుతూ, అక్కడి స్వాతంత్ర్య పోరాటంలో పాల్గొనే ఆకాంక్ష కూడా ఉండవచ్చు. చివరికి అవసరం వచ్చినప్పుడు వస్తానని తమ మిత్రులకు మాట ఇచ్చి తిరిగి వెళ్ళే సిద్ధతలో పడ్డారు. మమ్మల్ని పంపడానికి ముందు, మిత్రులు, బంధువులు వాళ్ళిళ్ళకు, సంస్థకు భోజనానికి పిలిచిందే పిలిచింది! వెళ్ళిన చోటల్లా కానుకలిచ్చారు. తిరిగి వెళ్ళేటప్పుడు వాటినన్నిటినీ భాయి భారతీయ ట్రస్ట్‌కు ఇచ్చేశారు.

దక్షిణ ఆఫ్రికా నుండి భారతానికి బయలుదేరాము. దార్లో మారిషస్ ద్వీపం కనిపించింది. అక్కడ దిగి సుమారు ఒక నెల అక్కడ ఉన్నాము. చాలా సుందరమైన ద్వీపం అది. అన్నివైపులా సముద్రం. పోరుబందర్ కంటే నీరు తేటగా కనిపించింది. నేను పిల్లలను చూసుకుంటూ ఉంటే భాయి చర్చల్లో మునిగేవారు. అక్కడ చాలా మంది భారతీయులున్నారు. వాళ్ళంతా భాయితో మాట్లాడడానికి, సలహా అడగడానికి, చర్చలు చెయ్యడానికి కాచుకున్నారు. తరువాత అక్కడ నుండి బయలుదేరి పోరుబందర్ చేరుకున్నాము. నా బంధువులను, కాబా మామగారి ఇంటివాళ్ళను ఒకసారి చూసి మాట్లాడి మళ్ళీ రాజ్‌కోట్‌కు వెళ్ళాము. భాయి ఎక్కడా

ఎక్కువ రోజులు ఉండలేదు.

మమ్మల్ని అక్కడ వదిలేసి భాయి కలకత్తాకు వెళ్ళారు. అక్కడినుండి రంగూన్ కూడా వెళ్ళివచ్చారట. కలకత్తాకు వచ్చి గోపాలకృష్ణ గోఖలే గారిని కలిశారు. గోఖలేగారు కాంగ్రెస్ పార్టీ నాయకులు. భాయికి గురుతుల్యులు. వారిద్దరికీ ఒకరంటే ఇంకొకరికి చాలా గౌరవం, విశ్వాసం. భాయి ఒక నెల ఆయనతో ఉన్నారు. దక్షిణ ఆఫ్రికాలోని భారతీయుల పరిస్థితి ఏమిటి అని అందరితో చర్చించారు. బనారస్, ఆగ్రా, జైపుర్, పాలంపుర్ తరువాత మరేవో ఊళ్ళకువెళ్ళి అక్కడ నుండి ఉత్తరాలు రాసేవారు. చివరికి మూడవ క్లాసులో రైలులో ప్రయాణించి రాజ్‌కోట్ వచ్చారు.

రాజ్‌కోట్‌లో లాయరుగిరి ప్రారంభించారు. నాలుగైదు నెలలు గడచుండాలి అంతే, ముంబైలోనూ ఒక కచేరి తెరవమని సలహాలు వచ్చాయి. అలాగే అని భాయి ముంబైలోనూ ఒక కచేరి తీసి రెంటి మధ్యా తిరుగుతూ వచ్చారు. ఐదారు నెలలయ్యాయేమో! కేసులు వస్తున్నాయి. నిదానంగా భాయి మన నేలలో నిలదొక్కుకుంటున్న సూచనలు కనిపించసాగాయి. అంతలో 1902 డిసెంబర్ లో మళ్ళీ దక్షిణ ఆఫ్రికానుండి వెంటనే రమ్మని కాల్ వచ్చింది. రోజూ ఇరవైనాలుగు గంటలూ పట్టుపట్టి, వదలకుండా పోరాడి, పోరాటం గురించే ఆలోచించేవారు అక్కడ ఎవరూ లేరు. కాబట్టి భాయి అవసరం అక్కడి వాళ్ళకు కలిగింది. భాయి డర్బాన్‌కు వెళ్ళారు. పిల్లలకు ఆరోగ్యం బాగుండలేదు. కాబట్టి వెంటనే వెంట వెళ్ళలేమని మేమంతా ఇక్కడే ఉండిపొయ్యాము.

ఆయన అక్కడ, మేము ఇక్కడ రాజ్‌కోట్‌లో. మళ్ళీ నా ముందు మాదిరి జీవితం కొనసాగింది. అక్కడి ఇల్లు, పనులు, జనాలకు ఐదు సంవత్సరాలు కుదురుకున్న నాకు ఇక్కడి జీవితం కొంచెం కష్టమనిపించింది. అన్నిటి కంటే ముఖ్యంగా శుభ్రత వైపు మనవాళ్ల శ్రద్ధ తక్కువ అనే అంశం ఇబ్బంది అనిపించసాగింది. మన శరీరం, మన పరిసరాల శుభ్రత బాగుంటే మాత్రమే మన వ్యక్తిత్వంలో కూడా నిజాయితీ కనిపిస్తుంది అని భాయి నమ్మేవారు. సత్యం, అహింస సాధించడానికి శుభ్రత కూడా ఒక సాధనం అని ఆయన భావించారు. నాకూ అదే అలవాటయ్యింది. కానీ మన ఇళ్ళల్లో మడే శుచి అనుకున్నారు. మనుషులను ముట్టకుండా ఉండడం, తాకించుకోకుండా ఉండడమే శుభ్రత అనుకున్నారు.

నాలో ఇంకో మార్పు కలిగింది. ఆఫ్రికాకు వెళ్ళివచ్చే వరకు, వ్రతాలు,

పండుగల రోజులతో నేను రోజులను లెక్కించుకునేదాన్ని. సంవత్సరం పేరుతో చెప్పేదాన్ని. ఇప్పుడు క్యాలెండర్, తేదీలు చూడడం నేర్చుకున్నాను. ఇంటి ఆడవారు ఎప్పుడూ చీరలు, నగలు, వంటలు, పూజల తయారీలు, తిళ్ళు, మడి, సూతకం ఇలాంటి విషయాలే మాట్లాడుతుంటే నాకు ఆ విషయాలలో ఆసక్తి ఉండేది కాదు. తలాడిస్తూ కూర్చునేదాన్ని. వాళ్ళ మాటల్లో వినిపించే విషయాలైనే ఏవి? ఇళ్ళల్లోని జగడాలు, మొగుడూ పెళ్ళాల మధ్య విరసాలు, అత్తమామల ఆరళ్ళు, ఎవరెవరివో వ్యాపార రహస్యాలు, రహస్య సంబంధాలు, విరసాలు, స్నేహాలు ఇలా. ఆడవాళ్లలో ఎవరికీ తమ జాతి, ఊరు, వ్యాపారాల నుండి ఆవల, మా సముద్రానికవతల ఏం జరుగుతోందని కానీ, దాన్నుండి మన పైన జరిగే పరిణామాన్ని గురించి కానీ ఏమీ తెలియదు. నేను చెప్పడానికి ప్రయత్నించినా వాళ్ళకు ఆసక్తి కలిగేది కాదు. కళ్ళు ఇంతింత చేసుకుని చూడడమే తప్ప వాళ్ళకు అర్థమయ్యేదే కాదు. రాజకీయాలన్నీ మగవాళ్ళకి, మనకెందుకు ఆ తలనొప్పి అనేవారు. నేను కూడా భాయి చెప్పిన పాఠం వినుండకపోతే అలాగే ఉండేదాన్ని.

ఇలాగే ఆలోచించేటప్పుడు అమ్మాయ్! భాయిలేకుండా ఏర్పడిన ఒంటరితనం నన్ను బాధపెట్టేది. నలుగురు పిల్లలతో మన దేశంలోనే ఉన్నా ఒంటరిగా వున్నట్టు అనిపించేది.

ప్రతి విషయానికి భాయి వుండుంటే దీనికి ఏమనేవారు అనే ఆలోచన వచ్చేది. అందులోనూ ఇంట్లో ఆచరించే మడి, మైల, అంట్లు లాంటి విషయాలు అర్థంలేనివి అనిపించేవి. ఇంటి పనులకు వచ్చేవాళ్ళ పైన చూపే తాత్సార భావన చూడడానికే అయ్యేది కాదు. మా ఇంటి మలం కుండలను తీయడానికి వచ్చే భంగిలను ముట్టుకోవడం అటుంచి, ఎవరూ మాట్లాడించేవాళ్ళే కారు. భజనలలో అన్నీ మంచి మంచి సూత్రాలనే పాడేవారు. కానీ ఎవరూ ఆచరించేవారు కాదు. పంచముల మలాన్ని ఎత్తే తను, భాయి ఎక్కడ? మడి మడి అంటూ తనవాళ్ళనూ ముట్టుకోని రాజ్‌కోట్ వాళ్ళెక్కడ? రోజులు గడిచేకొద్దీ, భాయి ఎందుకు గొప్పవాడో మనసుకు నాటుకోసాగింది. నాకు ఆయన

అర్థమవుతున్నారే తప్ప ఆయనలా మారడం ఎంత కష్టమో అర్థమవసాగింది. ఆయన వద్దకు వెళ్ళాలని ఆతురపడసాగాను.

ప్రతివారం భాయి నుండి దీర్ఘమైన ఉత్తరం వచ్చేది. నాకు ఆఫ్రికా రాజకీయాలు, పోరాటాలు అంతో ఇంతో తెలిసిన కారణంగా ప్రతి ఉత్తరంలో వచ్చే తాజా తాజా వార్తల గురించి కుతూహలం ఉండేది. ట్రాన్స్‌వాల్‌లో ఆంగ్లేయులు మన వాళ్ళ పైన అనేక చట్టాలను తీసుకురావాలనుకున్నందున గాంధి భాయి ఈ సారి ప్రిటోరియా, జొహాన్స్‌బర్గ్ వాళ్ళకి అవసరమయ్యారు. అందుకోసం, డర్బాన్ వదిలేసి జొహాన్స్‌బర్గ్ కోర్ట్‌లో లాయరుగా నమోదు చేసుకున్నారు. అక్కడే ఎనిమిది గదులున్న ఒక పెద్ద ఇంట నివాసమున్నారు. అంత సేపటికి మళ్ళీ జులు అల్లర్లు మొదలయ్యాయి. గాయపడ్డ బ్రిటిష్ వారిని చూసుకుంటూనే మానవతా దృక్పథంతో జులు వాళ్ళనూ ఆస్పత్రికి చేర్చేవారు. పక్కపక్కన, ఇరుకైన ఇళ్ళలో వాసిస్తున్న భారతీయుల కాలనీలలో ఆరోగ్య సమస్యలు కలగవచ్చని, వెంటనే ఆరోగ్య సదుపాయాలను సమకూర్చాలని ఆరోగ్య శాఖకు ఉత్తరం రాశారు. అంతలో ప్లేగ్ వచ్చింది. భారత దేశంలోనూ ప్లేగ్ మహమ్మారి అక్కడక్కడ బలిగొంటున్నా దక్షిణ ఆఫ్రికాలో మాత్రం అది భారతీయులనే ఎక్కువగా బాధించింది. దీనికి ఇలాంటి ఇరుకిరుకు వసతులు, శుభ్రత వ్యవస్థ సరిగా లేకపోవడమే కారణం అని భాయి వాదన. సరైన చికిత్స లేక, ఆస్పత్రుల్లో స్థలం లేక చాలా ప్రాణ నష్టాలు సంభవించాయి. స్వయం సేవకుల సహాయంతో భాయి ప్లేగ్ రోగ చికిత్సా కేంద్రాన్ని ప్రారంభించారు. రోగుల బాగోగులు, శుభ్రతల పనులను తనే స్వయంగా చేయసాగారు. చీపురు పట్టుకుని చిమ్ముతున్న బ్యారిస్టర్‌కు చాలా మంది తెల్లవారు మద్దతు పలికారు.

ఇటు భారతదేశంలో, దక్షిణ ఆఫ్రికాలో జరిగిందంతా పెద్ద వార్త అయ్యేది. భాయిని వీరనాయకుడిగా, సమాజ సేవకుడిగా అనివాసి భారతీయుల ఆపద్బాంధవుడిగా భావించి రాసేవారు. ముందంతా పత్రికలు, వార్తలు, రాజకీయాల గురించి పట్టించుకోని నేను ఇప్పుడు ఆసక్తిగా పత్రికలను చదవసాగాను. ఉత్తరాలు రాయించేదాన్ని. పత్రికలలో వచ్చే భాయి గురించిన వార్తలను, అక్షరం అక్షరం కూడబలుక్కుని మళ్ళీ మళ్ళీ చదువేదాన్ని. పిల్లలకు చూపేదాన్ని. ఫోటోలలో తమ తండ్రిని చూసి పిల్లలు గర్వపడేవారు. మా ఇంటికి ఎవరు వచ్చినా మోకభాయి సాధన, ప్రసిద్ధి గురించే చర్చ జరిగేది. మొదటి తడవ భాయి లండన్ కు వెళ్ళినప్పుడు మమ్మల్ని జాతి నుండి వెలివేశారు. జాతి భ్రష్టులమైన మా ఇంట్లో నీళ్ళు తాగడానికి

కూడా వెనుకంజ వేసేవారు. కానీ ఇప్పుడు పరిస్థితి తారుమారైంది.

భాయి తమ అనుయాయులతో అక్కడ ఇండియన్ ఒపీనియన్ పత్రికను ప్రారంభించారు. "డర్బాన్ నుండి 14 మైళ్ళ దూరం ఉన్న ఫీనిక్స్ లో ఒక ఆశ్రమం లేదా ఫార్మ్ ప్రారంభమయ్యింది. పోరాటం జోరుగా సాగుతోంది. ఇంతలో హిందుస్తాన్ రావడం కుదరదు. అందుకే పిల్లల ఆరోగ్యం బాగానే ఉంటే వెంటనే వచ్చెయ్యి" అని ఉత్తరం రాసి, తగిన డబ్బు పంపారు. మొదటి సంచిక కూడా పంపారు.

రాణీవాసం నుండి ఫీనిక్స్ ఆశ్రమానికి

మేము 1904లో రెండవసారి దక్షిణ ఆఫ్రికాకు వెళ్ళాము. హరి ముంబైలో మెట్రిక్ పరీక్షకు కట్టాడు. అందుకే అక్కడే ఉన్నాడు. గోకులదాస్, ఛగన్‌లాల్, మణి, రామదాస్, దేవదాస్ అందరూ బయలుదేరాము. పడవ ప్రయాణం ఈ సారి అంత దడ పుట్టించలేదు. ఎందుకంటే ఇంతసేపటికి ప్రయాణాలకూ, అపరిచితులకూ అలవాటు పడ్డాను. భాయి ఇప్పుడు జొహాన్స్‌బర్గ్‌లో ఉన్నారు. చాలా ప్రసిద్ధిగాంచిన లాయరయ్యారు. కాబట్టి మేము జొహాన్స్‌బర్గ్‌లో దిగాము. అక్కడిది పెద్ద ఇల్లు, రాణీవాసం అని భాయి హాస్యం చేసేవారు. ఏడెనిమిది గదులున్న ఇల్లు. అక్కడ భాయి మిత్రులైన హెన్రి పొలాక్, కలెన్‌బాక్ ఎప్పుడూ మాతో వుండేవారు. వీరిద్దరి గురించి చాలానే చెప్పాలి. తరువాత ఎప్పుడైనా చెప్తాను. చివరికి అందరి శ్రమతో ఆశ్రమం అనే పెద్ద కల నిజమయ్యింది. ఫీనిక్స్ ఫార్మ్ ప్రారంభమయ్యింది.

మేమున్నది జొహాన్స్‌బర్గ్ లో. ఇండియన్ ఒపినియన్ పత్రిక ముద్రణాలయం డర్బాన్‌లో. ఆల్బర్ట్ వెస్ట్ అనే భాయి స్నేహితుడొకాయన ఉండేవాడు. ఆయన పత్రిక సంపాదకుడు. మా పిల్లలు పత్రిక పనులను చూసుకొనేవారు. పనివాళ్ల జీతాలు, కచేరి అద్దె, ముద్రణా యంత్రం మొదలైన ఖర్చులకు భాయి తమ ఆదాయాన్ని వెచ్చించేవారు. ఎప్పుడూ డబ్బుల్లేవు, డబ్బుల్లేవు అనేవారు. పత్రికను నడిపే కష్టాన్ని మళ్ళీ మళ్ళీ చెప్పేవారు. ఫీనిక్స్ ఆశ్రమం స్థలానికి, ఇతర ఖర్చులకూ చాలానే ఖర్చయ్యింది. దాన్నుండి తిరిగి లాభం కానీ, శ్రమకు ఫలితం అని వచ్చేదేం లేదు. ఒక రోజు "బనియా అయ్యుండి ఇదెలాంటి నష్టపు వ్యాపారం చేస్తున్నారు

మీరు?" అని అడిగేశాను.

నాకు ఆశ్రమ వాసమే ఒక కొత్త ఆలోచన. చాలా రోజుల వరకు ఆశ్రమం అంటూ ఇలా మేమంతా కలిసి ఎందుకుండాలి అనే అర్థం కాలేదు. మనం సామూహికంగా జీవించడాన్ని అలవాటు చేసుకోవాలి, గ్రామీణ భాగాల్లో నివసించాలి అనే ఆశ్రమాన్ని ప్రారంభించింది అని భాయి వివరించి చెప్పారు. భగవద్గీతలో అపరిగ్రహం, సమభావం అని వస్తాయి కదా, వాటి ప్రకారంగా అలాగే తన ఇద్దరు గురువులు టాల్‌స్టాయ్, రస్కిన్ గార్ల ఆదర్శాల ప్రకారంగా జీవించడానికి ఆశ్రమవాసం అని చెప్పారు.

ఆయన ఇప్పటిదాకా ఒక్క రోజు కూడా గ్రామాల్లో బతికినవారు కారు. ఒక్క రాత్రి కూడా అక్కడ గడపలేదు. నేను కూడా అంతే. బనియాలు చాలా మట్టుకు నగరాల్లోనే ఉండేవారు. నగరాల్లోనే జీవితాలు, వ్యవహారాలు, కానీ ఎందుకో తను చదవడానికి, నివసించడానికి నగరవాసం అతకదు అని ఆయనకు అనిపించింది. పట్టణ జీవితానికి కొంచెం దూరంగా, పల్లె వాతావరణంలో వ్యవసాయ ప్రయోగం చెయ్యాలని ఉంది. డర్బాన్ బయట వలయాలలో చెరుకు తోటల్లో పనిచేసే భారతీయుల ఒక వాడ ఉంది, ఫీనిక్స్ సెటల్‌మెంట్ అని. దాని దగ్గరే ఒక వెయ్యి పౌండ్లకు వంద ఎకరాలు కొన్నారు. అప్పుడు గాంధి భాయికి సంవత్సరానికి నాలుగైదు వేల పౌండ్ల ఆదాయం ఉండేది. మంచి ఆదాయం. ఇంట్లో ఖర్చులకు ఎక్కువ అడుగుతారని చెప్పేవారు కాదు.

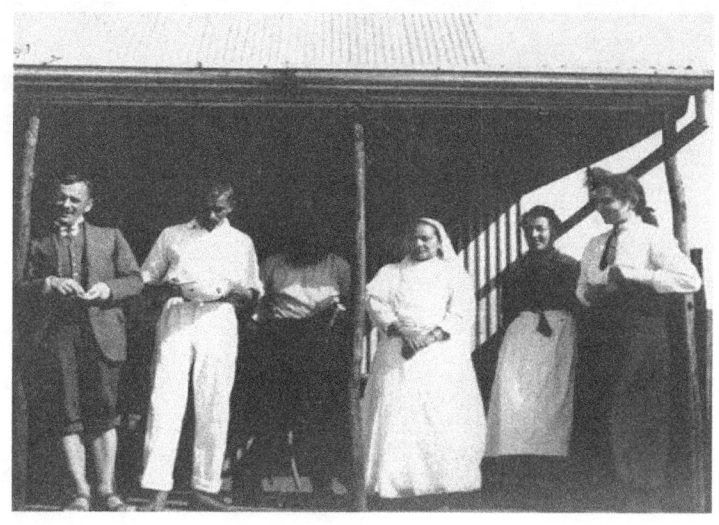

ముద్రణాలయం, సత్యాగ్రహం, లాయరుగిరికి సహాయం అంటూ మాతో పాటు ఉన్నవాళ్ళకు ఫీనిక్స్ ఫార్మ్‌లో భూమిని పంచి ఇచ్చారు. కొన్ని నియమాలకు కట్టుబడి అక్కడ ఉండాలి అని ఆశ్రమవాసులకు షరతు విధించారు. తమ భూమిలో తమకు కావలసింది తామే పండించుకోవాలి, వాన నీళ్లను త్రాగేటందుకు వాడుకోవాలి, చేతులతో, జబ్బల బలం మీద నడిచే యంత్రాలనే వాడాలి మొదలైన షరతులుండేవి.

ఈ ఫార్మ్ నడవడానికి ఎనిమిది లక్ష్యాలు పెట్టుకున్నారు. సాధ్యమైనంత తమ జీవితానికి అవసరమైనవాటిని స్వంత శ్రమతో ఫార్మ్‌లో కష్టపడి సంపాదించాలి: నిజ జీవితంలో నిజాయితీగా ఉంటూ సార్వజనిక జీవితాలను దిద్దడానికి ప్రయత్నించడం: మానవ సేవ గురించిన శిక్షణ తీసుకోవడం: శుభ్రత, ఆరోగ్య సూత్రాలను ప్రచారం చెయ్యడం: భారతీయుల–యూరోపియన్నుల మధ్య స్నేహ సంబంధాలు ఏర్పరచడం: టాల్‌స్టాయ్, రస్కిన్ గార్ల ఆదర్శాల ప్రకారం జీవించడం: ఇలాంటి ఆలోచనలను విస్తరించడానికి, వాటిని పిల్లల్లో అలవాటు చేయడానికి స్కూలు నడపడం, అలాగే వీటన్నిటినీ సమాజంలో ప్రచారం చెయ్యడానికి ఇండియన్ ఒపీనియన్ పత్రికను నడపడం అనే లక్ష్యాలున్నాయి.

పత్రిక సంపాదకుడైన ఆల్బర్ట్ వెస్ట్ సంతోషంగా ఫీనిక్స్‌ఫార్మ్‌కు వచ్చారు. వారితో పాటు ముద్రణాలయంలో పని చెయ్యడానికి మా మగన్‌లాల్ ఉన్నాడు. బావగారైన కుశలదాస్ గాంధిగారి పిల్లలు మగన్‌లాల్, ఛగన్‌లాల్. వాళ్ళు కూడా మాతో పాటు దక్షిణ ఆఫ్రికాకు వచ్చారు. రాజ్‌కోట్ యొక్క అత్యంత ధనవంత కుటుంబీకుడు జగన్నాథ్ జోషి అనే అబ్బాయి సమాజసేవ చెయ్యాలని, తనదంతా వదిలేసి మగన్‌తోపాటు దక్షిణ ఆఫ్రికాలో పని చేస్తున్నాడు.

అతడికి నెలకు పన్నెండు రూపాయల గౌరవధనం అంతే. ఇండియన్ ఒపినియన్ పత్రికా కచేరి, ముద్రణాలయ సామాగ్రి, సరంజామా అంతా ఒక్కొక్కటిగా ఫార్మ్‌కు వచ్చాయి. ఒంటెద్దు బండి, రెండెద్దుల బండి అంటూ మొత్తం పదహారు ఎద్దులు లాగిన పదిబళ్ళలో ముద్రణా యంత్రాలు వచ్చాయి. ఒక క్లినిక్, ఒక పాఠశాల కూడా ప్రారంభమయ్యాయి. ముందుగా ఎనిమిది కుటుంబాలు మాత్రమే నివసించడానికి స్థలం చూసుకుని ఉండిపోయాయి. తమ తమ ఇళ్ళను వడ్రంగుల సహాయంతో ఆ ఇంటివాళ్ళే రచించుకుని కట్టుకున్నారు. ఇంటి చుట్టూ కూరగాయలు పెంచుకునేంత స్థలం ఉంది. ఆ భూమిలో అంతవరకూ ఏమీ పండించకుండా పాడుబడింది. దాన్ని సరిచేసుకోవాల్సి వచ్చింది. పశువులు, గొర్రెలు, మేకలు, కుక్కలూ ఏవీ లేవు. చుట్టు పక్కల పొలాల నుండి వచ్చే నక్కలు, పాములు మాత్రం అన్ని చోట్లా కనబడేవి.

ఒక రెండు సంవత్సరాలు జోహాన్స్‌బర్గ్‌లో ఉన్నాక మేము కూడా ఫీనిక్స్ ఫార్మ్‌కు వెళ్ళాము. నేనెప్పుడూ నా లోకంలో ఉండేదాన్ని. ఇంట్లో వాళ్ళతో కానీ, బంధువుల తో కానీ చాలా తక్కువ మాట్లాడేదాన్ని. భాయి తో మాట్లాడడానికి ఇష్ట పడేదాన్ని. కానీ ఆయన దొరికేవారే కాదు. ఈ కొత్త ప్రదేశంలో కొన్ని రోజులు ఒంటరి అనిపించి విసుగొచ్చింది. జోహాన్స్‌బర్గ్‌లో కొంత మంది పరిచయం కలిగి ఆ ప్రదేశానికి అలవాటు పడ్డాను అనుకునేంతలో ఇక్కడికి వచ్చాను. భాయికి ఆశ్రమంలో ఉండేందుకు తీరిక ఉండేది కాదు. ఆయన అటూ ఇటూ తిరుగుతూ ఉండేవారు. ఆశ్రమవాసుల అవసరాలను చూసుకునే బాధ్యత నాదిగా మారింది. మగన్ ముందునుండీ అక్కడే ఉంటూ గాంధి భాయికి కళ్ళు, చెవులుగా ఉన్నాడు. ఇప్పుడు ఛగన్ కూడ వచ్చాడు. తను అక్కడ లేనప్పుడు వారిద్దరికీ ప్రతివారం భాయి తప్పకుండా ఉత్తరం రాసేవారు. ఆశ్రమంలో ఏం జరుగుతోంది అని సమాచారాన్ని సేకరించేవారు.

భాయి లేని సమయం చూసి ఆర్యసమాజం స్వామి శంకరానంద్ అనే ఆయన ఒక సారి ఆశ్రమానికి వచ్చారు. హిందుస్తాన్‌లో సాధుసంతులను మనమెంతో గౌరవంగా చూసుకుంటాంకదా. నేనైతే పాదాలపై పడేదాన్ని. కానీ ఈ స్వామిని చూస్తే అలా చెయ్యాలని అనిపించలేదు. ఎందుకో ఆయన మొహంలో అశాంతి కనిపించింది. ఆయనకంటే నా భర్తే ఎంతో సాధువుగా అనిపించారు. ఆయన ఆశ్రమాన్ని, ముద్రణాలయాన్ని ఒకసారి చూశారు. అక్కడ ఉన్నవాళ్ళకు వేరే వేరే ప్రశ్నలు వేశారు. అన్నిజాతుల వారు, మతాలవారు ఒకే చోట ఉండడం,

ఒకే చోట తినడం, పని చెయ్యడం ఆయనకు నచ్చలేదు. భాయి లేనప్పుడు ఆశ్రమానికి వచ్చి అక్కడి తమిళులను, హిందుస్తానీ వాళ్ళను తమలోకి లాగే ప్రయత్నం ఆయనది. మగన్‌లాల్‌కు "ఉచ్చ జాతిలో జన్మించిన నువ్వు జంధ్యం వేసుకోవాలి" అంటూ అతడి మనసును గెలిచే ప్రయత్నం చేశారు. అతడు వెంటనే భాయికి ఉత్తరం రాశాడు. ఆయన మగన్‌లాల్ కు రాసిన ఉత్తరంలో "అలాంటి ధార్మిక గురువుల గురించి జాగ్రత్తగా ఉండాలి అని రాయచంద్ భాయి చెప్పిన మాట నిజమే. ఇప్పటికే ఉత్తమ జాతి, నీచజాతి అని మనుషుల మధ్య అనవసర గోడలు ఏర్పడ్డాయి. నేను సాధకుడ్ని కావాలి అని జ్ఞాపకం చెయ్యడానికి జంధ్యం వేసుకుంటే దానికో అర్థం ఉంది. కానీ అది ఉత్త జాతి, అహంకార సంకేతం కాబట్టి, జంధ్యం వేసుకోవడం మనుషులుగా మారడానికి అడ్డంకి తప్ప దాన్నుండి ఏమీ ప్రయోజనం లేదు" అని రాశారు.

ఇవన్నీ జరిగేటప్పుడు 1906 లో రెండు అనిరీక్షిత ప్రమాదాలు జరిగాయి. ఇండియన్ ఒపీనియన్ పత్రిక సంపాదకుల్లో ఒకరైన మనసుఖ్‌లాల్ నజర్ అనే వారు అకస్మాత్తుగా చనిపోయారు. భాయి పైన పత్రిక బాధ్యత ఇంకా పెరిగింది.

మరొకటి! అది అలాంటిలాంటి దిగ్భ్రమ కాదు. భాయి ఒక రోజు చల్లగా "ఇక పైన మనిద్దరం వేరే వేరే గా పడుకుందామా కస్తూర్?" అని అడిగారు!!

ఒకవైపు భాయి సత్యాగ్రహం అంటూ మళ్ళీ మళ్ళీ జైలుకు వెళ్తూ, ఎంతో హింసను అనుభవిస్తూ, విడుదల అవగానే ఊళ్ళు తిరుగుతూ ప్రజలను సంఘటిస్తూ, మనవాళ్ళ కష్టాలను వింటూ, సహాయం చేస్తూనే ఉన్నారు. మరో వైపు ఆశ్రమంలో ఉన్న నాకు మళ్ళీ మళ్ళీ ఆరోగ్యం చెడుతోంది. ఏవేవో రోగాలు. ఒకసారైతే చాలా రక్తస్రావం జరిగి, లేవడానికి కూడా చేతకాకుండా పోయింది. చచ్చిపోయేంత నిశ్శక్తి ఆవరించింది. ఆ సారి జైలునుండి బయటకి రాగానే జైలరుకు ఒక పుస్తకం ఇచ్చి, నేరుగా నేనున్న చోటుకే వచ్చారు. డా.నాన్జి అని భారతీయ వైద్యులు, గాంధిభాయి మిత్రులు ఆయన. నన్ను ఫీనిక్స్ నుండి ఎత్తుకుని వచ్చి, ఆయన ఆస్పత్రిలో చికిత్సకని డర్బాన్ లో వదిలారు.

రెండు శస్త్రచికిత్సలయ్యాయి. తేరుకోవడానికి కొద్ది సమయం అవసరం. ఒంట్లో రక్తమే లేకుండా పాలిపోయాను. అదే సమయానికి భాయికి మళ్ళీ జైలు శిక్ష పడింది. ఈ సారి సంకెళ్ళు వేసి తీసుకు వెళ్ళారు. ఆయన మళ్ళీ విడుదలయ్యి వచ్చే వేళకి పర్నిషస్ అనీమియా వ్యాధితో పూర్తిగా పాలిపోయాను. దానికి గోమాంసపు సూప్ ఇవ్వడమే దారి అని నాన్జి డాక్టర్ చెప్పారు. నాకు తెలియకుండా

ఇచ్చారేమో కూడా!

జైలు నుండి రాగానే భాయి, గోమాంసం సూప్ పేరు వినగానే ఎగిరిపడి నాన్జిగారి స్నేహం కూడా చూడకుండా నేరుగా నన్ను డర్బాన్ నుండి ఫీనిక్స్‌కు ఎత్తుకునే తీసుకొచ్చారు. "బ్రతికి బట్టకట్టడానికి మనమేం చేస్తున్నాము అనేదానికి ఒక మితి ఉండాలి. ఏ ప్రాణినయినా, ఎవరినైనా బలి ఇచ్చి బ్రతికుండడంలో అర్థం లేదు" అని జల చికిత్స, ప్రకృతి చికిత్స ప్రారంభించారు. ఆ సమయానికి భారతదేశానికి వెళ్ళి పెళ్ళి చేసుకున్న హరిలాల్ భార్య గులాబ్ లేదా చంచల్ అక్కడి నుండి వచ్చింది. నన్ను చూసుకునే బాధ్యతను భాయి ఆమె పైన వేశారు. ఆమెకు తగినన్ని సూచనలను ఇచ్చి అన్నీ వివరించారు. తరువాత మళ్ళీ జైలుకు వెళ్ళారు. జైలు నుండి వస్తున్న ఆయన ఉత్తరాల్లో చాలా వరకు నా ఆరోగ్యం గురించిన సలహాలు, సూచనలు, విచారణలే నిండి ఉండేవి.

సత్యాగ్రహం, బంధనాలు, పత్రిక, సంతకాల సేకరణ ఇలా జరుగుతూ వేలకొలది జనాలు జైళ్ళకు వెళ్ళడం రావడం జరుగుతూ వున్నప్పుడు ఈయన నమ్ముకున్న ఒక ఋషి ఉన్నారు కదా, టాల్‌స్టాయ్‌గారు. ఆయన ఒక ఉత్తరాన్ని రాశారు. అది వచ్చిన రోజు చూడాలి! భాయి ఆశ్రమవాసులందరికీ ఆ ఉత్తరం చూపుతూ కేరింతలు కొట్టారు. పెళ్ళి రోజు ఒక పసివాడిలా నా చెయ్యి పట్టుకుని మెహంది చూసిన మోక భాయి గుర్తొచ్చారు. ఎప్పుడూ గంభీరంగా ఉండే భాయి గంతులేసింది నేను చూడనేలేదు. కానీ ఆ రోజు దేవుడి నుండే ఉత్తరం వచ్చిందేమో అనేంత సంబరం, అంత సంతోషం. భాయి స్నేహితుడు హెన్రి కలెన్‌బాక్‌కూ అంతే. "భారతీయుల స్వాతంత్ర సమరం సమంజసమే. మీ సహాయ నిరాకరణ ఉద్యమం మీ దేశంలోనే కాదు, మొత్తం విశ్వానికే అవసరమైన నమూనాగా మారింది. సత్యాగ్రహులకు నా మద్దతు ఉంది. శుభం" అంటూ ఇంకా ఏమేమో పొగుడుతూ ఋషిగారు ఉత్తరం రాశారు. ఆ ఉత్తరం వచ్చాక భాయి మారినట్టు అనిపించింది. ఏవేవో పుస్తకాలు చదివారు. ఆలోచిస్తూ కూర్చునేవారు. ఇప్పుడు నా బాధ్యత పెరిగింది అనేవారు. ఇంతవరకూ నడచిన దారుల, ముందు వేయాల్సిన అడుగుల గురించి ధ్యానిస్తున్నాను అనేవారు. బహుశా కలెన్, ఈయన కలిసి తరువాత ప్రారంభించిన రెండవ ఆశ్రమం గురించిన కల ఆ రోజే కనుండాలి. ఆ ఆశ్రమానికి టాల్‌స్టాయ్ ఋషిగారి పేరే పెట్టారు.

సత్యాగ్రహమంటే...

ఈ విషయం గురించి మీరు చాలా వినుంటారు. నాకైతే రోజూ ఉదయం మిక్కిలిగా చెవిన పడ్తున్న పదం అదే. అప్పటి దాకా గ్రహం తెలుసు. నవగ్రహాలు తెలుసు. సత్యాగ్రహం తెలీదు. సత్యాగ్రహం అనే కొత్త పదాన్ని నోట్లోనూ, మనసుల్లోనూ వచ్చేలా చేసిన కారణంగానే భాయికి చాలా మంది స్నేహితులు, శత్రువులు కలిగారు.

నేను చాలా తక్కువ మాట్లాడేదాన్ని. ఎవరి పైనైనా కోపం వస్తే లేదా వారిని నేనిష్టపడక పోతే ఏం చేసేదాన్నో తెలుసా? వాళ్ళు చెప్పేది ఒప్పుకోకుండా చల్లగా నాకు కావల్సిన విధంగా చేసేదాన్ని. దీన్ని మొండితనం అనేవారు, పంతం అనేవారు. అదేమో నాకు తెలియదు. కానీ మా నాన్న, అమ్మ, భర్త మొదలైనవారంతా నాకు ఇది ఇలాగ, ఇది అలాగ అని నియమాలు చెప్పడానికి వస్తే, వాళ్ళకు అసలు తెలిసిరాకుండా ఉల్టా కొట్టేదాన్ని. చీర కొంగు తల పైకి రావాలని చెపితే అది నా తలకాయ పైనుండి జారి పడేలా కొప్పు వేసుకునేదాన్ని. నడిచేటప్పుడు చప్పుడు చేయరాదు అంటే కాళ్ళకు ఘల్లుఘల్లుమనే గజ్జెలు కట్టుకునేదాన్ని. అరెరె! నీరు, నిప్పు, గాలి వీటికి లేని నియమాలు నాకు మాత్రం ఎందుకు అని నాకిష్టం వచ్చినట్టు ఉండేదాన్ని. ఇదే సత్యాగ్రహం అంటే. దీన్ని నా భార్యే నాకు నేర్పింది అని భాయి తరువాత ఎప్పుడో రాసుకున్నారట. నాకనిపించే విధంగానే అందరు ఆడవాళ్ళకు సత్యాని కోసం, స్వాతంత్ర్యానికోసం ఆగ్రహించడం వాళ్ళ రక్తాల్లోనే వచ్చుంటుంది.

కానీ, మాదంతా ఇంట్లో చేసే సత్యాగ్రహం. దీన్నే కొద్దిగా సమాజాని కోసం చెయ్యడం అన్నది కొత్త విషయం. దాన్ని భాయి సాధ్యపరిచారు. ఆయన సహచరినై సత్యాగ్రహం అంటే ఏమిటి అని నేను అర్థం చేసుకున్న దాన్ని మీకు చెప్పాలి. దీన్ని అర్థం చేసుకుంటుంటే నాకు జీవితానికి సంబంధించిన అనేక సంగతులు

అర్థమయ్యాయి అనుకోవచ్చు. సత్యాగ్రహం చేస్తూనే నేను కూడా చాల మారాను. అందుకే ఏమేం జరిగింది అని నాకు తెలిసిన భాషలో మీకు చెప్పాలి. కాలావధి కాస్త అటూ ఇటూ అయినా కాని, ఏమేం జరిగింది అని అంతా గుర్తుంది. చెప్పడానికి ప్రయత్నిస్తాను.

అన్యాయం చేసేవాడు, అన్యాయానికి లోనైన వాడు వీరిద్దరి అనుమతి వలననే అన్యాయం ఒకే రకంగా జరగడానికి వీలవుతుంది. వీరిరువురిలో ఒకరికి ఉన్నతమైన ఆలోచన వస్తే చాలు, సత్యాన్ని వెలికి తీయవచ్చు. అన్యాయాన్ని ఆపొచ్చు అన్నది భాయి ఆలోచన. ఎవరైనా కానీ, నిరంతరం మోసం చెయ్యడానికి కుదరదు. ఎందుకంటే చివరి దశలో మోసగాళ్ళు తమను తామే మోసగించుకుంటారు అని భాయి నమ్మారు. సత్యం అంటే ఏమిటి? ప్రకృతి ఇచ్చిన హక్కు. దాన్ని ఏ మనిషైనా లాక్కోడానికి కుదరదు. సత్యాన్ని హక్కుగా అడిగేవారు, అన్యాయాన్ని అడ్డుకునేవారు సత్యాగ్రహులు. అలాంటి వారు అన్యాయమైన చట్టాన్ని అనుసరించడానికి ఒప్పుకోరు. వాళ్ళు హింసను సహిస్తారు. చెడు మాటలు మాట్లాడరు. బలం చూపరు. శత్రువుకు ఆపద వస్తే దాన్ని అవకాశంగా తీసుకోరు. గెలుపు, ఓటమి అనే ప్రశ్న అక్కడ ఉద్భవించదు. అన్యాయాన్ని సరిదిద్దాలి. అదే గురి. “ఐరోపాలో దీన్ని దుర్బలుల అస్త్రమని పిలిచారు. కానీ సత్యాగ్రహం దుర్బలుల అస్త్రం కాదు. సత్యాగ్రహులు సబలులు. నైతికంగా, మానసికంగా అతి బలమైనవారు. ప్రాణాలు పోయే స్థితిలోనైనా తలవంచరాదు. ఆత్మరక్షణ సాకుతో కూడా హింసకు దిగరాదు. ఇదే ధీరత్వం, ధైర్యం. నిర్భీతిగా ఉండడమే సత్యాగ్రహం వెన్నెముక” అనేవారు భాయి.

ఈ రకమైన పోరాటం ప్రారంభించేటప్పుడు దానికొక పేరు పెట్టండి అని భాయి అందరినీ అడిగారు. పత్రికలో, సహచరుల్లో చాలా చర్చ జరిగింది. మగన్, హరి, ఇతరులు చెప్పిన పేర్లనన్నీ గమనించి, చర్చించి, చివరికి సత్యాగ్రహం అనే పేరునే పెట్టారు. పేరు పెట్టడం జరిగింది, కానీ నిజమైన సత్యాగ్రహాన్ని అనుభవించే, దాన్ని ప్రయోగించే అవకాశాన్ని, అక్కడి ప్రభుత్వమే మనవాళ్లకు వ్యతిరేకంగా ఎన్నెన్నో చట్టాలు తెచ్చి కల్పించింది.

30 సంవత్సరాల క్రితం మొత్తం దక్షిణ ఆఫ్రికాలో భారతీయ కూలీల సంఖ్య 15 వేలట. ఇప్పుడు వాళ్ళ సంఖ్య ఒక లక్షా పాతికవేలకు పైగా ఉంది. ఇది అపాయకరం. దీన్ని నియంత్రించడానికి ఏదైనా చేసి తీరాలని బ్రిటిష్ వాళ్ల మనసులోకి వచ్చింది. దక్షిణ ఆఫ్రికాకు వెళ్ళిన ఆసియా వాసులు (భారతీయులు, చైనావారు) పర్మిట్ ఆఫీసుకు వెళ్ళి బొటనవేలు ముద్ర వేసి ఒక పర్మిట్ తీసుకోవాలి.

వాళ్ళ పర్మిట్ నుంచి వారి భార్యా పిలలకు పర్మిట్ దొరుకుతుంది. అలాంటివారే ఇక్కడ ఉండాలి, పనులు చెయ్యాలి అని చట్టాన్ని తెచ్చారు.

1907వ సంవత్సరం అనుకుంటాను. 13 వేల భారతీయులు నటాల్‌లో ఉన్నారు. అందరూ కచేరిలో పేర్లు నమోదు చేసుకుని గుర్తు పత్రం పొందాలి అనే చట్టం వచ్చేసింది. గుర్తు పత్రం, దాఖాలా పత్రం, వివాహ ప్రమాణ పత్రం, ఒకే భార్యకు అవకాశం, గని కార్మికులకు తలకు మూడు పౌండ్ల పన్ను - ఇలా తలాతోక లేని కొత్త కొత్త చట్టాలను బ్రిటిష్ వారు ఒకటి తరువాత మరొకదాన్ని తెచ్చారు.

ఇప్పటికే వలస వచ్చిన భారతీయుల పట్ల చూపిన అవమానం ఇది: మనమెవ్వరమూ నమోదు చేసుకోనవసరం లేదు అని మూడు వేల మంది హాజరైన మనవాళ్ళ ఒక సభలో నిర్ణయం తీసుకోబడింది. సహాయ నిరాకరణ ధోరణిలో చట్టాన్ని వ్యతిరేకించే నిర్ణయం తీసుకోబడింది. గోధుమ రంగువాళ్ళు అంటూ భారతీయులకు చూపిన అన్యాయాన్ని విరోధిస్తూ సత్యాగ్రహం ప్రారంభమయ్యింది. తమిళులు, రోడ్డు పక్కన వ్యాపారాలు చేసుకునేవారు సహాయ నిరాకరణ చూపి సత్యాగ్రహులయ్యారు. "మా వద్ద కూలి పని చేయించడానికి, ఇతర పనులు చేయించడానికి, పడవలలో నింపుకొని తీసుకొచ్చేటప్పుడు ఏ రకమైన నియమాలు లేవు. ఇప్పుడెందుకు ఈ నియమాలు? దీన్ని వాళ్ళకు తెలిసేలా చెయ్యడానికి సత్యాగ్రహమే మనకు సరైన అస్త్రం. సత్యాగ్రహం అంటే ధార్మిక కార్యమంత పవిత్రం" అని గాంధి భాయి అందర్లో ధైర్యాన్ని నింపారు. మెరుపు వేగంతో దక్షిణ ఆఫ్రికాలోని రెండు ప్రాంతాలకు తిరిగారు. భారత సంతతి కార్మికులు ఎక్కడ వున్నా అక్కడికే వెళ్ళి సభలు ఏర్పరిచి ధైర్యాన్ని నింపి వచ్చారు. భారతదేశం యొక్క రక్త మాంసాలు నింపుకున్న మనం ఎప్పటికీ బ్రిటిష్ వారి సేవకులు కాము. వారు మన యజమానులు కాదు. మనం వారితో కలిసి పనిచేసే శ్రామికులం" అని గర్వపడేలా చేశారు. ఏ మాటా చాటు కాదు, అంతా బహిరంగం. తనతో పాటు కొంతమంది తెల్లవారిని కూడా పెట్టుకున్నారు. పడవ రేవులు, గనులు, మార్కెట్, బేకరి, పాఠశాల, పిండిమర, పొలాలు- ఇలా ఎక్కడెక్కడ భారతీయులున్నారో అక్కడికంతా వెళ్ళి మాట్లాడారు. ఏ కారణానికి కూడా పేరు నమోదు చేసుకోవడానికి దరఖాస్తు పెట్టుకోరాదు అని మనవి చేశారు.

ఇలా ఒక వైపు సత్యాగ్రహపు వేడి పుంజుకుంటుంటే, మరో వైపు కొందరు భయపడి ఎవరికీ తెలియకుండా రాత్రిళ్ళు వెళ్ళి నమోదు దరఖాస్తు ఇచ్చి వచ్చారు. అలాంటివాళ్ళలో ఎక్కువ భాగం గుజరాతీ వ్యాపారులే. గుజరాతీలు కొంచెం అలాగే.

వ్యాపారులకు వ్యవస్థను వ్యతిరేకించడం అపాయకరం కదా ?

కానీ, భారతీయులలో నమోదు కొరకు దరఖాస్తు పెట్టుకున్నది 500 మాత్రమే. మిగిలిన 12,500 మంది నమోదు చేసుకోకుండా సత్యాగ్రహులయ్యారు. అలాంటివారిలో చాలా మంది జైలుకు వెళ్ళారు. సత్యాగ్రహం ఏకధాటీగా కొనసాగింది. పర్మిట్ కాల్చడం, రోడ్డు పక్కన పర్మిట్ లేకుండా వ్యాపారం చేసి జైలుకు వెళ్ళడం, గుంపుగా అనుమతి లేకుండా నటాల్ వైపునుండి ట్రాన్స్‌వాల్ వైపు ప్రయాణం చెయ్యడం, గని పనులకు సామూహికంగా సెలవు పెట్టడం, నిర్బంధిత తెల్లవాళ్ళ వీధుల్లో సంచరించడం, నమోదు కచేరిని ముట్టడించడం కొనసాగింది. ఒక దాని తరువాత ఒక చట్టపు కత్తిని బ్రిటిష్ వాళ్ళు ఝళిపిస్తున్నారు. వారికి వ్యతిరేకంగా పోకుండా, బెదరకుండా సత్యాగ్రహులు తల ఎత్తుకుని ముందుకు వెళ్తున్నారు. సత్యాగ్రహుల ఎదుట బ్రిటిష్ వారి కత్తులు ఉత్త కడ్డీలయిపోయాయి. నిర్బంధిత వీధుల్లో సంచరించి జైలుకు వెళ్ళిన వాళ్ళను భాయి విడిపించేవారు. పర్మిట్ లేదు, పాసు లేదు అని ఎవరిని జైలులో వేశారో, వారి పరంగా ఉచితంగా వాదించేవారు. తను సూచించినందుకే కక్షిదారు అలా చేశాడని, కాబట్టి అందరి శిక్షలను తనకు వెయ్యండి అని కోర్టులో వాదించేవారు. జైలుకు వెళ్ళిన వాళ్ళ పెళ్ళాం పిల్లలను సార్వత్రిక చందాలతో చూసుకునే ఏర్పాటు చేశారు. "జైలుకు వెళ్ళడం అవమానకరం కాదు, అది గర్వకారణం" అన్నారు.

బ్రిటిష్ వాళ్ళకు తల తిరిగిపోయింది.

1908 సంవత్సరం జనవరిలో అనుకుంటాను. కొత్త సంవత్సరం వచ్చింది. ఆశ్రమంలో కొత్త క్యాలెండర్ వేలాడదీశాము. మొదటి సారిగా భాయిని జైలులో పడేశారు. ఆయనతో పాటు మరి కొందరు సత్యాగ్రహులు కూడా వెళ్లారు. రెండు నెలలు జైలు. విడుదలై వచ్చి ఆరేడు నెలలు గడిచేటప్పటికి మళ్ళీ బంధించారు. భాయి జైలులో ఉన్న సమయాన్ని పుస్తకాలు చదవడానికి, ప్రార్థనలు చెయ్యడానికి, ఉత్తరాలు రాయడానికి ఉపయోగించుకునేవారు. "నిజమైన సంతోషం మన దేశానికోసం జైలుకు వెళ్ళినప్పుడు దొరుకుతుంది. ఆత్మశుద్ధి కాలం అది" అనేశారు. ఇదివరకూ జైలు అంటే ఉన్న భయం, వెనుకంజ మాయమై అది న్యాయమార్గం అనే విశ్వాసం ఏర్పడింది. సత్యాగ్రహంలో జైలు ఒక భాగం అనేటట్టయింది. అంతవరకూ అందరికీ జైలు అంటే చాలా భయం. జైలుకు వెళ్ళొచ్చినవాళ్ళంటే ఒక రకమైన తిరస్కారం. కానీ జైలుకు వెళ్ళి రావడం ఒక గౌరవసూచకం అనేటట్టు చేసింది భాయి. నేను కూడా అందరి లాంటిదాన్నే. నా దృష్టిని కూడా భాయి

మార్చారు. జైలు, భాయి ఇద్దరూ నాకు కొత్త కొత్త ప్రణాళికలను, జీవితాన్ని అందించారు.

భాయికి నటాల్‌లోని డర్బాన్‌లో ఉండడానికి అనుమతి ఉండింది. మా ఫినిక్స్ ఆశ్రమం కూడా నటాల్ లోనే ఉండింది. కానీ ఆయన లాయరుగిరి చేస్తుంది, టాల్‌స్టాయ్ ఆశ్రమంలో ఉన్నది జొహాన్స్‌బర్గ్‌లో. అక్కడనుండి ఇక్కడికి, ఇక్కడినుండి అక్కడికి మళ్ళీ మళ్ళీ వచ్చి వెళ్ళేవారు. ప్రతిసారి అనుమతి తీసుకునేవారు కారు. కాబట్టి ఆయనను బంధించడం సులభమయింది. ఇలా ప్రయాణం చేయడమే కాకుండా, సమ్మెలకు, సత్యాగ్రహాలకు మద్దతునిస్తారనే కారణంగా మూడో సారి మళ్ళీ బంధించారు. 1909 ఫిబ్రవరిలో భాయి, హరి ఇద్దరూ జైలుకు వెళ్ళారు. తనకు అతి కఠిన శ్రమతో కూడిన శిక్షనే ఇవ్వండి అని భాయి న్యాయాధీశులను ప్రార్థించారట! శ్రమకు భాయి భయపడేవారే కాదు. బహుశా ఇలాంటి ఖైదీని ఆ న్యాయాధీశులు తమ జీవితకాలం చూసివుంటారో లేదో కదా అమ్మాయ్! ఎవరైనా ఖైదీ ఇలా అడుగుతారా?

చంచల్ భారతం నుండి వచ్చింది. హరికి ఒక వైపు ఆమెతో ఉండాలనే ఆశ. మరో వైపు సత్యాగ్రహంలో తండ్రికి తోడుగా ఉంటూ ఆయన నుండి శభాష్ గిరి పొందాలనే ఆశ. రెండింటినీ హరి నిభాయించేవాడు. ఈ సారి జైలు శిక్ష మాత్రం అతి కఠిణ శిక్షగా వచ్చింది. నేల తోమి పాలిష్ చెయ్యాలి. నెలకు ఒకటే ఉత్తరం రాయాలి. చూడడానికి వచ్చేవారికి కూడా అనేక నిబంధనలు. మనవాళ్ళతో అక్కడి కారాగారాలు నిండిపోయాయి. బందీలకు చోటు లేక బయట నేలపై పడుకోబెట్టేవారట. భాయికి మాత్రం బ్యారిస్టర్ అని ఒక ప్రత్యేక గది ఇచ్చారట. కానీ తనవాళ్ళంతా బయట ఉన్నప్పుడు తనకు గది వద్దని భాయి ఇతరులతో పాటు మట్టి నేలపైనే పడుకున్నారట.

అప్పుడు నేను సత్యాగ్రహి నయ్యాను. జైలుకు వెళ్ళాను. నలభై సంవత్సరాలయ్యేటప్పటికి జైలు చూసి

వచ్చాను. నన్ను మారిట్జ్‌బర్గ్ జైలుకు పంపారు. కఠిన శ్రమతో కూడిన శిక్ష. అప్పటికి నా ఆరోగ్యం కొద్దిగా మెరుగుపడింది. ఎనిమిది వారాలు జైలులో గడిపాను. గుజరాతి మాట్లాడే కొద్ది మంది ఆడవాళ్ళు తప్ప మిగతావారంతా అపరిచితులే. అక్కడ ఇచ్చే శాకాహార భోజనం అసలు సహించేదే కాదు. చాలామటుకు ఉపవాసమే. ముద్దగా ఉడికించిన దేనినో తెచ్చిచ్చేవారు. రుచే ఉండేది కాదు. ఎలా ఉన్నా తిను, ఆరోగ్యమే మనకు ముఖ్యం అని ఉత్తరం రాశారు భాయి. రుచే లేకుంటే ఎలా తినేది? తిన్నది తిరిగి వచ్చేది. భోజనం మానేసి శిక్ష ముగించి బయటికి వచ్చేసరికి చాలా సన్నబడ్డాను. ఎముకలు కనిపించేవి.

సత్యాగ్రహం నిరంతరంగా సాగుతోంది. దాన్ని చల్లబరచాలని బ్రిటిష్ అధికారి, స్మాట్స్ అనుకుంటాను ఆయన పేరు, ఒక రాజీ ఒప్పందానికి మమ్మల్ని పిలిచారు. భారతీయులు తమకు తామే తమ పేర్లను నమోదు చేసుకుంటే అనివార్య నమోదు చట్టాన్ని రద్దుచేస్తామని అన్నాడు. భాయి ఎలాంటి వారో తెలుసా అమ్మాయ్? ఎదుటి మనిషిని నమ్మే వారు. ఆ రాజీ ఒప్పందానికి సరే అన్నారు. సత్యాగ్రహాన్ని తాత్కాలికంగా ఆపేశారు. అప్పుడు జైళ్ళలో ఉన్నవాళ్ళందరినీ వదిలేశారు. కానీ ఇది చాల మందికి నచ్చలేదు. నాకు కూడా . "బ్రిటిష్ తెల్లవాళ్లను ఇంత వ్యతిరేకించి, సత్యాగ్రహం చేసి, ఇప్పుడు రాజీ అవుతాను అంటారేమిటి" అని కూడా నస పెట్టాను. భాయి వేసిన ఈ అడుగు చాలా మందికి అసమాధానం కలిగించింది. భాయి డబ్బులు తీసుకుని బ్రిటిష్ వాళ్ళ తో లోపాయకారీగా వ్యవహరించారు, ఇది ద్రోహం అంటూ ఒక పఠాణ్ చాలా విరుచుకుపడ్డాడు. గాంధి భాయి తన పేరేమైనా నమోదు చేసుకుంటే చంపేస్తానని అన్నాడు. అయినా కానీ, భాయి తమ పేరును నమోదు చేసుకున్నారు! బయటే కాచుకున్న పఠానుల గుంపు ఆయన స్పృహ తప్పేలా కొట్టి విసిరేశారు. చాలా సేపటికి ఆయనకు తెలివి వచ్చింది. కానీ తన పైన దాడి చేసిన వారిని విడుదల చేయాలని భాయి పట్టుబట్టి కూర్చున్నారు!

ఈ సంఘటనలో ద్రోహం జరిగింది మాత్రం నిజం. స్మాట్స్ అనే టక్కరి ఇచ్చిన మాట ప్రకారం చట్టం రద్దు కాలేదు. మళ్ళీ సత్యాగ్రహం ప్రారంభమయ్యింది. మనవాళ్ళు నమోదు పత్రాలను రాసులుగా పోసి తగలబెట్టారు. హమీదియా మసీదు ఒక చోటే రెండు వేల నమోదు పత్రాలను కాల్చారు. భాయి లండన్‌కు వెళ్ళొచ్చారు. అక్కడి భారతీయ సముదాయ సభ్యులతో మాట్లాడి వచ్చారు. భారత దేశ రాజకీయ నాయకులతో ఉత్తరాల వ్యవహారం జరిపారు. ప్రాణజీవన్ మెహ్తా ఉన్నారు కదా, ఆయనతో డర్బాన్‌లో, రంగూన్‌లో, లండన్‌లో చాలా చర్చ జరిగింది. బ్రిటిషర్లను

అణగదొక్కాలంటే ముందు వాళ్ళలా బతకడాన్ని మనం ఆపెయ్యాలి. మన బతుకును, బతికే తీరును మనం మార్చుకోవాలి అన్నారు భాయి. ఆ చర్చనంతా పడవలో తిరిగి వచ్చేటప్పుడు రాశారు. అదే 'హింద్ స్వరాజ్' పుస్తకం. అప్పటికి నేను చదివి, ఆలోచించగలిగే దాన్ని అయ్యాను. అది చిన్న పుస్తకమే. నేను కూడా చదివి అర్థం చేసుకున్నాను. ఆ పుస్తకాన్ని చాల మంది మెచ్చుకున్నారు. కొందరు తిట్టారు. మరి కొందరు చదవకూడని పుస్తకం అని నిషేధించారు.

ఆ సందర్భంలో ఒక విచిత్రం జరిగింది. విచిత్రమనికాదు, అది జరిగేదే. భాయి మాదిరిగా సూటిగా ఉండేవాళ్ళకి జరిగేదే. నటాల్ ఇండియన్ కాంగ్రెస్‌లో భాయి విరోధులు పుట్టుకొచ్చారు. ఒక గుంపు ఆయనకు వ్యతిరేకంగా తిరగ బడింది. దుష్ప్రచారం చేసింది. వారందరికీ తన పైన ఎందుకు అలాంటి అభిప్రాయం కలిగింది అని భాయి చాలా కలవర పడ్డారు. కానీ నాకు మాత్రం తెలుసు, వారు కడుపుమంటతో ఇలా చేశారని. ఎందుకంటే ఎక్కడ చూసినా, ఎవరిని అడిగినా భాయి పేరే అందరూ చెప్పేవారు. కడుపు మంటకు కొందరు ఉన్నవీ లేనివీ చెప్పి ఏవేవో పుకార్లు లేవదీశారు. "కొన్ని రోజులు ఊరుకోండి, ఎక్కడికైనా దూరంగా వెళ్ళిపొండి, అదేం చేస్తారో చూసేద్దాం, పోరాటం, సత్యాగ్రహం ఒకసారి ఆగిపోనీ, అదేమవుతుందో చూద్దాం" అని నేను కూడా చెప్తూనే ఉన్నాను. నిరంతర నిరసన, సత్యాగ్రహం, కోర్టు కచేరిల చుట్టూ తిరగడం, ఉత్తరాలు రాయడం, నిందలు- ఇవన్నిటితో భాయి చాల అలసిపోయారు. దానికి తోడు పులి పైన పుట్రలాగా ఈ వ్యతిరేకత ఒకటి.

ఆయనకేమనిపించిందో ఏమో, ఒక రెండు సంవత్సరాలు ఇవన్నిటి నుండి దూరంగా ఉన్నారు. 1912లో అనుకుంటాను. ఫీనిక్స్ ఫార్మ్‌ను ఐదుగురు ట్రస్టీలకు బదిలీ చేశారు. ఐదుగురూ ఐదు మతాలవాళ్ళు. ఐదు దేశాలవాళ్ళు. ఒమర్ హాజి, పార్సి రుస్తుమ్‌జి, హర్మన్ కాలిన్‌బాక్, రిచ్, ప్రాణజీవన్ మెహ్తా. దాన్ని కొనేటప్పుడు మనం ఎంత ఖర్చు పెట్టి ఉన్నా సరే, ఏ ఆస్తిని కూడా మన పేరిట పెట్టుకోకూడదు అనేది గాంధి భాయి నిర్ణయం. మీకు నిజమే చెప్పాలి. మాకూ నలుగురు పిల్లలున్నారు కదా అని నా అంతరాళంలో అనిపించింది. పిల్లల పేరిట ఆస్తులు రాయకపోయినా కనీసం ట్రస్టీలనయినా చేసుంటే బాగుండేది అనిపించింది. కానీ నా ఆలోచన భాయి అభిప్రాయానికి ఏ మాత్రం అతకదు అని అర్థం చేసుకుని ఊరకున్నాను.

అక్కడనుండి బయలుదేరేటప్పుడు ఫీనిక్స్ డైరీలో 1913లో ఇలా రాసుకున్నారు. "నువ్వు దుర్బలుడవని నమ్మడానికి నిరాకరించు. అప్పుడు

బలశాలివవుతావు". ఈ ఆలోచనే భాయి బలం. అందుకే సత్యాగ్రహం విజయవంతమయింది.

భుజానికి భుజాన్నిచ్చినవారు

ఏదైనా నెమ్మది, రోమాంచనం ఒకే రకంగా ఉండవమ్మాయ్!

ఆ సుదూర దేశంలో ఎంతమంది మా పనుల్లో బాసటగా నిలిచారు తెలుసా? అందులోనూ తెల్లవాళ్ళైనా తెల్లవాళ్ళ ప్రభుత్వంతో చేరకుండా, బ్రిటిష్ వాళ్ళ జత కట్టకుండా మనవాళ్ళుగా నిలిచి మమ్మల్ని కాపాడిన, మార్చిన వ్యక్తులు ఎందరో ఉన్నారు.

హెన్రి పొలాక్ గాంధి భాయికి ఆప్త మిత్రుడిగా సహాయపడేవాడు. ఆయన లాయరు. ఆంగ్లేయుడు. అందగాడు, చురుకైనవాడు. మా హరికంటే ఐదారు సంవత్సరాలు పెద్దవాడు. రెండోసారి నేను వెళ్ళడానికి ఒక సంవత్సరం ముందు, 1903లో, పనికోసం వెతుకుతూ జొహాన్స్‌బర్గ్‌కు వచ్చినవాడు. తను స్వతః తెల్లవాడైనా, తెల్లవాళ్ళు నల్లవాళ్ళకు, భారతీయులకు కలిగించే అన్యాయాన్ని సహించేవాడు కాడు. టాల్‌స్టాయి, రస్కిన్ ఆయన ఇష్టులు. శాకాహారి. ఒకసారి శాకాహార హెూటల్ లో గాంధి భాయిని చూసి, మాటలు విని, మెచ్చుకున్నాడట. దక్షిణ ఆఫ్రికాలో ప్లేగ్ వచ్చినప్పుడు సంపర్కంలోకి వచ్చాడు. వెంటనే స్నేహితుడై పోయాడు. చివరి దాకా భాయి చెప్పినదాన్ని మనసు పెట్టి చేశాడు. ఆయన మాటలు నాకేం అర్థమయ్యేవి కావు. అయినా గాంధి భాయితో ఆయన చేసే వాదనను బట్టి అదేమిటో ఊహించేదాన్ని. మధ్య మధ్యలో గాంధిభాయి గుజరాతీలో తెలియజెప్పేవారు.

1905లో అతడు పెళ్ళి చేసుకున్నాడు. పెళ్ళిచేసుకొమ్మని గాంధి ఒత్తిడి చేసేవారు. తమ చుట్టూ ఉన్న బ్రహ్మచారులందరూ పెళ్ళిళ్ళు చేసుకుని స్థిరపడితే, ఆశ్రమ పనుల పట్ల శ్రద్ధ వహిస్తారు అని ఆయన లెక్క. హెన్రికి ఒక స్నేహితురాలుండేది, మిలి డౌన్స్ అని. ఇతడేమో యూదుడు, ఆమె క్రైస్తవురాలు.

వాళ్ళిద్దరూ ప్రేమించుకున్నారు, కానీ పెళ్ళి చేసుకోలేదు. హెన్రి నాన్న "ఆ అమ్మాయి సన్నగా ఉంది, పెద్దదవాలి, గట్టిగా తయారవాలి, కండపట్టాలి" అనేవాడు. చివరికి గాంధి భాయి హెన్రి నాన్నతోమాట్లాడి, ఉత్తరాలు రాసి, పెళ్ళికి తయారు చేశారు. మిలిని జొహాన్స్‌బర్గ్‌కు రమ్మని పిలిపించుకున్నారు. పెళ్ళి నమోదు కావాలి, నమోదు కచేరికి వెళితే తెల్ల వధూవరుల పెళ్ళికి గోధుమ రంగు భాయి సాక్షి సంతకం పెట్టవచ్చునా అని మ్యాజిస్ట్రేట్‌గారికి సందేహం కలిగింది. కనుక్కుని పెట్టుకుంటాను, మరుసటి రోజు రమ్మన్నారు. ఆ మరుసటి రోజు ఆదివారం అయింది. అందుకే సోమవారం రమ్మన్నారు. సోమవారం కొత్త సంవత్సరం సెలవు రోజు. మంగళవారం రమ్మన్నారు. కానీ వీటి గురించి అడిగేవారు ఎవరు? ఉన్నారుగా మన లాయరుగారు. వాదించి వాదించి అదే రోజు పెళ్ళి జరిగి తీరాలని వాదించారు. చివరికి సాక్షి సంతకం పెట్టి, ఆ రోజే హెన్రి-మిలిలను దంపతులను చేసి, వాళ్ళను ఇంటికి తీసుకొచ్చారు.

దంపతులను ఆహ్వానించడానికి ఒక హారతి లేదు, అక్షింతలు లేవు. మా ఇంటికే వచ్చారు. అప్పటిదాకా ఇంట్లో మేమిద్దరం, మా పిల్లలు, ఛగన్, గోకుల్ ఉన్నాం. ఇప్పుడు మా కుటుంబం పెద్దదయింది. మిలి తెల్లవాళ్ళ అమ్మాయి. క్రైస్తవ మతం. నాకు ముందు కొద్దిగా మొహమాటమనిపించింది. నాకు ఆమె భాష రాదు. నా మాటలు కూడా తక్కువే. వాళ్ల ఆహార వ్యవహారాలు ఎలాగో అని అనిపించింది. కానీ మిలి చాలా మంచి పిల్ల. నాతో, పిల్లలతో చాలా తొందరగా కలసిపోయింది. పిల్లలకూ తనంటే చనువు పెరిగింది. ఇంగ్లీష్ నేర్పించసాగింది. ఆహారం కూడా అంతే. మనవాళ్ళలా అదే కావాలి, ఇదే కావాలి అనరు తెల్లవాళ్ళు. ఏది దొరికితే అది తినేసి కడుపు నింపుకుంటారు. ఆమె మా వంటింటికి కూడా చాలా తొందరగా సర్దుకుపోయింది.

అంతా మగ మూక మధ్య మిలి రాక నాకెంతో సంతోషాన్నిచ్చింది. నాతో

మాట్లాడేటప్పుడు గాంధి భాయి కొద్దిగా ధ్వని పెంచితే చాలు, నా పరంగా వాదన ప్రారంభించేది "మీ తూర్పు వైపు భర్తలు, మీ మీ భార్యలను పరిచారికలుగా చేసుకున్నారు" అనేది. భాయి ఒకసారి సత్యవంతుడు, సావిత్రి కథ చెప్పి "చూడు. ఇండియాలోని భార్యలు ఇలాగే, చావులోనూ తోడుంటారు. అది మా సంస్కృతి" అన్నారు. దానికామె "ఇదే నేను చెప్పింది. మొత్తానికి ఆడది ఒక రకంగా కాకపోతే ఇంకో రకంగా మగవాడి సేవలు చేసేలా పెట్టుకున్నారు. చచ్చిపోయినా భర్తను బ్రతికించి తీసుకు వచ్చి ఆయనకు సేవలు చేస్తేనే ఆమెకు మోక్షం అని చెప్పడానికి ఈ కథను అల్లారు" అన్నారు. గాంధిభాయికి ఆడవాళ్ళ ఈ రకం వాదన కొత్తది. నాకూ అంతే. కానీ, భాయి ఆ వాదనను ఒప్పుకున్నారు. ఆలోచించసాగారు.

నన్ను గాంధి భాయి 'హరి అమ్మా' అనే పిల్చేవారు. లేదా "నా పిల్లల తల్లి" అనే పరిచయం చేసేవారు. మాకు అదేమంత భిన్నంగా అనిపించేది కాదు. దంపతులను వారి మొదటి సంతానం పేరిట వాళ్ళ అమ్మ, నాన్న అని పిలిచేది మాలో వాడుక. నేను కూడా ఆయనను 'హరి నాన్న' అనే పిలిచేదాన్ని. లేదా గాంధి పేరుకు భాయి చేర్చి పిల్చేదాన్ని. ఒక రోజు మిలి ఈయనను "ఈమె మీకు మీ పిల్లల తల్లిగా కాకుండా ఇంకేమీ కాదా?" అని అడిగింది. మిలి, హెన్రి వారి వారి పేర్లతో పిలవడం గమనించి తనకేమనిపించిందో ఏమో, తరువాత నన్ను కస్తూర్ అని పిలవసాగారు. పెళ్ళయిన కొత్తదనపు వేడిలో మేమిద్దరమే ఉన్నప్పుడు కస్తూర్ అనే పిలిచేవారు. ఇప్పుడు అది అందరి ఎదుట పిలిచే పిలుపయింది.

మిలి, హెన్రి కూర్చుని నవ్వుతూ, ఒకరినొకరు తాకుతూ, మాట్లాడుతూ భోజనం చేసేవారు. చివరికి అప్పుడప్పుడు బిగియార కౌగలించుకుని ముద్దు పెట్టుకోవడం కూడా కద్దు. మాకూ మొదట బిడియం కలిగేది. నేనైతే చూడలేక చీరకొంగును పూర్తిగా మొహం పైకి లాక్కునేదాన్ని. మన దేశం నుండి ఇక్కడికి వచ్చినవాళ్లకి అదంతా ఆశ్చర్యకరమైన సంగతి. ఒకసారి మా బావగారి కొడుకు ఛగన్‌లాల్ "ఇదేమిటి? ఆడమగ ఒకే టేబల్ పైన కూర్చుని భోంచేస్తారా? పార్సీలు,

క్రైస్తవులు, హిందువులు, ముస్లిములు అంతా ఒకేచోట కూర్చుని భోజనం చెయ్యొచ్చా పిన్నీ?" అని ఆశ్చర్యంతో అడిగాడు. వారందరికీ అది ఎందుకు తప్పు కాదు అని విడమరచి చెప్పేటప్పుడు నాకు భాయి అంతకు ముందు చెప్పింది అర్థమయ్యేది. లోపలికి దిగుతూ పోయేది. భాయి చెప్పినప్పుడు ఒప్పుకోని నా మనసు వీరికి చెప్పేటప్పుడు అర్థం చేసుకునేది.

నేను మారింది ఇలాగే. వింటూ, నిరాకరిస్తూ, విన్నది చెప్పేటప్పుడు లోపలికి దించుకుంటూ.....

జొహాన్స్‌బర్గ్ నుండి నేను, నా పిల్లలు ఫీనిక్స్ కి వచ్చాము. తరువాత ఇంకో ఇంటికి పొలాక్ దంపతులు వెళ్ళారు. వారితో పాటు ఉండడానికి గాంధి భాయి కూడా వెళ్ళారు. మిలికి తన ఇంటిని పరదాలు, గోడచిత్రాలతో అలంకరించాలని ఆశ. కానీ గాంధి భాయికి అవన్నీ వ్యర్థమైన ఖర్చులని భావన. గోడకున్న లొసుగులను కప్పిపుచ్చడానికి వేద్దామని ఆమె అంటే, గోడను చూడకు కిటికీ నుండి బయటికి చూడు, మనిషి తన చేత్తో చేసే కళలకంటే ప్రకృతి ఎంత అందంగా ఉందో అనేవారు గాంధి భాయి. "చక్కెర వద్దు, అది కూలీల జీతంతో తయారవుతుంది. పాలు, ఉల్లిపాయలు వద్దు, అవి కామోద్రేకం కలిగిస్తాయి" అన్నారు. మిలి చక్కెర, ఉల్లిపాయలు వదిలేసింది. కానీ పాలు వదలడం కష్టమయింది. "అయితే పాలను ఎందుకు సంపూర్ణ ఆహారం అంటారు?" అని అడిగింది. "పాలు పిల్లలకు మాత్రమే ఉత్తమం, పెద్దలకు కాదు" అన్నారు భాయి. "మొత్తం జొహాన్స్‌బర్గ్‌లో బహుశా ఏమి తినాలి ఏమి తినకూడదు అని ఎవరి ఇంట్లోనూ ఇంత చర్చ జరిగుండదు" అనేది మిలి. "నోటినుండి ఏ మాట బయటికి వస్తుందన్నది ముఖ్యం. నోట్లోకి ఏమి పంపుతామన్నది కాదు" అనేవారు భాయి.

ఇలా భాయి చెప్పినదాన్నంతా ప్రశ్నించేది, వాదించేది. ప్రతిదాన్ని చర్చించే ఒప్పుకునేది. శాకాహారం, బ్రహ్మచర్యం, అపరిగ్రహం, సర్వోదయం, ఆంగ్ల శిక్షణ, యంత్ర విరోధం.... ఇలా దేన్ని కూడా, బహుశా నేను దేన్ని భాయికి చెప్పలేక ఊరుకునేదాన్నో వాటన్నిటినీ తను చెప్పినట్టు ఆమె మాటల తీరు అనిపించేది. తను స్త్రీవాదిననేది. ఆ పదాన్ని ఆమె ద్వారానే విన్నాను నేను. చివరికి స్త్రీవాదం అంటే ఆమెలా ఆడపిల్లలు బుద్ధిమంతులై, ధైర్యస్థులై, స్వతంత్రంగా ఉండడం అని అర్థం చేసుకున్నాను. అదెంత వాదించినా, భాయి పైని గౌరవం మాత్రం ఆమెకు తగ్గలేదు. ఆయన దైహిక శ్రమ, జాలి, దృఢ నిర్ణయాలు ఆమెకు చాలా నచ్చేవి. భాయి అని నోరారా పిలిచేది. అన్నలా చూసేది. తరువాత ఎప్పుడో తమ కొడుకు

అకాలిక మరణం చెందినప్పుడు తమ దుఃఖాన్ని గాంధి భాయి ఉత్తరాలే అన్నింటికంటే శాంతపరిచాయి అని రాసుకుంది.

హెన్రితో ఒకసారి ఎంత వాదించారంటే, అబ్బబ్బ..... గంటలకొలది ముగియలేదు. నాకు కొన్ని సార్లు భాయి పైన ఎందుకు కోపం వచ్చేదో, హెన్రికి కూడా అలాంటిదేదో జరిగుండాలి అని ఆయన చర్యల వల్ల అనిపించింది. చివరికి మిలినే అడిగాను. తనకు నేను గుజరాతిలో అడిగినా అర్థమయేది. తను చెప్పిన ప్రకారం పిల్లలకు గుజరాతి చెప్పించడానికి అంత సమయం ఎందుకు వ్యర్థం చేస్తావు, మంచి ఆంగ్ల భాష నేర్పించు అని అతడు, మాతృభాష గుజరాతి ముందు నేర్చుకోవాలి అని భాయి. ప్రజలతో ఉత్త ధార్మిక విషయాలే కాదు, ఆర్థిక విషయాలు కూడా మాట్లాడాలి అని అతడు, ధార్మికంగా బ్రతకడం నేర్చుకోకుండా ఉత్త ఆర్థికంగా ప్రబలులైతే అపాయకారి అని భాయి. నాకూ ఒక్కోసారి ఉత్త సత్యం, ధర్మం అంటారు కదా, ఒక్కసారైనా ఈ మనిషి డబ్బుల గురించి ఆలోచించరు కదా అనిపించేది. అదీ మన దేశం నుండి వచ్చేవాళ్లతో బావగారు డబ్బులు పంపమని గుర్తు చేయమని చెప్పడం విని అలా అనిపించేది. కానీ భాయి ఆలోచనలే వేరుగా ఉండేవి. వాటిని మాకు కూడా అర్థమయ్యేలా చెప్పి ఒప్పించేవారు.

భాయికొక సెక్రెటరీ ఉండేది. సోన్యా శ్లేసిన్ ఆమె పేరు. ఆమె కూడా మిలి మాదిరే. వాళ్ళిద్దరినీ చూస్తే నాకు బలే ఇష్టం. వాళ్ళిద్దరినీ తలచుకుంటే ఎందుకో గంగా యమునా నదుల చిత్రం మనసులో వచ్చేస్తుంది అమ్మాయ్! సోన్యా హరిలాల్ కంటే కొంచెం చిన్నది. మణికంటే పెద్దది. భాయిని 'బాబా' అనే పిలిచేది. గాంధి భాయి అంటే మిక్కిలి గౌరవం. ఆయనకోసం తను-తనది అనే అన్నిటినీ వదిలి చాలా పనులు చేసింది. తెల్లది, యూదు, యురోపియన్, జర్మన్, స్త్రీవాది అని తనను తను చెప్పుకునేది. తన అభిప్రాయాన్ని, దృష్టికోణాన్ని చెప్పడానికి ఎప్పుడూ వెనుకాడేది కాదు. కార్యదర్శిగా గాంధిభాయికున్న నూటెనిమిది కక్షిదారులు, వాళ్ళ అనేక విధాల పనులు, విచిత్రమైన ఆహారపు అలవాట్లు, శ్రుతి మించిన క్రమశిక్షణ, సమయం మీరే పనులు అన్నిటినీ తట్టుకుని చూసుకునేది. తనూ సత్యాగ్రహిగా మారింది. పోరాట సమయంలో మహిళలను పోగు చేసేది. నాయకులు, మగవారు జైళ్ళలో ఉన్నప్పుడు జైలు నుండి జైలుకు సైకల్ తొక్కుతూ సమాచారాన్ని చేరవేసేది. డబ్బు సేకరించింది. భోజనాలు తీసుకెళ్ళింది. హెన్రి, మిలి, కలెన్‌బాక్ వీరంతా దేశ విదేశాల వారికి ఉత్తరాలు రాసి భారతీయుల పోరాటానికి తను, మన ధన సహాయం అడిగితే ఈమె భాయి వెనుక ముందు ఉంటూ ఆయన పనులు చేస్తూ

ఉండేది. ఉత్తరాలు రాయడానికి గానీ, డైరీ రాయడానికి గానీ ఆయనకు తీరిక ఉండేది కాదు.

ఆడవాళ్ళ పట్ల హిందూస్తాన్ మగవాళ్ళ అభిప్రాయం ఎలా ఉంటుంది అని మీకందరికీ తెలుసు. భాయి మనసు కూడా అందుకు భిన్నంగా ఉండేది కాదు. అది మారింది దక్షిణ ఆఫ్రికాలోనే. భారతీయ మగవాళ్ళు తండ్రిగా, సోదరుడిగా, భర్తగా, కొడుకుగా కూడా ఆడ దేహాన్ని అనుభవించే దృష్టితోనే చూసేవారే తప్ప స్నేహితురాలిగా చూడరు. అలాగని ఈ ఇద్దరూ గాంధి భాయికి తెలియజెప్పారు. మిలి, సోన్యా అడుగడుక్కీ మీ భారతీయ మగవాళ్ళు మీ భార్యను, ఆడపిల్లలను ఎలా చూసుకుంటారని అడిగేవారు. వాళ్ళిద్దరే భాయిని, బాపును చాలా మార్చారు. వాళ్లతో పాటు భాయి సత్యాగ్రహంలో నిజాయితీగా పాల్గొని, వచ్చిందంతా రానీ అంటూ దూసుకెళ్ళిన తమిళ ఆడవాళ్ళను కూడా తలచుకోవాలి. మహిళలను పోరాటానికి తీసుకు రావడం ఎంత ముఖ్యం అని భాయికి తెలియచెప్పిందే వీరు.

నా వెనుకా ముందు చూసుకునే మోక: ఎవరితో మాట్లాడాను, ఎక్కడ కూర్చున్నాను అనేదాన్ని కూడా వివరించాల్సిన మోక: ఇంటి నుండి బయటికి అత్తగారితో దేవాలయానికి వెళ్ళడానికి కూడా తన అనుమతి తీసుకునే వెళ్ళాలి అనే మోక: చివరికి రెండు సార్లు బాలింతరాలిగా సేవలు చేశారు. నా గుడ్డలు ఉతికారు. పిల్లల గుడ్డలు ఉతికారు. వంట చేసేవారు. ఇల్లు, ముంగిలిని చిమ్మి, చెట్లకు నీళ్ళు పట్టి, స్నానాల గదిని శుభ్రంగా తోమి కడిగేవారు. తన చుట్టూతా వున్న మగవాళ్ళకు కూడా ఆడదాన్ని ఉత్త కామ దృష్టితో కాకుండా స్నేహం, గౌరవంతో చూడాలని తెలియ చెప్పారు. దాన్నే మా ఇంటి మగపిల్లలకు కూడా నేర్పారు. సత్యాగ్రహ సమయంలో కారాగార వాసానికి భయపడకుండా ముందుకొచ్చిన తమిళ ఆడవాళ్ళను చూసిన భాయి, గురి చేరేదాకా పట్టు వదలకుండా పోరాటం చెయ్యడానికి ఆడవాళ్ళే సరి అని తెలుసుకున్నారు. మళ్ళీ మళ్ళీ ఆ విషయాన్ని ఎత్తి చూపారు. మొత్తానికి ఆడవాళ్ళ గురించి భాయి ఆలోచనల్లో వచ్చిన మార్పుకు ఆయన చుట్టూ ఉన్న ఆడవాళ్ళ ప్రభావం చాలా ఉంది.

గాంధి భాయి మరొక స్నేహితుడు హర్మన్ కలెన్‌బాక్. అదేం విన్యాసం కావాలన్నా కూర్చున్న చోటే తెల్ల కాయితం పైన చేసేసేవాడు. అలాంటి విన్యాసకారి. అతడికి రాని విద్య లేదు. వడ్రంగి తనం, తాపీ పని, చిత్ర లేఖనం, వంట, మరమ్మత్తులు, విన్యాసం అన్నీ అతనిలో ఉండేవి. ముందు మద్యం, తంబాకు, మాంసం, ఆడవాళ్ళ సహవాసం అన్నీ ఉండేవట. భాయి ప్రభావానికి ఎంత

లోనయ్యాడంటే శాకాహారి అయ్యాడు. బ్రహ్మచారిగా చివరివరకూ మిగిలాడు. మద్యం త్రాగడం పూర్తిగా మానివేశాడు. జొహాన్స్‌బర్గ్ బయట అతడికి 1100 ఎకరాల స్థలం ఉండేది. పోరాటం ముగిసేదాక భారతీయులకు వదిలేశాడు. "మన చుట్టుపట్ల ఉన్నవాళ్ళకు ఇబ్బంది కలగకుండా "సరైనదాన్ని" గుర్తించడం కావాలి. టాల్‌స్టాయ్ చేసిందదే. ఇప్పుడు నేను కూడా అదే చేస్తున్నాను" అంటూ తన అన్నయ్య సైమన్‌కు ఉత్తరం రాశాడట. టాల్‌స్టాయ్ గారి మహా అభిమాని. భాయికి తమ్ముడా, స్నేహితుడా అని చెప్పలేము, అంత దగ్గరయ్యాడు. మా మిలి గర్భవతయ్యి, పొలాక్ ఇంటికి వచ్చి బిడ్డ పుట్టిన తరువాత భాయి, కలెన్ ఇద్దరూ తమ కోసమే ప్రత్యేకంగా "ద క్రాల్" అనే ఇంటిని జొహాన్స్‌బర్గ్ లో కట్టుకున్నారు. మేము అప్పుడు ఆశ్రమంలో ఉన్నాము. ఉదయం ఐదుకు లేచి, ఇల్లు- తోట పనులు ముగించి, నడుస్తూ లేదా సైకిల్ పైన పట్టణానికి పనికి వెళ్ళేవారు. ఆ తెల్లవాళ్ళ జొహాన్స్‌బర్గ్‌లో నౌకర్లు లేని ఒకే ఒక ఇల్లు వీరిది. "పనుల్లో ఆడపనులు, మగపనులు అని లేవని తెలియ చెప్పింది కలెన్" అనేవారు భాయి.

మొత్తానికి గాంధిభాయిని "తను సగం ఆడది" అనేలా చేసింది వీరందరూ. మోక అనే ముడి ఇనుమును లండన్ వేడి చేసింది. దక్షిణ ఆఫ్రికా దంచింది. బయటి దేశాలకు వెళ్ళకుంటే, అందులోనూ మిలి- సోన్యాలాంటి ఆడవాళ్ళు, హెన్రి, కలెన్‌లా రోజంతా చర్చించే వాళ్ళు, అడుగడుక్కీ వాదించేవారు లేకుంటే గాంధిభాయి పక్కా హిందుస్తానీగానే మిగిలేవారు అని నాకు ఎన్నో సార్లు అనిపించింది.

అదెలా ఉన్నా, భాయి ఆడతనానికి చాలా మంది ఆడవాళ్ళు ఆయనను నమ్మేవాళ్ళు. ఆయన అనుచరులయ్యారు. భాయి ఏం చెప్తే అది చెయ్యడానికి తయారయ్యేవారు. భాయి అందంగా అయితే లేరు, పెద్ద శరీరమూ కాదు, దొరికిన ఆడవాళ్ళతో సంగమించడం-వెంట పడడం, పొగడడం ఇలాంటివేం లేవు, చాలా మొండి మనిషి, నగలు, దుస్తులు, వ్యామోహం, సిగ్గు అనే ఆడవాళ్ళ మోహపు పై పొరలను నిర్దాక్షిణ్యంగా ఒకటొకటిగా ఒలిచేసేవారు. తిట్టేవారు. కానీ, అన్ని చోట్లా ఆయన మాటలకు ఆడవాళ్ళు మరులు గొని ఆయన కోసం ఏమైనా చెయ్యడానికి సిద్ధపడేవారు. బహుశా ఆయన ఆడతనం మాటల్లోనూ, కరుణలోనూ, అక్కరలోనూ నిండి కనిపించేది. ఆయన మాటల్లోని శాంతికి అందరూ మనసిచ్చేవారు అనిపిస్తుంది. నేను కూడా.

దిండి- నటాలి నుండి ట్రాన్స్‌వాల్‌కి

అమ్మాయ్! ఒక చిన్న ముక్క భూమి కోసం ఎన్నెన్నో వ్యాజ్యాలు జరగడాన్ని నువ్వు వినే ఉంటావు. ఇతరుల మధ్య అయితే సరే, అన్నదమ్ముల నడుమ ఎన్నో జగడాలు, కొట్లాటలు, హత్యలు జరగడం కద్దు. కానీ ఈ కలెన్ అనే ఆయన, ఎంత విశాల హృదయం కల మనిషంటే వేల కొలది ఎకరాల స్థలాన్ని కావాలంటే ఆజీవ పర్యంతం వదిలేసేవాడేమో!

సరళత, స్వసహాయం, శ్రమతో కూడిన జీవితాన్ని సత్యాగ్రహులు తమ వ్యక్తిగత జీవితాల్లో అలవరచుకోవాలనే ఉద్దేశంతోనే ఫీనిక్స్ ఆశ్రమం ప్రారంభమయ్యింది. దాని కొనసాగింపుగా టాల్‌స్టాయ్ ఫార్మ్‌ని 1910లో ప్రారంభించాము. టాల్‌స్టాయ్ ఋషి చనిపోయిన సంవత్సరం అది ప్రారంభమయ్యి, మేము వచ్చేదాక అంటే నాలుగు సంవత్సరాలు నడిచింది. భారతీయ సత్యాగ్రహుల కుటుంబాలు దిక్కులేనట్టు చెల్లా చెదరయ్యాయి. వీరందరినీ ఒక చోట చేర్చినాక టాల్‌స్టాయ్ ఆశ్రమం ప్రారంభమయ్యింది. అది రస్కిన్, టాల్‌స్టాయ్‌ల మాదిరిగా ఆదర్శంగా బ్రతకాలని చేసిన రెండవ ప్రయోగం.

అక్కడికి ముందుగా వెళ్ళింది గాంధి భాయి, మణిలాల్, కలెన్. ఆ వెయ్యి ఎకరాల నేలలో మిట్టలు, తగ్గులు, ముళ్ళ పొదలు, పిచ్చి చెట్లు నిండి పోయాయి. యంత్రాలను తీసుకు రాకుండా మనుషులే తమ చేతులతో, పనిముట్లతో నేలను చదును చెయ్యాలి. తమ ఇళ్ళను తామే కట్టుకోవాలి అనే నిబంధన పెట్టబడింది. ఎవరో పెట్టలేదు, మేమే విధించుకున్నది. నటాల్ కాంగ్రెస్ లోని అంతః కలహాలతో

విసిగి పోయి, భాయి కొన్ని రోజులు అన్నిటినుండి దూరంగా ఉన్నారు. అందుకని ఎప్పుడూ ఫార్మ్ లోనే ఉండేవారు. హెన్రి-మిలి, కలెన్ అందరూ ఒకే చోట వున్నాము. "ఫీనిక్స్‌లో మాదిరి ఇక్కడ బుద్రతినే ఆలోచనలు లేవు. నేను, మగన్‌లాల్ దైహిక శ్రమలో నిమగ్నులై ఉంటాము" అని ఎవరికో రాసిన ఉత్తరంలో రాయించారు. 1910 లో నేను, పిల్లలు చేరుకున్నాము.

అందరూ ఉదయాన్నే లేచేవాళ్ళము. మగవాళ్ళు, పిల్లలు గోధుమలు విసరడానికి కూర్చునేవారు. గాంధి భాయిది ముందుగా వ్యాయామం, తరువాత విసరడం, మిగిలిన పనులు. ఆయన వ్యాయామం అంటే స్కిప్పింగ్. రుచిగా వున్నవాటిని కోరి, కోరి తినడం గురించి లక్ష్యమే ఉండేది కాదు. తన లెక్క ప్రకారం ఏదో కొంచెం తినేసి పనికి పూనుకునేవారు. మేము పిల్లలకు పాఠం చెప్పడానికి కూర్చునేవాళ్ళం. సాయంత్రం అందరూ కలిసి భోంచేసేవాళ్ళం. ప్రార్థన, పఠనం రోజూ ఉండేవి. ఆ రోజు జరిగిన సంఘటనలు చర్చకొచ్చేవి. వాటిలో ఆడవాళ్ళు పాల్గొని తీరాలి అని ఉండేది.

తమిళం, హిందూ, ముస్లిం, పార్సి, క్రైస్తవులు, ఆఫ్రికన్ ఇలా అందరూ ఆశ్రమంలో ఉండేవాళ్లం. 50 మంది పెద్దవాళ్ళు, 30 పిల్లలు ఉండేవారు. ఉదయం ఆరునుండి ఎనిమిది దాకా శ్రమదానం. పదిన్నర నుండి సాయంత్రం నాలుగు దాకా క్లాసులు. సాయంత్రం ఐదున్నరకు భోజనం. పిల్లలకు రోజుకు ఎనిమిది గంటల చదువు. రెండు గంటలు రాత. మిగిలిన సమయం చేతిపని. ఆరునుండి పదహారు వయసుగల విద్యార్థులుండేవారు. ఉదయం పదిన్నర నుండి నాలుగు దాకా తరగతులను భాయే విద్యార్థులకు తీసుకునేవారు. సోమవారం నుండి శనివారం దాకా గురు-శిష్యులకు ఉప్పు, పప్పు, కూరగాయలు ఉండవు. పళ్ళు, ముఖ్యంగా అరటి పళ్ళు-ఆపిలు తినడం, వాటితో పాటు బ్రెడ్, ఆలివ్ నూనె, అన్నం, సగ్గుబియ్యం గంజి. సాయంత్రం ఐదున్నర కల్లా భోజనం. వారానికొకసారి గాంధి భాయి జొహాన్స్‌బర్గ్‌కు వెళ్ళివచ్చేవారు.

సత్యం, నిర్భయత్వం, సరళత ఈ మూడు విలువలను అలవాటు చేసుకోవాలని భాయి చెప్పేవారు. చిమ్మడం, తుడవడం, నీళ్ళు తేవడం లాంటి పనులు అమూల్య క్రియలు: అవి వ్యక్తియొక్క మానసిక, సామాజిక, నైతిక పెరుగుదలకు, వ్యక్తిత్వం రూపొందడానికి అత్యవసరం అని చెప్పేవారు. తాము చేస్తూ ఇతరుల నుండి చేయించేవారు.

కార్డస్ అని ఒక ఫాదర్ ఆశ్రమంలో ఉండడానికి వచ్చారు. మిగతా ఫాదర్ల

మాదిరిగా లేరు ఆయన. థియొసాఫిస్ట్ అనో ఏమోగా మారి క్రైస్తవ మతాన్ని వదిలేసారు. మిగతా తెల్లవాళ్ళతో పాటు ఉండడానికి కుదిరేది కాదు. గాంధిభాయికి చాలా ఆత్మీయులయ్యారు. ఆయన మా ఇళ్ళ వద్ద తమ బిడారాన్ని తామే కట్టుకున్నారు. భాయి మాదిరిగానే ఏ పనైనా చేసేవారు. పిల్లలతో చాలా మాట్లాడేవారు. మా పిల్లలకు ఇంగ్లీషు చెప్పేవారు. నాతోమాట్లాడాలని ఉండేది ఆయనకు. కానీ నేను ఆయన ఎదుటకు వెళ్ళేదాన్ని కాదు. భోజనాల టేబల్ పైన ఆయన ఎదుట కూర్చుని తినేది నాకు నచ్చేది కాదు.

ఇలా భాయి కొంతకాలం రాజకీయాల నుండి దూరంగా ఉండి మా అందరితో పాటు ఉంటూ, చదువుతూ రాస్తూ, ఆశ్రమ జీవితాన్ని మెరుగుపరచే విధంగా ఆలోచిస్తూ, లాయరుగిరి చేస్తూ ఉండిపోయారు. ఉత్తరాలు రాస్తూ, పత్రికలకు రాస్తూ, వచ్చినవాళ్ళను కలుస్తూ, చర్చలు చేస్తూ, ధార్మిక గ్రంథాలను చదువుతూ ఉన్నారు. ఆయన దృష్టిలో పడడానికి, దగ్గరవడానికి ఆశ్రమంలో పోటీ నడుస్తున్నట్టుండేది. ఆయన పెట్టిన నియమాలను ఆయన కంటే ఎక్కువగా పాటించడానికి అందరూ సిద్ధంగా ఉన్నారు. అప్పుడు ఉన్నట్టుండి మళ్ళీ పోరాటానికి దిగాల్సిన ఒక సందర్భం వచ్చింది. ఇంతవరకు సంగ్రహించిన శక్తినంతా ధారపోసి మళ్ళీ పోరాడేటట్టు చేసిందది.

1911 సుమారు అనుకుంటాను: బయటి దేశాలనుండి వచ్చేవారు కుటుంబాన్ని తీసుకొచ్చేటప్పుడు భార్యను మాత్రం తీసుకు రావాలి, అలాగే ఆమె తన భార్యేననడానికి పెళ్ళి సర్టిఫికేట్ తీసుకురావాలి అనే చట్టం వచ్చింది. విచిత్రం అనిపిస్తుంది కదూ! హిందుస్తాన్‌లో భార్య అనడానికి ఏ ప్రమాణపత్రం ఉంటుంది? మెడలో తాళీ, తోడుగా భర్త, చేతిలోని పిల్లలే మా సర్టిఫికేట్. కానీ, బ్రిటిష్ వాళ్ళు అన్నిటికీ కాయితాలు అడిగారు. పెళ్ళి ప్రమాణ పత్రం లేకపోతే, "ఉంచుకున్నది" అని పరిగణిస్తామన్నారు. ఆ పదం వినగానే నాకు ఎంత మండుకొచ్చిందంటే, "అదెవరు మమ్మల్ని ఉంచుకున్నదాని స్థాయికి దిగజార్చేవారు? పదండి, నేను కూడా సత్యాగ్రహం చేస్తాను, జైలుకు వస్తాను" అనేశాను.

చూడమ్మాయ్! ఏదైనా కానీ, మనదాక వచ్చేదాకా దాని వేడి అర్థం కాదు. దీనికి నేనే సాక్షిని. బహుశా దేవదాసు పుట్టిన తరువాత ఉండచ్చు. ఒకసారి నా అలంకారం, సింగారం గురించి చర్చ వచ్చింది. గాంధి భాయి సూచ్యంగా చెప్పినా కూడా నేను నా బంగారాన్ని తీయడానికి ఇష్ట పడలేదు. పన్నెండు సంవత్సరాల తరువాత ఇప్పుడు నేను అన్నిటికీ, జైలుకు వెళ్ళడానికి కూడా సిద్ధపడ్డాను. డబ్బులు

సమకూర్చడానికి నా నగలను ఇవ్వడానికి సిద్ధమయ్యాను. ఇంత వరకూ మేమిద్దరం భార్యాభర్తల్లా కాపురం చేసింది చట్టానికి లెక్కకు రాదంటే, మాది పెళ్ళే కాదు, మేము దంపతులమే కాదు అంటే ఎలా ఊరుకునేది? గాంధి భాయితో నేను జైలుకు వస్తాను అన్నాను.

నా ఉత్సాహం భాయికి చాలా సంతోషం కలిగించింది. ఇదొక్కటే కాదు, భారతీయులకు వ్యతిరేకంగా ఇలాంటి అన్యాయమైన అన్ని చట్టాలను వెనిక్కి తీసుకోవాలని ఉద్యమం ప్రారంభమయ్యింది. వేలాది భారతీయులు చట్టాన్ని ఉల్లంఘించి సరిహద్దు దాటడానికి కాలి నడకన బయలుదేరాము.

ఒక సమయం– సందర్భాన్ని పురస్కరించుకుని భక్తాదులు ఒక ఊరినుండి దేవుడి మహిమగల నేలకు శ్రద్ధా భక్తులతో ఊరేగింపుగా వెళ్తారు. దిండి అంటారు దాన్ని. మాది కూడా ఒక రకమైన దిండి అది. 1913 అనుకుంటాను. నటాల్ న్యూ క్యాజల్ నుండి ట్రాన్‌వల్ సరిహద్దు టాల్‌స్టాయ్ ఆశ్రమం వరకు కాలి నడకన యాత్ర జరిగింది. ఎవరి అనుమతి కూడా తీసుకోకుండా ప్రాంతాల నడుమ భారతీయ కూలీలు వెనుక ముందూ నడిచారు. తంబి నాయుడు– హెన్రి–కలెన్–మిలి–సోన్యా–వెస్ట్ లాంటి తెల్లవాళ్ళు, ఇంకా ఎందరెందరో భాయి స్నేహితులు యాత్ర విజయానికి పగలనక, రాత్రనక కష్ట పడ్డారు. అంత దాకా దక్షిణ అఫ్రికాలో ఉన్న ఎంతో మందికి, మనవాళ్ళకూ, ఇలాంటి ఒక ప్రయత్నం సాధ్యం అని అనిపించనేలేదు. ఈ ఆలోచన భాయికి తట్టడమే కాదు, పగలనక రాత్రనక కష్టపడి, వెంటపడి తనకు వచ్చిన ఆలోచనను కార్య రూపంలోకి వచ్చేట్టు చూసుకున్నారు.

ఈ సత్యాగ్రహం ప్రారంభం కాకముందు భాయి ఒక వారం "ఆత్మశుద్ధి" ఉపవాసాన్ని చేశారు. తరువాత మొత్తం పదిహేడు సార్లు ఉపవాసం చేసుండొచ్చు. ఇది ఆయన మొదటి ప్రయత్నం. ఇలా చేయడానికి వీలవుతుంది అని తెలియచెప్పిన ఉపవాసం ఇది. మేమప్పుడు టాల్‌స్టాయ్ ఫార్మ్ లో ఉన్నా ఫీనిక్స్ ఫార్మ్‌లో ఈ ఉపవాసం జరిగింది. నాకనిపించేది ఆ ఉపవాస దీక్షలోనే ఆయన దక్షిణ ఆఫ్రికాలో మాకు మిగిలిన పనులు, దాన్ని తీవ్రతరం చెయ్యడానికి మార్గాలు, తిరిగి వెళ్ళిపోయేది ఎప్పుడు అని నిర్ణయించుకున్నారు.

కాలినడక సత్యాగ్రహం ప్రారంభమవడానికి ముందు రెండూ ప్రాంతాల భారతీయులు, వారి సంఘాలు, భారతీయ నాయకులు, తెల్ల స్నేహితులు, లాయర్లు, వ్యాపారులు, స్థానిక ప్రభుత్వం ఇలా అందరితోనూ రోజుల కొద్దీ చర్చలు జరిగాయి. ఆడవాళ్లతో నేను, మిలి, సోన్యా మాట్లాడాము. అక్టోబర్ నెలాఖరు, 29న యాత్ర

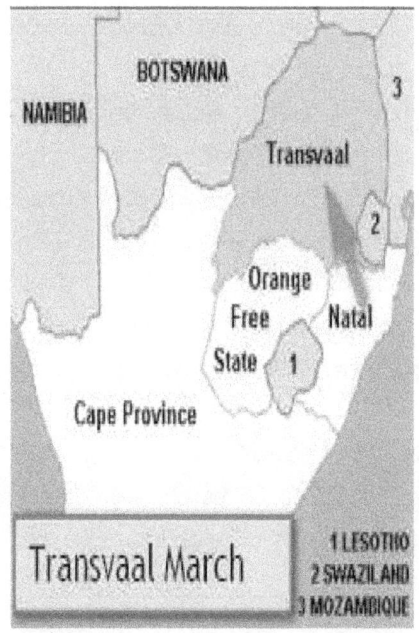

ప్రారంభమయ్యింది. ముందుగా టాల్‌స్టాయ్ ఆశ్రమం ఆడవాళ్ళు ట్రాన్స్‌వాల్ సరిహద్దు దాటి నటాల్ న్యూ కాజల్ గనిప్రదేశాన్ని చేరారు. గని శ్రామికులు సమ్మెలో ఉన్నారు. వారూ మాతో చేరిపోయారు. చివరికి అంతా కలిసి నటాల్ చార్ల్స్ టౌన్ నుండి ట్రాన్స్‌వాల్ సరిహద్దు వైపు నవంబర్ 6వ తేదీన ఉండాలి. బయలుదేరాము. ఊళ్ళో దీపావళి సంబరాలు, మాకేమో పోలీసుల లాఠీ దెబ్బలు.

మొత్తం 127 ఆడవాళ్ళు, 57 మంది పిల్లలు, 200 మగవాళ్ళు నడిచాము! అదెంత మందో కష్టపడి ఈ ప్రణాళికను తయారు చేశారు. రోజుకు 24 మైళ్ళు నడిచేవాళ్ళము. రెండువేల మంది కలిసి నడవడం అంటే మాటలు కాదు.

అమ్మాయ్! ఇలా ఒకసారి కళ్ళు మూసుకుని నిన్ను నువ్వు ఈ యాత్రలో ఉన్నట్టు ఊహించుకో. రోజూవారి పనులు, ఇంట్లో ఉన్న రక్షణ, సుఖాలనన్నిటినీ వదులుకుని అంత మంది ప్రజలు ఎందుకలా నడిచారు అనేది అర్థమవుతుంది. దార్లో దొరికిన మసీదుల్లో, నదీ తీరాల్లో, పాఠశాలల్లో రాత్రి ఉండేవాళ్లం. ఆయా ఊళ్ళ భారతీయులలో లేదా సానుభూతిపరులైన వ్యాపారులలో భోజనం, ఫలహారం, నీళ్ళు, ఉండడానికి ఏర్పాట్లు చేసేవాళ్ళు. కొన్ని సార్లు అవేమీ దొరక్కుండా బ్రెడ్డు, పళ్ళు తిని నడిచాము. పాటలు, సంభాషణలు, ప్రార్థనలు, నినాదాలు, మధ్య మధ్యలో సముదాయ- వృత్తి- ప్రాంతాల భారతీయ నాయకులు మాట్లాడేవారు. అలసిపోయినా కానీ అందరూ ఉత్సాహంతో నడుస్తూనే వెళ్ళారు. గాంధి భాయి యాత్రకు వెనుక ఉండేవారు. అందరి తలల పైన, చంకల్లో బుట్టలు, సంచులు వుండేవి. ఆడవాళ్ళ చేతుల్లో పిల్లలుండేవారు. ఎవరో ఒక దేశబంధు అందరికీ బూట్లు ఇప్పించారు. కానీ బూట్లు తొడిగి అలవాటు లేని భారతీయ కూలీలు బూటు

లేసులను ముడి వేసి భుజం మీద మోస్తూ ఉత్తకాళ్ళతోనే నడిచారు. అందరి మనసుల్లోని కోపం, కడుపులో రగిలే మంట కాళ్ళకు బలాన్నిచ్చాయి.

యాత్రకై మేమే విధించుకున్న కొన్ని నియమాలు ఉండేవి. వాటి ప్రకారం సత్యాగ్రహులెవ్వరూ మద్యం సేవించరాదు. బీడీలు లాంటి వ్యసనాలకు డబ్బు ఖర్చు చెయ్యరాదు. ఎవరినీ అడుగరాదు. దొంగతనం, మోసం, వ్యభిచారం చెయ్యకూడదు. గాంధిభాయిని మధ్యలో బంధించినా కానీ మిగిలిన నాయకుల నేతృత్వంలో నడవాలి: పోలీసులతో గొడవ పడకూడదు: వాళ్ళు కొట్టినా, తన్నినా సహించుకోవాలి, శాంతితో మెలగాలి: రాత్రి బిడారం వేసిన చోట గలీజు చెయ్యరాదు, నడకలో రోడ్డు పక్కన స్వచ్ఛతను పాటించాలి అని మళ్ళీ మళ్ళీ అందరికీ చెప్పేవారు. ప్రతిజ్ఞలా అందరితో చెప్పించేవారు.

వేలకొలది ప్రజలు, రోజుల కొద్దీ హక్కులను అడుగుతూ నడిచిన, అంతవరకూ ఏ దేశం కూడా కనరాని, వినని ఈ సంఘటనకు విశ్వమే ఉలిక్కి పడింది. దాన్ని ఆపాలని ఏవేవో వ్యూహాలు, ప్రయత్నాలు చేశారు. కానీ "కూలీ"లలో ఎంతటి ఆవేశం కనిపించిందంటే, వారు తమకు వ్యతిరేకంగా ఉన్న చట్టాలన్నిటినీ రద్దు చేసేవరకూ నడుస్తామని చెప్పారు. మధ్యలో పోలీసులు వచ్చారు. సేన వచ్చింది. తుకడీలు వచ్చాయి. సరిహద్దు దగ్గరికి వచ్చినప్పుడు భాయి,కలెన్, హెన్రి, తంబి, మిలి, సోన్యాలు ముందు ముందు నడిచారు. తొమ్మిదవ రోజు భాయిని బంధించారు. వెంటనే హెన్రి, కలన్‌లు వెళ్ళి బెయిల్ తెచ్చారు. బెయిల్ దొరకగానే అందరూ కారులో వచ్చి, పరిగెడుతూ యాత్రలో చేరుకున్నారు. భాయిని మళ్ళీ బంధించారు. మళ్ళీ విడుదలయ్యారు. మళ్ళీ బంధించారు. పోలీసుల బలమైన అడ్డుగోడను దాటి వేలకొలది ప్రజలు ట్రాన్స్‌వాల్ సరిహద్దు దాటారు. సరిహద్దుకివతల నేను, మిగిలిన ఆడవాళ్ళు బంధించబడి జైలుకు వెళ్ళాము. మిగిలినవాళ్ళ నేతృత్వంలో యాత్ర ముందుకు వెళ్ళింది. పన్నెండవ రోజు సరిహద్దు దాటినాక యాత్ర ముగిసింది. కానీ ప్రతిఘటన ఆగలేదు. సరిహద్దు దాటినాక వేర్వేరు రీతుల్లో సత్యాగ్రహం కొనసాగింది. జైలు, విడుదల, ఉత్తరాల వ్యవహారం, ఉపవాసం కొనసాగాయి.

మనవాళ్ళు తిరగబడ్డారు. అరెస్టు, లాఠీచార్జ్‌లను వ్యతిరేకించి మిగతా ఊళ్ళలో హర్తాళ్ళు జరిగాయి. చాలా మందికి దెబ్బలు తగిలాయి. కొందరు మృతిచెందారు. వేలకొలది ప్రజలు జైళ్ళకు వెళ్ళారు. బెయిల్ లేకుండా భాయి, ఇతరులను బంధించారు. అంత సేపటికి ఆయన మూడు నాలుగు సార్లు జైలుకు వెళ్ళొచ్చారు. ఇప్పుడు ఒక పూట భోజనం మానేసి సత్యాగ్రహం కొనసాగించారు.

సత్యాగ్రహులంతా ఒక పూట భోజనం మానేసి యాత్రలో ఉన్నవారికి మద్దతునివ్వాలని పిలుపునిచ్చారు.

మా పత్రిక "ఇండియన్ ఒపీనియన్" దీన్నంతటినీ వివరంగా నివేదికనిచ్చింది. దక్షిణ ఆఫ్రికా ఉత్త తెల్లవాళ్ళ రాజ్యం కాకూడదని భాయి పత్రికలో రాశారు. సుమారు 50 వేల గని కార్మికులు సమ్మె చేశారు. వారితో పాటు చక్కెర ఫ్యాక్టరి, హొటళ్ళు, మార్కెట్లలోని పనివాళ్ళంతా పని ఆపేసి సమ్మె చేశారు. అన్నిచోట్లా పని వాళ్లు లేక ఉత్పాదన, పంపకం ఆగిపోయింది. ఇళ్ళల్లో పనిచేసేవారు కరువయ్యారు. ఆ దేశంలో వాళ్ళ వాళ్ళ ఇళ్ళల్లో వాళ్ళే పని చేసుకోవడం తక్కువ. ఇంటి చాకిరీకి నల్లవాళ్ళో, సేవకులో, పేదవారో ఉండి తీరాలి. అక్కడ నల్లవాళ్ల వద్ద సూక్ష్మంగా, క్రమశిక్షణతో పని చేయించడం కష్టం అని భారతీయులని పనులకు పెట్టుకునేవారు. విధేయులుగా,పదే పదే ఊరికి కూడా వెళ్ళకుండా తన వంతు పనులను చేస్తున్న మనవాళ్ళ పైన అక్కడి ఆడవాళ్లకు ఎక్కడలేని మక్కువ. కాస్త దుబారా అనిపించినా భారతీయులనే పెట్టుకునేవారు. సత్యాగ్రహం వల్ల వారందరూ కష్టపడసాగారు.

ఇవన్నీ జరిగేటప్పుడు భాయి తన కార్యదర్శి సోన్యా ద్వారా నిరంతరం తమ గురువు గోపాలకృష్ణ గోఖలే గారితో సంపర్కం పెట్టుకున్నారు. ఆయన సలహాల మేరకే తమ ముందడుగులను నిర్ణయించేవారు. రోజుకు రెండు మూడు టెలిగ్రాం లు ఆయన నుండి వచ్చేవి. భాయి కూడా పంపేవారు. అప్పటికి గాంధి భాయి తమ ఐరోపా దుస్తులను వదిలివేశారు. పాలు వాడడం మానేశారు. పచ్చి పళ్ళు, ఎండు పళ్ళు తిని బ్రతకడానికి ప్రారంభించారు. ఆయనంత కాకపోయినా నేను కూడా రంగుల చీరలు, భారీ నగలు వదిలేశాను. నావద్ద ఉన్నవి కూడా తక్కువే. నగలన్నీ భర్త బ్యారిస్టర్ అవడానికి కరగిపోయాయి. కొత్తగా భారీ చీరల సంగ్రహం పెరగలేదు. పత్తి బట్టల చీరలనే ధరించసాగాను.

అక్కడ భారతదేశంలో కూడా దక్షిణా ఆఫ్రికాలో జరుగుతున్న సంఘటనల పట్ల తీవ్ర ప్రతిక్రియలు వ్యక్తమవసాగాయి. ఇక్కడ ఏం జరుగుతుంది అని అక్కడి పత్రికలు, సంఘటనలు, వ్యక్తులూ చాలా జాగ్రత్తగా గమనించసాగారు. పోరాడే కుటుంబాలకు సహాయ పడడానికి నిధులను పోగు చెయ్యడం ఆరంభమయ్యింది. కవి రవీంద్రనాథ ట్యాగోర్ గారు, గోపాలకృష్ణ గోఖలేగారు, మద్రాసు బిషప్, వైస్రాయ్ అయిన లార్డ్ హార్డింగ్, పోరుబందర్ బ్రిటిష్ ఏజంట్‌తోపాటు చాలా మంది నిధులకు తమ వంతు డబ్బులిచ్చారు. మేమెప్పుడూ ఆంధ్రకు వెళ్లలేదు. పదేళ్ళయింది భారత

దేశానికి వచ్చి వెళ్ళి. కానీ ఈ ఉద్యమం గురించి ఒక తెలుగు నాటకం తయారయిందని వార్త వచ్చింది. అన్ని చోట్ల నిధులు సేకరించి దక్షిణ ఆఫ్రికా భారతీయులకు డబ్బుపంపారు.

భాయి నాలుగు సార్లు జైలుకు వెళ్ళొచ్చారు. నేను రెండు సార్లు వెళ్ళొచ్చాను. అప్పటికి ఒక ఫాదర్ మా వద్దకు వచ్చారు, చార్లి ఆండ్రూస్ అని ఆయన పేరు. చూడ్డానికి, ఆచారవిచారాలలో సాధువుల మాదిరిగానే ఉన్నారు. గోఖలేగారి స్నేహితులు, బ్రిటిష్ రాణివద్ద, ప్రభుత్వంతో ఎప్పుడూ మన తరుపున వాదించేవారు. పత్రిక వెలువడడానికి సహాయపడేవారు. ఆయన గోధుమ- తెల్ల రంగుల వాళ్ల మధ్య వారధిలా ఉండేవారు. బాపు అహింస, క్రైస్తవ తత్వానికి దగ్గరగా ఉంది అని మెచ్చుకున్నారు. ఎవరూ కూడా భాయిని ఆయన పేరుతో పిలిచేవారు కాదు. ఆయనొక్కరే మోహన్ అని పిలిచేవారు. ఆయనను భాయి చార్లీ అని పిలిచేవారు. అంత స్నేహం వారిది. దక్షిణ ఆఫ్రికా పోరాటం ముగించి భారతానికి రావాలని, జాతీయ ఆందోళనలో పాల్గొనాలని భాయిని ఒప్పించడానికి ఆండ్రూస్ గారిని గోఖలేగారు దక్షిణ ఆఫ్రికాకు పంపారు. ఆయన మా ఆశ్రమంలోనే ఉండిపోయారు.

ఆండ్రూస్ గారు దక్షిణ ఆఫ్రికాలోని తెల్లవాళ్లను, బ్రిటిష్ ప్రభుత్వాధికారులను కలిశారు. ఆయనే కాదు, చాలా మంది తెల్లవాళ్ళు, బ్రిటిష్ వాళ్ళు కూడా మాతో పాటే ప్రాణాలకు తెగించి పోరాడారు. దక్షిణాఫ్రికాలో ఉన్న కొంతమంది భారతీయ కూలీల నియంత్రణకు ఏవేవో చట్టాలు తెస్తే, భారత దేశపు 30 కోట్ల జనాలను రెచ్చగొట్టినట్ల వుతుందని దక్షిణ ఆఫ్రికా ప్రభుత్వానికి తట్టింది. చివరికి 1914 జనవరి సమయానికి భాయి ఒక ఒప్పందానికి సంతకం చేశారు. మూడు పౌండ్ల ప్రత్యేక చట్టం రద్దయింది. నమోదు చట్టం వెనక్కి తీసుకోబడింది.

ఇక ఇక్కడ మా పని అయిపోయింది అనిపించింది. 1914 జూలైలో దక్షిణ ఆఫ్రికా వదిలి

వెళ్ళాలని నిర్ణయించుకున్నాము. మాకు వీడ్కోలు పలకడానికి డర్బాన్‌లో ఒక పెద్ద కార్యక్రమం జరిగింది. ఆ సభకు ముఖ్య అతిథి ఎవరో తెలుసా? జనరల్ స్మాట్స్, జనరల్ బోథా. వారిద్దరూ భాయిని తమ శత్రువు అని తలచినవారు. వారితోపాటు నటాల్ బిషప్ కూడా ఉన్నారు. అందరూ భాయిని, ఆయన పోరాటాన్ని కొనియాడారు. స్మాట్స్ అయితే భాయి పోరాటం చేస్తున్నన్ని రోజులూ తను మునివేళ్ళ పైన జాగ్రత్తగా ఉండాల్సి వచ్చిందని అన్నారు.

ఆగస్ట్‌లో ఇంగ్లండ్‌కు బయలుదేరాము. నాకు ఇతర దేశాలు చూసే ఆశ అయితే లేదు. ఎప్పుడూ ఆరోగ్యం గురించే ఆలోచన. భాయి ముందు కార్యక్రమం ఏమిటి అని నిర్ణయించడానికి ముందు భారతీయుల వైపు ఉన్న కొందరిని కలవాలనుకున్నారు. మా పెద్ద బావగారు అంటే లక్ష్మీదాస్ బావగారు ఆరోగ్యం బాగోలేక పడుకున్నారు. భాయికి ఒక వైపు తొందరగా మాతృ దేశానికి చేరుకుని తనకు చేతనైనంత అన్నయ్య సేవ చెయ్యాలని ఆశ. మరో వైపు ఇంగ్లండులోని పనిని ముగించే వెళ్ళాలని మనసు. అప్పటికే మొదటి ప్రపంచ యుద్ధం ప్రారంభమయ్యింది. బ్రిటన్‌లో యుద్ధంలో గాయగొన్న వారిని తీసుకొచ్చే భారతీయుల సమూహాన్ని తయారు చెయ్యడానికి భాయి అక్కడికీ ఇక్కడికీ వెళ్ళారు. కానీ ఆయన ఆరోగ్యం చెడింది. కాబట్టి నాలుగు నెలల్లోనే అంటే 1915 జనవరిలో భారతానికి వచ్చేశాము.

21 సంవత్సరాల తరువాత భాయి, 15 సంవత్సరాల తరువాత నేను హిందూస్తాన్‌కు తిరిగి వచ్చాము. రొట్టెలు ఒత్తే కర్రను తప్ప ఇతర కర్రను చూడని నేను మనుషులను కొట్టే లాఠీల రుచి చూశాను. ఇంటి నాలుగు గోడల మధ్య బందీగా ఉన్న నేను సముద్రాన్ని దాటి వెళ్ళి ఇతర దేశం జైలు కూడా చూసొచ్చాను. ఉద్యమం, పోరాటం అనే పదాలే చెవి పైన పడని ఒక గృహిణిని సత్యాగ్రహిగా మారాను. పాఠశాలకే వెళ్ళని నేను అక్షరాల్ని కూడబలుక్కుని వార్తా పత్రిక చదివేటంత, మా పత్రిక యొక్క గుజరాతీ అవతరణకు చెప్పి రాయించేటంత అక్షరస్తురాలనయ్యాను.

ఇది గర్వంగా చెప్పట్లేదమ్మాయ్! నాలో కలిగిన మార్పు. భాయి ద్వారా అయిన మార్పు కూడా. ఇది ఒక్కసారిగా అయిన మార్పు కాదు. పెరుగు కవ్వంతో చిలికగా వెన్నగా మారినట్లు. వెన్న వేడితో నెయ్యి అయినట్టు అయిన మార్పు. అందుకే ఇంత వివరంగా చెప్పాను అంతే.

మళ్ళీ హిందూస్తాన్

1915. లండన్‌లో నాలుగు నెలలు గడిపి హిందూస్తాన్ కు తిరిగి వస్తున్నాము. మోసుకుని తెచ్చేంత సామాన్లేమీ మా వద్ద లేవు. మా స్నేహితులు తమ ఇళ్ళకు పిలిచి సత్కరించి కానుకలిచ్చారు. కానీ వాటినన్నిటినీ అక్కడే వదిలేశాము. అక్కడ మాకు దొరికిన జ్ఞాపకాలు, స్ఫూర్తి చాలు అని భాయి అభిప్రాయం. ఊళ్ళో విదేశాల నుండి ఏం తెచ్చారా అని చూసేది వాడుక. కానీ మేము మాత్రం ఏమీ, ఎప్పుడూ తీసుకు రాలేదు. భాయి వచ్చేటప్పుడూ ఏం తేలేదు, నేను కూడా క్రితం సారి వచ్చినప్పుడు ఏమీ తేలేదు. ఏమైనా తీసుకురావడానికి భాయి ఒప్పుకోలేదు. బంధువులు ఏమనుకున్నారో తెలియదు. పిల్లలు వచ్చిన వాళ్ల చేతులు ఆశగా చూసేటప్పుడు వాళ్ళ కోసమైనా ఏమైనా తేవలిసింది అనిపించింది. కానీ నా వద్ద దమ్మిడీ కూడా లేదు. అకస్మాత్తుగా నేను ఉంచుకుని అది ఆయనకు తెలిస్తే దానికి భాయి మూడు రోజులు ప్రాయశ్చిత్త ఉపవాసం కూర్చునేవారు. ఎందుకదంతా? అక్కర్లేదనుకుని నేను కూడా వైరాగ్యాన్ని అలవాటు చేసుకున్నాను. ఇప్పుడనిపిస్తుంది. ఒక రకంగా నాకు అది జీవితాన్ని సులభం చేసింది. మాకున్న బంధువులకేం తక్కువ? ఎవరికి, ఏమి తీసుకు వచ్చేది? ఒక ఊరి నుండి మరో ఊరికి సామాన్లు చేరవెయ్యడం, అదీ పిల్లలున్నప్పుడు, చాలా కష్టం కదా అమ్మాయ్? నాకయితే వస్తువులూ లేవు. వాటిని కట్టడం, విప్పడం అనే బాధ్యత కూడా లేదు. ఇచ్చే సంబరమూ లేదు.

మొదటి సారి భాయి లండన్ నుండి వచ్చినప్పుడు ఏమేం జరిగిందని! ఓడలో వచ్చేటప్పుడు మళ్ళీ వాటిని గుర్తు చేసుకున్నాం. అప్పటికి "జాత్ బాహర్"

అయిన భాయిని చూసేవాళ్ళకు, రేవుకు వెళ్ళి వీడ్కోలు చెప్పేవాళ్ళకు జాతి సంఘం నుండి ఒక రుపాయ నాలుగణాలు జరిమానా ఉండేది. కాబట్టి బంధువులు, హితైషులు రాలేదు. దాంతో పాటు జాతి భ్రష్టులైన మా ఆయనను ఇంట్లోకి రమ్మంటే, జరిమానా కట్టడమే కాదు, ప్రాయశ్చిత్తం చేసుకోవాలని భయపడి, నా పుట్టింటి వాళ్ళే ఆయనను ఇంట్లోకి తీసుకోలేదు. పడవనుండి దిగిన తరువాత భాయి నాసిక్‌లో గోదావరిలో మునిగి, పంచ చుట్టుకుని, అంగవస్త్రంతో భోజనం వడ్డించారు. తల్లి అపర కర్మలు చేయించడానికి ఆ ప్రాయశ్చిత్తాన్ని చేసుకున్నారు.

జాతితో సంబంధం వదలుకోవడానికి మాకు దీని వలన మంచిదే ఆయినా, పుట్టిల్లు నాకు దూరమై పోయింది. మా వైపు "పెళ్ళయినాక ఆడపిల్ల 'ఆడ' పిల్ల" అవుతుంది అని ఒక మాట ఉంది. నేను కపాడియాలకు దూరమై పోయాను. భర్తను ఇంట్లోకి వదలని పుట్టింటికి కూతురు ఎలా వెళ్ళగలదు? అలా పోరుబందరుకు వెళ్ళడం, వారిని జ్ఞాపకం చేసుకోవడం చాలా వరకూ ఆగిపోయినట్టయింది. దాంతో పాటు ఇతర కారణాలు కూడా ఉన్నాయి. నాకంటే పైన ఇద్దరు అక్కలు చనిపోయారు. చెల్లెలికి పెళ్ళై ఉన్నా పిల్లలు కలగలేదు. తమ్ముడు మాధవ్ పెళ్ళయింది. వాడికీ పిల్లలు కలగలేదు. వాడు, వాడి భార్య ఇదే విచారంతో చెదలు పట్టిన చెట్టులా మారిపోయారు. అలా, మేము దక్షిణ ఆఫ్రికాకు వెళ్ళేటప్పుడు కానీ, తిరిగి వచ్చేటప్పుడు కానీ, నా వాళ్ళు ఒక్కరంటే ఒక్కరూ రాలేదు. నా వాళ్ళకు భాయి ఆలోచనలు కానీ, ఆయన కానీ అర్థమయ్యే అవకాశాలే తక్కువ. మా అత్తగారి ధార్మిక ప్రవృత్తివలన భాయి ఇంట్లో అంతింత సేవ, దానం మొదలైన విషయాలు అర్థమయ్యేవి. కానీ, మా పుట్టింట్లో ధార్మిక వాతావరణం చాలా తక్కువ. రాజకీయం, వ్యాపారం వీటినే అందరూ నింపుకున్నారు. అలా, మేము దేశం వదిలి వెళ్ళిన తరువాత పుట్టిల్లు చాలా మటుకు దూరంగానే మిగిలింది. మా కాపురం లోక సంసారంగా మారింది.

కబీర్‌దాస్ "నైహరవా హమకా న భావే" అనే పాటను మీరు విన్నారా? పుట్టింటి భావనలే నాకు కలగటం లేదు అంటూ ప్రియుణ్ణి గుర్తుచేసుకునే, భగవంతుణ్ణి తలచుకునే పాట. నాకూ అలాగే అనిపించేది. ఈ భాయి నా నీడ. ఆయన పై నాకున్న ప్రేమ ఏం తక్కువనా? ఆ మోహంలోనే పుట్టింటి సంబంధం మరింత తెగుతూ పోయింది.

ఈ సమయానికి ఆంగ్ల పత్రికల ద్వారా భాయి భారతదేశమంతా పరిచితులయ్యారు. దక్షిణ ఆఫ్రికాలోని పోరాటం, ఆశ్రమ జీవితం, సత్యాగ్రహం,

కారాగార వాసం, చివరికి దొరికిన విజయం అందరూ గుర్తించి ఆయన భారతంలో ప్రఖ్యాతులై పోయారు. దక్షిణ ఆఫ్రికాలో భారతీయుల సంఘటన, పోరాటం ఒక రకంగా సాగింది. కానీ భారత దేశం ఎలా అని తెలియదు. తెలుసుకోవడం కూడా సులభం కాదు. ప్రజలు తన పైన చాల ఆశలు పెట్టుకున్నారు అనే భయంతోనే భాయి ఉన్నారు. మాతృదేశంలో ముందుగా లాయరుగా వేళ్ళూరాలి. అందుకే ముంబై హైకోర్టులో మూడవ సారి ప్రయత్నించాలని నిర్ణయించారు.

ముంబైలో మేము దిగగానే స్వాగతించడానికి అనేక కార్యక్రమాలు జరిగాయి. జె.బి. పెటిట్ అని ఒక శ్రీమంతుడు. చదువుకున్న వారే వేలాదిగా హాజరైన ఒక స్వాగత, సన్మాన సభ ఏర్పాటు చేశారు. వారంతా దక్షిణ ఆఫ్రికా పోరాటదారులకు ధన సంగ్రహం చేసి పంపినవాళ్ళు. అందరూ ఇంగ్లీష్ మాట్లాడుతూ, ఇంగ్లీష్ దుస్తులలో వచ్చారు. భాయి మాత్రం ఒక సాధారణ చొక్కా, పంచ కట్టుకుని తలకొక ఎనిమిదణాల కాశ్మీరీ టోపీ పెట్టుకున్నారు. తరువాత టోపీ కూడా వదిలేసి రుమాలు చుట్టుకోవడం మొదలుపెట్టారు. చివరికి రుమాలు కూడా పోయింది. తల పైన ఒక సాదా వస్త్రం మాత్రం మిగిలింది.

ఈ సభలో మాట్లాడుతూ తమకూ, తమ భార్యకూ మాతృభూమి హిందూస్తాన్లో అపరిచితుల నడుమ ఉన్నట్టు అనిపిస్తోంది, ఇక్కడ ఇంత ఇంగ్లీష్ వాతావరణం ఉంది, ముందుగా మనం భారతీయుల్లా బ్రతకడం నేర్చుకోవాలి అన్నారు. “నా విజయం గురించే మాట్లాడారు. కానీ నా అపజయం గురించి మీకు తెలియదు. హిందూస్తాన్‌లో నా నిజస్వరూపం మీకు తెలియబోతుంది” అని సన్మానానికి పొంగిపోకుండా నిజాయితీగా మాట్లాడినప్పుడు చుట్టుముట్టు వున్నవారంతా మనసు పారేసుకున్నారు.

ఇది కాకుండా ముంబై గుజరాతీలు ఒక సన్మాన సభ ఏర్పాటు చేశారు. అక్కడ జిన్నాగారు ఉన్నారు. వారితో పాటు అందరూ ఇంగ్లీష్ లోనే మాట్లాడారు! భాయి మాత్రం గుజరాతీలో మాట్లాడారు. ఇంగ్లీషుకు సేవకులు కాకుండా మాతృభాషలో మాట్లాడకపోతే స్వరాజ్యం సాధ్యం కాదు అన్నారు.

ఇంకో సార్వత్రిక కార్యక్రమం జరిగింది. దాన్ని భాయి గురువుగారైన గోఖలేగారు ఏర్పాటు చేశారు. జన సముద్రం. దక్షిణ ఆఫ్రికాలో ఏవేవో ప్రయోగాలు చేసి వచ్చిన గుజరాతీ బ్యారిస్టర్‌ను చూడాలని నాయకులు, సామాన్యులు, పిల్లలు, మహిళలు అందరూ వచ్చారు. ఇక భారత స్వాతంత్ర్య పోరాటానికి బలం చేకూరుతుంది అని అందరూ భావించారు. కార్యక్రమం అయిపోయిన తరువాత

మమ్మల్ని పంపుతూ గోఖలేగారు "ఇక ఒక సంవత్సరం మీరు దేశమంతా చుట్టాలి. కానీ ఎక్కడా సార్వత్రిక ప్రసంగాలు చెయ్యకూడదు. మీ అభిప్రాయాన్ని సార్వత్రికంగా ప్రకటించరాదు. వారి ప్రశ్నలకు బదులివ్వరాదు" అని చెప్పారు.

భాయి దీన్ని మనసులో మననం చేసుకుంటూ దేశసంచారానికి బయలుదేరాలని నిర్ణయించారు. ఇంటివాళ్ళనంతా ఒకసారి చూసి రావాలని బయలుదేరాము. భాయి అన్నలిద్దరూ కాలం చేశారు. మగవాళ్లంతా వ్యవహారాలలో, రాజకీయాలలో మునిగి ఉంటే ఆడవాళ్ళంతా రోజంతా కొత్త వంటకాలు, భోజనాలు, తిళ్ళు, వ్రతకథలు, ప్రసాదాలు, ఉపవాసాలు, మడి అని వాటిలో మునిగి పోయి కనిపించారు. భాయి మమ్మల్ని అక్కడ వదిలేసి, కలకత్తాలో జరుగుతున్న భారత జాతీయ కాంగ్రెస్ అధివేశనానికి వెళ్ళారు. కానీ భారత రాజకీయ నాయకులను చూసి ఆయనకు చాలా నిరాశ కలిగింది. కాంగ్రెస్ వారు ఉత్త మాటలతోనే మహలు కట్టేవారిలా ఆయనకు అనిపించారు. అధివేశన ప్రదేశంలో లెట్రిన్ గుంటలు నిండి దుర్వాసన కొడుతున్నా ఎవరికీ లక్ష్యం లేదు. వాటిని తామే నాయకత్వం వహించి శుభ్రం కావించారు. శుభ్రత విషయంలో భాయి చాలా చండశాసనుడు. ఇలానే ఉండాలి అనేవారు. ఒకవేళ లేదనిపిస్తే తామే స్వతః చీపురు పట్టుకుని బయలుదేరేవారు. శ్రమదానం, శుభ్రత, క్రమశిక్షణ, సమయపాలన, ముందుగా ప్లాన్ చెయ్యడం, ప్రార్థన ఏవీ లేని ఈ అధివేశనం ఒక జాతరలోని సందడిగా అనిపించింది ఆయనకు.

"పిల్లలను రాజ్‌కోట్‌లో వదిలేసి ఇద్దరూ వెళ్దాం రా" అని పిలిచారు. కలకత్తా వైపు మా ప్రయాణం ప్రారంభమయ్యింది. మార్చ్ నెల అప్పటికి శాంతినికేతన్‌కు వెళ్ళాము. అక్కడ ఒక వారం ఉండేలా ఏర్పాటు జరిగింది. భాయి దోస్తులు, ఆంద్రూస్ ఫాదర్, ఆయనే దర్శనం ఏర్పటు చేశారు. మేము వెళ్ళినప్పుడు గురుదేవ్ లేరు. నాలుగైదు రోజులలో వచ్చారు. ఆయనను చూస్తే మా ఇంటికి

వచ్చే సాధువులు గుర్తుకు వచ్చారు. పొడుగరి, తెల్ల అలల్లాంటి వెంట్రుకలు, మహర్షిలాంటి గడ్డం, మెరిసే కళ్ళు, సాధువుల మాదిరిగానే పొడుగాటి చొక్కా వేసుకున్నారు. భాయిది చిన్నదేహం. ఒక ధోతి, తల పైన ఒక కాశ్మీరి టోపి ధరించి చిన్నగా కనిపిస్తున్నారు. మమ్మల్ని చూడగానే కవీంద్రులు స్వాగతించి తమ పక్కనున్న సోఫాలో కూర్చోమని పిలిచారు. ఒకరి పైన ఇంకొకరికి అత్యంత ఇష్టం, గౌరవం. నేల పైన కూర్చునే అవకాశమున్నప్పుడల్లా భాయి నేల పైన కూర్చునేవారు. అలా గురుదేవ్‌గారి పాదాల దగ్గర కూర్చున్నారు. చివరికి ఆయన కూడా క్రిందే కూర్చున్నారు. వారిద్ధరి మధ్య చాలా సేపు చర్చ జరిగింది.

అక్కడినుండి మా భారత యాత్ర ప్రారంభమయ్యింది. నాకు రెండు విధాల సంతోషం. ఒకటి భాయితో ఉండవచ్చుని. రెండోది పుణ్యక్షేత్రాలను సందర్శించవచ్చు అని. హరిద్వార్, హృషికేశ్ మొదలుకొని అనేక చోట్లకు వెళ్ళాము. ఆ సంవత్సరం హరిద్వార్‌లో పూర్ణ కుంభమేళా జరుగుతోంది. కలకత్తా నుండి అక్కడికి బయలుదేరాము. లక్షలకొలదీ ప్రజలు దేశం నలుమూలల నుండి అక్కడికి వెళు తున్నారు. రైళ్ళలో కాలు మోపడానికి కూడా చోటులేనంత కుమ్ములాట. బోగీలన్నీ నిండి, పశువులను తీసుకువెళ్ళే పైకప్పు లేని బోగీలలో ప్రజలను నింపి తీసుకెళు తున్నారు. అలా వెళ్ళేవారిలో దొంగలు, యాత్రికులు, విలేకరులు, ధార్మిక వ్యక్తులు, భక్తులు.... ఇలా లక్షలకొలది ప్రజలు సముద్రంలా అక్కడ గుమిగూడారు. నేను ఇప్పటి దాకా వేలకొలది జన సమూహాన్ని చూశానే కానీ లక్షలకొలదీ జనాన్ని చూడలేదు. నిజం చెప్పాలంటే అంత గుంపును చూసి భయమే వేసిందో, ఆశ్చర్యమే కలిగిందో, హిందుస్తాన్ అంతా అక్కడ సముద్రంలా చేరింది చూసి ముగ్ధురాలై నేనెవరో అని మరచిపోయాను.

భాయికి పుణ్యక్షేత్రాల దేవాలయాలు, ఆచరణలకంటే ఆ స్థలం పైన భక్తిభావం, ప్రేమ పెద్దది. కాబట్టి పుణ్యక్షేత్రమంటే అక్కడి జనాలు, వారి ప్రవర్తన, శుభ్రత అన్నీ భక్తిభావం పెంచేలా ఉండాలి అని భావించారు. కానీ హరిద్వార్ ఆయనను నిరాశపరచింది. అక్కడ అన్నీ ఉన్నాయి. కాని శ్రద్ధ, భక్తి లేవు. దాని ఫలితంగా శుభ్రత కూడా కనబడలేదు. భాయికి ఎంత దుఃఖం, విషాదం కలిగిందంటే, తరువాత ఎన్నో రోజుల దాకా భారతంలోని జనాలకు శుభ్రత గురించి తెలియజెప్పడానికి ఏం చెయ్యాలి అనే మాటలే మాట్లాడేవారు. దానికి తోడు ఆ సంవత్సరం కుంభమేళాకు వచ్చినవారిలో వేలాది మందికి కలరా సోకింది. ఆ సారి 90 వేల మంది కలరావల్ల మృతిచెందారు అని తరువాత వార్త వచ్చింది.

త్రాగే నీరు-ఆహారంలో అశుద్ధి కలసిపోతే వచ్చే రోగమట అది. దాని గురించి నాక్కూడా తెలియజెప్పారు. వ్యక్తిగత శుభ్రత, అందులోనూ శౌచం యొక్క క్రమశిక్షణ ఎందుకు ముఖ్యం అని మళ్ళీ మళ్ళీ అందరికీ చెప్పేవారు. కనిపించిన చోటల్లా తిని, స్నానం చేసి, మలవిసర్జన చేసే జనాలను చూసి భాయికి చాలా బాధ కలిగింది. గంగానది దగ్గర రాసిపోసిన చెత్త, మురికి చూసి బాధపడి నదికి క్షమాపణ చెప్పుకున్నారు. ప్రాయశ్చిత్తం చేసుకున్నారు.

ఎక్కడికి వెళ్ళినా, జనాలకు గాంధి భాయి గురించి తెలిసిపోయేది. అనామకుల మాదిరి వెళ్ళి రావడానికి ధోతి, రుమాలు, చెప్పులు వేసుకుని బ్యారిష్టర్ వేషం మార్చుకున్నారు. ఎక్కడెక్కడికి వెళ్ళామని లేదు. అన్ని చోట్లకూ వెళ్ళాము. మధ్య మధ్యలో నేను రాజ్‌కోట్‌కు వెళ్ళివచ్చేదాన్ని. రైలు ఉండేది కాబట్టి ఒక్కదాన్నే వెళ్ళగలిగే ధైర్యం తెచ్చుకున్నాను. అయినా కానీ నాతోపాటు మగన్ లేదా దేవదాస్ ఎవరో ఒకరు ఉండేవారు. ఇలా ఒకసారి మదరాస్ దగ్గర మాయావరం అనే ఊరికి వెళ్ళాము. అక్కడ ఎంత మురికి ఉండిందంటే, అక్కడి వాళ్ళు మురికి నీటినే త్రాగుతున్నారు. మురికి కాలవల నీళ్ళే పేదలకు గతి. దాన్ని చూసిన భాయి, తనకు పురసభ ఏర్పరచిన సన్మానంలో వారిని తీవ్రంగా మందలించారు. పురసభ సభ్యత్వం ఒక సౌకర్యం కాదు. తాము పనివాళ్ళు అని భావించి పని చెయ్యాలి అని కటువుగా విమర్శించారు.

మద్రాసుకు వెళ్ళాము. నటేశన్ అనే ఒకాయన ఇంట్లో ఉన్నాము. ఆయన భాయి గురించి, ఈయన దక్షిణ ఆఫ్రికాలో చేసిన సత్యాగ్రహాల ప్రయోగాల గురించి

పుస్తకం రాశారు. భాయి రాసిందాన్ని కూడా పుస్తకం చేశారు. ఆయన, భాయి నడుమ ఎప్పుడూ పత్ర వ్యవహారాలు జరిగేవి. ఆయన ఇంట్లోనే ఉన్నాము.

ఒక రోజు ఏమయిందంటే, భాయితో ఏదో విషయంలో వేడి వేడి చర్చ జరిగింది. నాకు కొంచెం కోపం వచ్చింది. నటేశన్ చాలా సూక్ష్మం గ్రహించే మనిషి. నేనెందుకో కోపంగా ఉన్నాను అని ఆయనకు తెలిసిపోయింది. భాయితో అన్నారు. దానికి భాయి తడుముకోకుండా "పిల్లలు, మనమలకు దుస్తులు కొనాలని డబ్బు అడుగుతోంది. ఇవ్వలేదు అని కోపం వచ్చింది" అన్నారు. అవును మరి. వాళ్ళను రాజ్‌కోట్ లో వదిలి వచ్చాం కదా! ఇన్ని రోజులు దూరంగా ఉన్నాము. పిల్లలకు ఏమైనా వస్తువు తీసుకెళ్ళాలని నా మనసు ఆరాటం. మద్రాసులో తక్కువ ధరకు మంచి దుస్తులు దొరికేవి. కానీ, అవన్నీ అక్కర్లేదు అని భాయి. దానికి నటేశన్ "మీరు చాలా కఠినమైన పతి" అని నవ్వుతూ అన్నారు. భాయి ఏమన్నారో తెలుసా? "అంత చేదుగా అనవద్దు నటేశన్. నేనెవర్ని, నా ఆలోచనలేమిటి అని తనకు తెలుసు. తను చెప్పినదంతా వింటూ పోతే నా తత్వాలు ఏమవ్వాలి? అందుకే ఈ బాదరబందీ అక్కరలేదు. నువ్వు వేరుగా ఉండు, పిల్లలతో హాయిగా ఉండు అంటాను. అయినా వినకుండా పక్కా హిందూ పత్నిలాగా నాతో వస్తాను అంటుంది. తరువాత కోపం చేసుకుంటుంది" అన్నారు. మరి, ఆయనతో ఉండకుండా ఎక్కడికెళ్ళాలి నేను?

బాపు అయిన భాయి

ఇక్కడికి వచ్చి నాలుగైదు నెలలు ఇలాగే గడిచాయి. భారత్‌లో ఇంకా ఆశ్రమం ప్రారంభించడానికి వీలు కాలేదు. శాంతినికేతన్ చూశాము. హరిద్వార్ లో ఒక ఆశ్రమం చూశాము. దక్షిణ ఆఫ్రికాలోని ఆశ్రమ జీవన అనుభవం ఉంది. ఆశ్రమం ప్రారంభించడానికి హరిద్వార్, రాజ్‌కోట్, కలకత్తాల నుండి ఆహ్వానం ఉండింది. కానీ భాయికి అమదావాద్ లో ఆశ్రమం ప్రారంభించాలని ఆశ. అంతెత్తు గోడల నడుమ ఉన్న ఆ ఊళ్ళో ఉత్త వ్యాపారులు, శ్రీమంతులే నిండి ఉన్నారు. అనేక "అతి"ల ఊరది. అక్కడ అన్నీ ఎక్కువే అనిపించేంత డాంబికం. అందుకనే సరళత, శ్రమతో కూడిన బ్రతుకు, పేదరికం మొదలైన విలువలను ప్రతిపాదించే ఆశ్రమం చెయ్యాలని భాయి కోరిక. చివరికి హృషికేశ్ నుండి తిరిగి వచ్చే వేళకు మండుటెండల రోజుల్లో జీవన్‌లాల్ మెహ్తా అనే ఒక బ్యారిష్టర్, భాయి స్నేహితులు. ఆయనది అమదావాద్ నగరం బయట సబర్మతీ నదీ ఒడ్డున దగ్గిరే ఒక బంగళా ఉండేది. కొచ్రాబ్ బంగళా అని పిలిచేవారు. దాన్ని ఆశ్రమం చేసుకోవడానికి ఇచ్చారు.

ముందుగా అక్కడికి వెళ్ళి చూసినప్పుడు నేను దంగైపోయాను. ఒక హవేలీలా ఉండే బంగళా. ఆ బ్యారిష్టర్ అంత పెద్ద బంగళాను, ఊరికి అంత దూరంగా, అదీ అంత బయలు ప్రదేశంలో ఎందుకు కట్టించారో అని ఆశ్చర్యం కలిగింది. మా నాన్న ఇల్లు, కాబా మామయ్యగారి ఇల్లు అన్నీ మూడంతస్తుల మేడలే. కానీ అక్కడ గదులు ఉన్నా ఇంత విశాలంగా లేవు. ఇక్కడ కింద అంతస్తులో విశాలమైన నడవ, వంటిల్లు, భోజనాల గది, అరుగు ఉన్నాయి. పైన అంతస్తులో ఒకట్రెండు

గదులు, అక్కడ కూడా పెద్ద నడవ, బయట వచ్చినవాళ్ళు చాప పరచుకుని పడుకునేంత వెడల్పు బాల్కని. చుట్టూ వ్యవసాయ భూమి. ఆ ధనవంతుడి ఇల్లు వాడుకలో లేకుండా దుమ్ము కొట్టుకునుంది. దాన్ని చూసుకునే మనిషి అక్కడే పక్కన ఒక బిడారంలో ఉన్నాడు. ఈ బంగళా ఆశ్రమం కావడానికి తగినదవుతుందా అని మాకిద్దరికీ సందేహం ఉండింది. మగన్‌కూ అలాగే ఉండింది. కానీ ఇతర ఏ రకమైన ఎంపికలూ లేవు. అక్కడికే అందరూ వెళ్ళాము.

అవును. ఒక విషయం చెప్పాలి. దక్షిణ ఆఫ్రికానుండి మొదలుకొని భారతంలో ఆశ్రమం మొదలు పెట్టేదాకా మోక గాంధి “గాంధి భాయి”గా ఉన్నారు. భారతంలో ఆశ్రమం ప్రారంభించగానే బాపు అయ్యారు. ఇదొక పెను మార్పు, దీనికంటే ముందుగానే ఆయనను బాపు అన్నవారున్నారు. కానీ ఇప్పుడు అందరి నోళ్ళలోనూ బాపు అయ్యారు. నేను కూడా అలాగే పిలవసాగాను.

ఇక్కడ పాతిక సభ్యుల మా కుటుంబం ప్రారంభమయ్యింది. అందులో పదముగ్గురు తమిళులున్నారు. మిగిలిన వాళ్ళు దేశం నలుమూలల నుండి వచ్చినవాళ్ళు. దేశసేవ కొరకు తమను అర్పించుకున్న సత్యాగ్రహులకు సత్యం, అహింస, బ్రహ్మచర్యం పైన నమ్మకం ఉండాల్సింది ప్రధానమైన అర్హత. ఆశ్రమవాసులైన సత్యాగ్రహులు అన్ని రకాల భయాలనుండి ముక్తులై ఉండాలి. రాజు, దొంగలు, ప్రజలు, జాతి, సంసారం, క్రూర మృగాలు, చావు ఇవన్నిటి భయం నుండి ముక్తులై ఉండాలి అని బాపు చెప్పేవారు. అభ్యర్థి, విద్యార్థి, పర్యవేక్షకుడు ఇలా మేమే ఆశ్రమవాసులను మూడు శ్రేణులుగా విభజించి ప్రతి ఒక్కరూ ఒక్కొక్క బాధ్యతను నెత్తికెత్తుకున్నాము.

విద్యార్థులకు వారి వారి మాతృభాషలో మతం, వ్యవసాయం, గణితం, చరిత్ర, సాహిత్యం, అర్థశాస్త్రం, భూగోళం మొదలైనవాటిని బోధించేవాళ్లము. చదువుతో పాటు దేహ శ్రమతో చేసే పనులూ ఉండేవి. రోజుకు కనీసం ఎనిమిది గంటలైనా మనిషి శ్రమపడాలి అన్నది బాపు అభిప్రాయం. అక్కడ ఒకే వంటిల్లు, ఒకే పొయ్యి. అందరు కలిసి ఆశ్రమం పనులు చేసుకునేవాళ్లం. మగన్‌లాల్ అన్ని వ్యవహారాలు చూసుకునేవాడు.

ఆశ్రమానికి ఇంకా నలభైమంది రావడానికి సిద్ధంగా ఉన్నారు. దానికి సరైన ఏర్పాట్లకు డబ్బుల అవసరం అయ్యింది. మేము సంపాదించిందంతా దక్షిణ ఆఫ్రికాలోనే వదిలి వచ్చాము. చివరికి భాయి అమదావాద్ మంగల్‌దాస్ గిరిధర్ సేఠ్ అనే ఆయనకు ఉత్తరం రాశారు. మొత్తం యాభై కంటే ఎక్కువ నివసించబోయే

ఆశ్రమానికి యాభైవేల చదరపు అడుగుల స్థలం, మూడు వంటిళ్ళు, వ్యవసాయానికి ఒక ఎకరమంత పొలం, అక్కడ ఇక్కడ తిరగడానికి ఎద్దుల లేదా గుర్రం బండి కావలసి వస్తుందని తెలిపి నెలకు ఒక్కొక్కరికి పది రుపాయల లెక్కన సంవత్సరానికి ఆరు వేల రుపాయల ఆర్థిక సహాయం కావాలని అడిగారు. ఒక సంవత్సరం పాటు అమదావాద్ ఈ ఖర్చును భరించలేదంటే తాము అద్దెనయినా భరించడానికి సిద్ధం అని తెలిపారు.

అంత సేపటికి ఒక కాంగ్రెస్ సమావేశానికి వెళ్ళి వచ్చాము. అక్కడ భాయికి మాట్లాడే అవకాశం ఉండింది. భారత సమావేశంలో పెద్దవారైన రాజకీయ నాయకులు క్రమశిక్షణన్నది లేకుండా వచ్చి పోవడం చూసి బాపుకు చాలా అసహ్యం పుట్టింది. ఆయన సమయ పాలనలో దక్షుడు. సరైన సమయానికి రావడం, సరైన సమయానికి పోవడం. అందులో కొంచెం కూడా తేడా వచ్చినా సహించేవారు కాదు. కాని అక్కడ జిన్నా, తిలక్‌లాంటి పెద్ద నాయకులే సమావేశానికి ఆలస్యంగా వచ్చారు. తిలక్‌గారు ముప్పావు గంట ఆలస్యంగా వచ్చారు. "సమయపాలన పాటించకుండా సభకు ఆలస్యంగా వస్తే స్వరాజ్యం కూడా ఆలస్యంగానే వస్తుంది" అని బాపు చురక ముట్టించారు. జిన్నా ఇంగ్లీషులో మాట్లాడారు. సామాన్య ప్రజలకు అర్థమయ్యేలా నాయకులు మాట్లాడాలి. జిన్నాగారు గుజరాతి-హిందూస్థాని నేర్చుకోవాలి అన్నారు భాయి. స్వరాజ్య ఉద్యమం బలహీన పడడానికి రెండు ముఖ్య కారణాలు. ఒకటి అందులో మహిళలు లేకపోవడం. రెండు రైతులతో పాటు అక్షరాస్యులు చేరకపోవడం అని తమ ప్రసంగంలో చెప్పేశారు. నన్ను ఆయన ఎక్కడికి వెళ్ళినా తీసుకెళ్ళి, అన్నిటినీ వివరించి తెలియజెప్పేవారు కనుకనే నాకివన్నీ తెలుసు. కానీ చాలా మంది వాళ్ల భార్యలకు ఇలా చెప్పేవారు కారు. పిల్చుకు రావడమంటూ అడగనవసరం లేదు.

ఒకసారి బాపుకు ఆయన మిత్రుడు అమృతలాల్ థక్కర్ ఒక ఉత్తరం రాస్తూ తన పరిచయంలో ఉన్న ఒక హరిజన కుటుంబం ఆశ్రమానికి వచ్చి వుండాలని ఆశపడుతోంది, వీలవుతుందా అని అడిగారు. ఆశ్రమం నియమాలను అనుసరిస్తూ ఉండేటట్టయితే రావచ్చు అని బాపు తెలిపారు. ముంబైలో శిక్షకులుగా ఉన్న దుదాభాయి, ఆయన భార్య దాని బెహన్, వాళ్ళమ్మాయి లక్ష్మి వచ్చారు.

కాని దుదాభాయి-దాని బెహన్ వచ్చింది కొందరికి ఇబ్బంది కలిగించింది. ఎందుకంటే వారు అస్పృశ్యులు. ఇప్పుడు చెప్పాలంటే సిగ్గుగా ఉంది, కానీ వాళ్ళ రాక నాకు కూడా ఇబ్బందే అనిపించింది. మగన్‌లాల్‌కు కూడా కష్టమనిపించింది.

నాకు అస్పృశ్య సముదాయపు జనుల పైన ప్రేమ, జాలి అన్నీ ఉండేవి. వారిని అలా చూడరాదు, అది ధర్మం కాదు అని కూడా తెలుసు. అదీకాక దక్షిణ ఆఫ్రికాలో విన్సెంట్ మా ఇంటికి వచ్చినప్పుడు జరిగినది కూడా గుర్తుంది. కానీ అస్పృశ్యులతో ఎలా బతికేది అని మనసులో ఇంకా రూపుదాల్చలేదు. దుదా-దాని ఇద్దరూ తమ అమ్మాయి లక్ష్మితో ఆశ్రమానికి వచ్చినప్పుడు బాపు వారిని అందరికీ పరిచయం చేశారు. మిగిలినవారికి ఎలాగైతే శ్రమదానం పంచారో అలాగే వారికీ పంచారు. కానీ వారి జాతి తెలిసినప్పుడు, నాకూ, మగన్ కూ చాలా కష్టం కలిగింది. అస్పృశ్యులు అనగానే మా తండ్రిగారింట్లో ఇంటి అరుగు బయట లెట్రిన్ రూమునుండి అశుద్ధాన్ని ఎత్తుకుని వెళ్తున్న భంగి గుర్తుకొచ్చాడు. నాకయితే వాడి పేరు కూడా తెలియదు. ఇంటిఎదురుగ్గానే మొదట లెట్రిన్ గది ఉండేది. బయటనుండి బయటే అశుద్ధాన్ని ఎత్తుకుని వెళ్ళాలి కదా. అందుకే మా లెట్రిన్ గుంతనుండి గోకి తీసి అశుద్ధాన్ని ఒక కుండలో నింపి ఊరి బయటకు తీసుకెళ్ళి ఒకచోట పారేసేవాడు. అతడి ఒళ్ళంతా దుర్గంధం, మురికి. ఒక రోజు అతడు రాకపోతే, రావడం ఆలస్యమయితే మా గతి ఇక అంతే. ఇల్లంతా వాసన కొట్టేది. మాకంతా అశుద్ధం పైన, అది నిండిన మా ఒంటి పైన అసహ్యం వేసేది. నాకు మొదటే అలాంటి అసహ్యం ఎక్కువ. ఇప్పుడు తెలిసొచ్చిందేమంటే అలాంటి మన ఒంటి పైని అసహ్యాన్ని అశుద్ధం రూపంలో, దాన్ని మోస్తున్న భంగిపై మోపేవాళ్ళం అని. ఒక మనిషి దగ్గరికి, అది కూడా అతడి తల పైన మనకే అసహ్యమనిపించే మన అశుద్ధాన్ని మోపేవాళ్లం కదా, మేమెంత కఠినాత్ములు అని ఇప్పుడు పశ్చాత్తాపం కలుగుతుంది. కానీ ఆరోజు దుదా-దాని వచ్చినప్పుడు అశుద్ధం పైనున్న అసహ్యం పాములా పడగెత్తి మనుషుల పైన ఎలా తిరిగిందో అని భయం వేస్తుంది. కానీ బాపుకు అలా కాదు. ఆయనకు అశుద్ధమన్నా అసహ్యం లేదు, దేహమన్నా లేదు. భంగిల పైనా లేదు. ఆయనకు అన్నీ సహజం, అన్నీ సత్యం.

దుదా-దాని ఉండడం వల కలిగిన అసహనం బాపుకు కూడా చేరుండాలి. ఒక రోజు సాయంత్రం ప్రార్థన తరువాత, ఎవరికి ఆశ్రమంలో ఉండడం కష్టమనిపిస్తుందో వారు ఆశ్రమం వదిలి వెళ్ళవచ్చు అని బాపు నిర్మొహమాటంగా చెప్పేశారు. మగన్ వెళ్ళిపోయాడు. ఆరు నెలల తరువాత మళ్ళీ వచ్చాడు, అది వేరే సంగతి. కానీ నేనెక్కడికి వెళ్ళను? భర్త అడుగుజాడలలో నడవడం భార్య కర్తవ్యం, ఆయన మాదిరి వెళ్తే పాపం అంటదు అనుకుని నేను ఒప్పుకున్నాను. కానీ అందరితో పాటు ఉండడం ప్రారంభించాక తెలిసింది నేనెంత

అధర్మపరురాలనో, అజ్ఞానినో అని. ఎంత పాప పంకిలమైన విషయాన్ని నేను తలలో ఉంచుకున్నాను అని తెలిసి సిగ్గుపడ్డాను. నాకు చాల సార్లు ఒక ఆడపిల్ల ఉంటే బాగుండేది అనిపించేది. ఇప్పుడొక ఆడపిల్ల లక్ష్మి వచ్చింది. ఆ పిల్ల చాలా చురుకు. చురుకుగా ఉండేది. లొడలొడ మాట్లాడేది. ఒకటి తరువాత ఒకటి ప్రశ్నలు అడిగేది. ఆమె ఆశ్రమానికి వచ్చి తిరగడం ప్రారంభించాక అందరి సంబరమే వేరుగా మారింది.

ఆశ్రమానికి మా భవనపు యజమాని బావినుండే నీళ్ళు! హరిజనులు నివసించడం చూసిన నీళ్ళు చేది వేసే పనివాడు కోపగించుకున్నాడు. అందరు ఆశ్రమవాసులనూ అస్పృశ్యులుగా చూడడం మొదలుపెట్టాడు. ఆశ్రమవాసుల చెంబునుండి ఒక రెండు నీళ్ళ బిందువులు తన పైన పడినా చాలు, ఎగిరెగిరి పడేవాడు. దుదాభాయి-దాని బెహన్ల పైన ఒకట్రెండు సార్లు నోరు చేసుకున్నాడు. అందర్నీ తనకొచ్చిన తిట్లన్నిటితో తిట్టాడు. అయినా మేమెవ్వరమూ ఒక మాటైనా తిరిగి చెప్పలేదు. మా ఓపిక చూసి అతడు డంగైపోయాడు. ఇదీ ఒక రకమైన సత్యాగ్రహమే అయ్యింది.

ఈ విషయం ఊరంతా వ్యాపించింది. ఆశ్రమానికి వచ్చే డబ్బు ఆగిపోయింది. ఆశ్రమవాసులను సామాజిక బహిష్కారం చెయ్యాలని వినిపించసాగింది. ఏం చెయ్యాలి అని మేమంతా చింతాక్రాంతులై ఉన్నప్పుడు ఎక్కడికో బయటికి వెళ్ళిన బాపు వచ్చారు. అస్పృశ్యులు ఉన్నారన్న కారణానికి బహిష్కరించదలచిన సమాజాన్ని మనమే బహిష్కరిద్దాం, అస్పృశ్యుల వాడకే ఆశ్రమాన్ని తరలించి వారితో పాటు కూలినాలి చేసి బ్రతుకుదాం అన్నారు. ఇదంతా జరిగి ఒక వారం అయ్యేంతలో అమదావాదుకు చెందిన ఒక పారిశ్రామిక వేత్త అంబాలాల్ సారాభాయి వచ్చారు. ఆశ్రమ నిర్వహణకోసం పదమూడు వేల రుపాయలు ఇచ్చి వెళ్ళారు.

ఇలాగే ఏవేవో సవాళ్లు, సమస్యలు వచ్చాయి. కొన్ని పరిష్కారమయ్యాయి. కానీ ఈ సంఘటన ఆశ్రమవాసులు అస్పృశ్యత గురించి మనసు పెట్టి ఆలోచించడానికి, అస్పృశ్యత నివారణకొరకు పని చెయ్యడానికి పురికొల్పింది అన్నది

మాత్రం నిజం.

ఆశ్రమవాసం అంత సులభంగా ఉండేది కాదు. బాపు కొన్ని కొన్ని రోజులకు ఒక్కో కొత్త నియమాన్ని చేర్చేవారు. "ఇక పైన ఎవరూ చక్కెర తినరాదు, బెల్లం తినాలి", "ఇకపైన ఎవరూ, ఏ కారణానికి కానీ, అస్పృశ్యతను ఆచరించరాదు", "ఇకపైన ఎవరూ, ఏ కారణానికి కానీ దగ్గిర డబ్బు ఉంచుకోరాదు. అకస్మాత్తుగా ఆశ్రమవాసులకు డబ్బు దొరికినా దాన్ని ఆశ్రమం లెక్కలోకి ఇచ్చేసి, పట్టీలో రాయాలి", "ఇక పైన ఎవరూ, ఏ కారణానికి కానీ ఆశ్రమ కచేరికి తెలియకుండా ఏ వ్యవహారమూ చెయ్యరాదు"–ఇలా. కొన్ని సార్లు నియమాలను మరచిపోయి ఏవేవో తప్పులు చేసేసేవాళ్ళము. అప్పుడు, దాన్ని ప్రార్థన తరువాత అందరి ఎదుట, చేసినవారి ఎదుటనే చెప్పి, మేము చేసిన తప్పుకు తను ఉపవాసం కూర్చునేవారు బాపు. ఇలాంటి చిన్నా చితకా ఉపవాసాలను గణనలోకి తీసుకుంటే తమ జీవితంలో ఎన్ని రోజులు తిన్నారో అన్నిరోజులు ఉపవాసం చేశారు.

ఒకసారైతే, నాకు ఎలా చెప్పాలో తెలియడం లేదు. మా అమ్మ ప్రజాదేవి కూడా నాన్నకు తెలియకుండా ఎక్కడో ఒక చోట నాలుగు డబ్బులు దాచుకునేది. నువ్వైనా పెట్టుకునేదానివా లేదా చెప్పు? మగవాళ్ళు, పెద్దవాళ్ళు లేనప్పుడు ఏదో కష్టానికి సుఖానికి అని ఏదైనా ఖర్చు వస్తే మన వద్ద ఉండనీ అని మా అమ్మైనా, అత్తగారైనా, అంతెందుకు నేను చూసిన అందరు ఆడవాళ్ళు పెట్టుకునేవారు. డబ్బు సంపాదించేవాళ్ళు కాదు కదా ఆడవాళ్ళు. అందుకే తమది అని కొంత డబ్బు పెట్టుకునే ఆశ కలిగేదేమో! మా ఆశ్రమానికి వచ్చినవాళ్ళలో కొందరు "ఉంచుకోండి. మహాత్మగారు లేనప్పుడు దేనికైనా ఉంటుంది" అని రెండో మూడో రుపాయలు ఇచ్చి వెళ్ళేవారు. చాలా మట్టుకు వాటన్నిటినీ చేర్చి ఆశ్రమం లెక్కకే ఇచ్చేసేదాన్ని. ఒకసారి ఇలాగే నాలుగు రుపాయలయ్యాయి నా వద్ద. ఇవ్వాలా, నా వద్దనే వుంచుకునేదా అన్న ద్వంద్వం కలిగింది మాత్రం నిజం. ఆ సమయానికి ఆశ్రమానికి ఒక దొంగోడొచ్చి అన్నిటినీ బయటకు లాగి నా గుడ్డలను చెల్లా చెదరు చేసి వెళ్ళాడు. అప్పుడు ఆ నాలుగు రుపాయలు బయటపడ్డాయి. అయిపోయింది. మరుసటి రోజు ప్రార్థన సమయంలో, అంతా ముగిసిన తరువాత మొదలు పెట్టేశారు బాపు. చెప్తూ చెప్తూ చివరికి "ఇది నా భార్య చేసిన దొంగతనం. అందుకే నేను దానికి ప్రాయశ్చిత్తం చేసుకుంటాను" అనేశారు.

అవునమ్మాయ్! నాలుగు రుపాయలకు, నాలుగే నాలుగు రుపాయలకు నేను నా భర్త దృష్టిలో దొంగనయ్యాను. నాకయితే గుండె పగిలి చచ్చిపోయినట్టు

అనిపించింది. ఆ సీతామ తల్లిని భూమి మింగేసినట్టు నన్నూ అలా చేసుండరాదా అనిపించింది. సీతామాతకూ అలాగే కదా! తన భర్తనుండే అవమానం, సందేహం రెండూ ఎదిరించింది. తప్పుయిపోయింది అని అందరినీ క్షమాపణ అడిగి లోపలికి వెళ్ళిపోయాను. నా పిల్లలు, వాళ్ళ పిల్లలు, వాళ్ళ భార్యలు అప్పుడప్పుడు అది కావాలి, ఇది కావాలి అని పట్టు పట్టేవారు. అవేం అంత పెద్దవి కావు. అలాగని చాలా చిన్నవీ కావు. ఇప్పుడు నీకు చెప్తే ఇంత చిన్న విషయమా అని నవ్వుకుంటావేమో! అలాంటి వాటికి పనికొస్తుందని లేదా ఏదైనా రోగమో, రొష్టో వస్తే ఉండనీ అని పెట్టుకున్న డబ్బు అది. అదీ ఎంత? నాలుగు రుపాయలంటే నాలుగు రుపాయలు. దానికి వెలనే కట్టలేనంత పరువు తీశారు బాపు. చేసిన తప్పును సార్వత్రికం చేస్తే అది పాపం అవదు అన్నది ఆయన అభిప్రాయం.

దక్షిణ ఆఫ్రికాలోని ఫీనిక్స్ ఆశ్రమంలో ఉన్నప్పుడు కూడా ఒకసారి ఇలాగే జరిగింది. దేవదాస్‌కు టైపాయ్డ్ జ్వరం వచ్చి నోరంతా రుచి లేకుండా నిశ్శక్తిగా ఉన్నాడు. ఏడెనిమిది సంవత్సరాల అబ్బాయి అప్పుడు. "నాకు పంచదార వేసిన కషాయమే ఇవ్వు. బెల్లానిది అక్కర్లేదు" అంటూ మొండి పట్టు పట్టాడు. ఒక వైపు వీడి మొండితనం, ఇంకోవైపు వాడి తండ్రి నియమం. నేను అమ్మనవ్వాలా, పెళ్ళానిగా కర్తవ్యం నిభాయించాలా అని గందరగోళం. చివరికి బాపుకు తెలియకుండా ఎవరి వద్దో పంచదార తెప్పించి కషాయం చేశాను. అది బాపుకు తెలిసింది. నన్ను ఒక్క మాట కూడా అవునా అని అడగలేదు. ఎందుకని నిలదియ్యలేదు. మరుసటిరోజు ప్రార్థన తరువాత "నా భార్యే నేను పెట్టిన నియమాన్ని పాలించకుండా ఉల్లంఘించుతోంది. ఆమె ఆత్మశుద్ధికొరకు నేను మూడు రోజులు ఉపవాసం చేస్తాను" అన్నారమ్మా! అప్పుడు నా పరిస్థితి ఎలా అయ్యిందో ఊహించు!! ఇక్కడ కూడా అలాగే జరిగింది. ఎన్నో రోజులు ఎవరికీ మొహం చూపకుండా అయింది. ఈ ఆశ్రమం, ఈ మహాత్ముడు అన్నిటినీ వదిలేసి వెళ్ళిపోవాలి. సబర్మతినదిలో పడి సమాధి కావాలి అని అనిపించింది. కానీ ఎక్కడికని వెళ్ళేది? దేనికీ ధైర్యం లేదు. బాపు కాకుండా నాకు ఇంకో ప్రపంచమే తెలియదు.

చివరికి నాకు బాధ కలిగింది అని బాపుకు తెలిసింది. ఒక సాయంత్రం. నా గదిలో నేనొక్కదాన్నే కిటికీ నుండి బయటికి చూస్తూ ఊరికే కూర్చున్నాను. ఎందుకో నాకు నావాళ్లు ఎవ్వరూ లేరు అనిపించింది. బా వైపునుండి బాపుకు చెప్పడానికి ఎవరూ లేరు. మహదేవ్, మగన్, మీరా, దేవదాస్ అందరూ మౌనంగానే ఉన్నారు. పాణిగ్రహణం చేసిన భర్తే నన్ను ముట్టుకోరు, మెచ్చుకోరు అన్నాక

ఇంకెవరు నావైపుంటారు? అందరికీ ఆయనకున్నంత నిర్లక్ష్యమే నా పైన ఉందనుకుని ఊహిస్తూ క్రుంగిపోయాను.

అంతలో గదిలోకి బాపు వచ్చారు. అనుకోకుండా వచ్చారు. ఆయనను చూడగానే కోపమో, బాధో, ఒంటరితనమో కొంగులో మొహం దాచుకుని విలవిలా ఏడ్చాను. ఇన్నాళ్ళూ దాచుకున్న దుఃఖమంతా వెల్లువై వచ్చి వెక్కి వెక్కి ఏడ్చాను. బాపు నా చెయ్యి పట్టుకుని వేళ్ళు నిమురుతూ, అరచెయ్యి నొక్కుతూ ఊరికే కూర్చున్నారు. "కస్తూర్. ఇదొక అగ్నిపరీక్ష. దేశానికి దిక్కుగా మారాలంటే మనల్ని మనం కాల్చుకోవాలి. రెండు కాల్చిన కుండలను ఒకదాని పక్కన మరోటి పెడ్తే ఏమవుతుంది? పగిలిపోవా? అలా కాకూడదని, మొద్దుబారాలంటే మనల్ని మనం కాల్చుకోవాలి. ఇది అలా కాల్చుకునే ప్రక్రియ. నేను కూడా నిరంతరం కాల్చుకుంటూ ఉన్నాను నా ప్రాణమా! మనం అందరిలా కాదు. సత్యాగ్రహులంగా బ్రతకాలి. బాధపడేదాని కంటే ప్రాయశ్చిత్తం లేదు. ఇంత చాలు. ఇంకా బాధపడుతూ కూర్చోకు. మనకు ముందింకా చాలా చెయ్యవలసి ఉంది. అధిగమించవలసిన మార్గం చాలా ఉంది. దుఃఖిస్తూ కాలయాపన చెయ్యవద్దు. లే" అంటూ నా రెండు చేతులనూ పట్టుకుని కళ్ళకద్దుకుని, తల నిమిరి బయటకు వెళ్ళిపోయారు.

క్షణార్ధంలో నా దుఃఖం, అవమానం, సందేహాలు అన్నీ జర్రున దిగిపోయాయి. రాట్నం ఎదురుగ్గా కూర్చున్నాను. బాపు చెప్పింది నిజం. కాల్చుకుంటేనే పచ్చిగా ఉన్న కుండ గట్టిపడుతుంది. ఇంతకు ముందు ఇలాంటి సంఘటన జరిగింది. బాపు ఎత్తి చూపించారు. అయినా జారిన చోటే నేను మళ్ళీ మళ్ళీ జారుతున్నానెందుకు? అస్పృశ్యత గురించి కూడా అలాగే అయ్యింది. డబ్బు విషయంలోనూ అంతే. చేసిన తప్పునే మళ్ళీ మళ్ళీ చేస్తున్నాను. అలా కాకుండా ఉండాలంటే నేను లోతుగా ఆలోచించాలి అనుకున్నాను. నా చేతిలోని రాట్నం తిరుగుతూ పోయినట్టల్లా నేను లోతుల్లోకి దిగుతూ పోయాను.

అవును. ఆ సమయానికి ఆశ్రమంలో ఒక కొత్త పాఠం నేర్చుకోవడం మొదలయింది. అదే రాట్నం. పేదవాళ్ళు, ఇళ్ళు లేనివాళ్ళు, భూములు లేనివారు, అన్ని జాతులవారు, పల్లె ప్రజలు స్వతంత్రంగా బ్రతకాలంటే స్వంత ఉద్యోగమొకటే దారి అని బాపు భావించారు. మన దేశంలో వ్యవసాయం నమ్ముకున్న ప్రజలు ఎక్కువ. వారికి సంవత్సరం పొడూతా, రోజంతా పనులుండవు. అలాంటి వారికి చేతినిండా పని దొరకాలి, కొంత ఆదాయమూ లభించాలి, ఉపయోగమూ కావాలి అలాంటి పని ఏది అని ఆలోచించి, ఆలోచించి చివరికి రాట్నం నుండి నూలు వడికే పనిని ఎన్నుకున్నారు. తినడానికి తిండి, కట్టుకోను బట్ట, చేతినిండా పని కోసం రాట్నం, అందరూ నేర్చుకుందాం అన్నారు.

ముందు అందరి ఇళ్ళల్లోనూ రాట్నాలుండేవి. తీరిక ఉన్నప్పుడల్లా ప్రజలు నూలు వడికేవారు. తాము వడికిన నూలును నేతగాళ్లకిచ్చి బట్టలు తయారు చేయించుకునేవారు. కానీ ఇప్పుడు రాట్నాలు, వడికేవాళ్ళు నేపథ్యానికి జారుకున్నారు. వడోదరా దగ్గరి ఒక ఊరు, విజాపుర్ అని. అక్కడికి వెళ్ళాము. అక్కడున్నవాళ్ళంతా అత్యుత్తమ నేతగాళ్ళు అని పేరుగాంచారు. ఇప్పుడు నేతగాళ్ల ఆదాయం తక్కువ, ఎవరూ అడగడం లేదు అని రాట్నాలను అటకకు ఎక్కించేశారు. వాటిని దించమని వేడుకున్నాము. వాళ్ల బట్టలకు కావలసిన నూలును వాళ్ళే వడకడం, తరువాత ఆశ్రమంలోని చేతిమగ్గాలలో బట్టలు నేయడం అని నిర్ణయించబడింది.

నూలు వడకడం, బట్టలు నేయడం అందరూ నేర్చుకోవాలని నిర్ణయించబడింది. ముందు మాకు ఆ పని చేతనవుతుందా అని సందేహించాం. తరతరాలుగా దాన్నే చేస్తూ వచ్చిన వాళ్ళకు దాని సూక్ష్మత తెలుస్తుంది కానీ, తక్కెడ పట్టుకుని సామాను అమ్మిన మాకు లేదా మాలాంటి ఇతరులకు కష్టమే అనిపించింది. కానీ బాపు ప్రకారం జాతికొక పని అని లేదు, నేర్చుకుంటే ఏదీ కష్టం కాదు. అది మనకు చేతకాదు అనుకుంటే రాదు అంతే. నేతకంటే ముందుగా వడికేది అందరూ నేర్చుకోవచ్చు. అందుకే దాన్ని నేర్చుకుందాం అన్నారు. ముందుగా తను నేర్చుకున్నారు. తరువాత అందరికీ నేర్పారు. ఆశ్రమానికి వచ్చిన వారందరికీ రాట్నం నేర్పారు. అందరూ కొంచెం సేపు కూర్చుని నూలు వడికి తీసి వెళ్ళేవారు. బాపు నూలు వడికే ఫోటో తియ్యాలంటే, దాని గురించి మాట్లాడాలంటే రాట్నం వడికేది నేర్చుకుని తీరాలి. ఆయనకు అది ఎంతగా అలవాటయిపోయిందంటే తను చచ్చిపోయేటప్పుడు కూడా తన ఒక చెయ్యి రాట్నం పైన ఉండాలి అనేవారు! దక్షిణ ఆఫ్రికాలో ఉన్నప్పుడే సరళత లేకుండా అహింస వీలుకాదు అని, అన్ని

విధాల రాట్నానికి వెనుతిరగడంలోనే భారతపు ఉనికికి దారి అనేవారు.

నాకు మొదట ఇది వీలవుతుందా అనిపించింది. కానీ రాను రాను తెలిసింది, ఇది నాకోసమే ఉంది అని. నూలు వడకడం నాకు అతి ఇష్టమైన పనిగా మారింది. నిజానికి రాట్నం తిప్పడం ఒక అద్భుతమైన పని. అదీ కూర్చున్న చోటనే కూర్చుని, మాట్లాడకుండా ఉండడాన్ని ఇష్టపడే నాలాంటివాళ్ళకు అతి ప్రియమైన పని అది. నేను వడకడం నేర్చుకున్నాను. బాపు వడకడం నేర్చుకున్నారు. ఆశ్రమానికి వచ్చేవాళ్ళందరికీ నూలు వడకడం నేర్పేవాళ్ళం. ఆశ్రమంలోని అందరూ నూలు వడికేవాళ్ళు. బాపు ఆశ్రమంలో ఉండడమే తక్కువ కాబట్టి, వడకడంలోనే నేను ఆయన సాహచర్యం గుర్తించుకున్నాను. రోజులు గడిచే కొద్దీ నాకంటే తొందరగా నూలు వడకడం నేర్చుకున్నావు అని నవ్వేవారు.

వడికేది అంటే ధ్యానం. ఒకే ధాటిగా ముళ్ళు పడని దారాలను వడకాలి. ఒక చేత్తో రాట్నం తిప్పుతూ, మరో చేత్తో నిదానంగా పత్తిని వదులుతూ, నూలును లాగుతూ ముడి పడకుండా కండేనికి చుట్టుకునేలా చెయ్యాలి. లాగే బలం ఎక్కువగా ఉండరాదు, అలాగని తక్కువ కూడా కాకూడదు. రాట్నం వేగం ఒకే రకంగా వుండాలి. ఉన్నట్టుండి ఆపకూడదు. ఒక్కసారిగా తిప్పడమూ కూడదు. మెల్ల మెల్లగా వేగం పుంజుకుంటూ పత్తి దారంగా మారడం, అది కండేనికి చుట్టుకోవడం. మన బ్రతుకులు కూడా అలా ముళ్ళు లేకుండా నూలు వడకడానికి రాట్నాన్ని తిప్పినట్టే కదా?

రాట్నాన్ని తిప్పడానికీ, మనం పత్తిగా ఉండి, దారంగా మారి, కండేనికి చుట్టుకుని, బట్టగా మారి బ్రతుకు సాగడానికీ అదెంత సామ్యమో కదా? రాట్నం వల్ల దేశానికి అయ్యే ప్రయోజనం ఒక వైపైయితే, ప్రతి ఒక్కరికీ కలిగే అనుభవం దానికంటే పెద్దది. దాని ఎదురుగ్గా కూచుని నూలు వడుకుతూ వడుకుతూ సమయం గడిచిందే తెలిసేది కాదు. అందులోనూ మన తలకాయలో రాట్నంలా తిరుగుతున్న విషయమేదైనా ఉంటే ఇక అంతే. తిప్పి తిప్పి అలసిపోయి రాట్నం నుండి లేచేంతలో నూలులా చుట్టుకుని మనసుకు నెమ్మది కలిగేది. జపమణి తిప్పుతూ చేసే జపానికంటే వడకడం అత్యంత ఉత్తమమైన పూజ. తిరిగే రాట్నం చప్పుడు లయకు ఒక రకమైన శాంతి ఆవరించేది.

అవునమ్మాయ్! రాట్నంతో వడకడమంటే మనల్ని మనం చూసుకోవడం. ప్రశ్నా మనమై, జవాబూ మనమై మనల్ని మనం వెదుక్కోవడం. వడుకుతూ, వడుకుతూ నా ఎన్నో సమస్యలకు రాట్నమే జవాబు ఇచ్చింది. జడంగా ఉన్నవాటిని,

జడులుగా ఉన్నవారినీ తిరిగేలా చేసే శక్తి ఆ చిన్న రాట్నానికి, పత్తికి, నూలుకు ఉంది.

సబర్మతీ తీరంలో....

చేతిలో రాట్నం, తలపైన ఒక ఆశ్రమం ఉంటే చాలు నేను స్థిరపడిపోయానా అంటే, లేదు. అలా ఒక చోట స్థిరపడిపోతారా అమ్మాయ్ మనుషులు?

కొచ్రాబ్ బంగళాకు మేము వచ్చి రెండు సంవత్సరాలయ్యాయి. అన్ని వైపుల నుండి జనాలు వచ్చేవారు. ఎప్పుడూ జనాలే జనాలు. అలా ఉన్నప్పుడు అమదావాదుకు ప్లేగ్ వచ్చింది. మా బంగళాకూ వచ్చింది. ప్లేగ్ వచ్చినప్పుడు అక్కడ ఉండడం ఆశ్రమవాసులకు, అదీ పిల్లలకు అపాయకరం అనిపించింది. మా నివాసం ఇంకో చోటికి మార్చాల్సి వచ్చింది. చోటు మార్చడానికి అదొక్కటే కారణం కాదనుకో. కొచ్రాబ్ లో పెరడు చాలా తక్కువ. వ్యవసాయానికి ఎక్కువగా భూమి లేదు. పశువులకు కొట్టం కట్టడానికీ లేదు. కాబట్టి అమదావాద్ నుండి మూడు మైళ్ళ దూరంలో సబర్మతి నది తీరం పైనున్న ఒక బయలులాంటి జాగాకు ఆశ్రమాన్ని తీసుకెళ్ళాము.

నదీ తీరం పచ్చగా ఉండవచ్చు అనుకుంటారేమో మీరు! లేదు. ముప్ఫైయారు ఎకరాలుండి పాడుపడిన ఆ స్థలం జైలు, స్మశానాల నడుమ ఉండింది. సత్యాగ్రహులకు జైలు, స్మశానం రెండు ఇంటి మాదిరే, మాకిది సరిపోతుంది అని నవ్వుతూ అన్నారు బాపు. దానికి ఏం పేరు పెట్టాలి అని పత్రికలో అడిగారు. దేశ సేవాశ్రమం, సేవా మందిర్, సత్యాగ్రహాశ్రమం అని పేర్ల సూచనలు వచ్చి, చివరికి అది ఉన్న నదీతీరం పేరిట “సబర్మతీ ఆశ్రమం” అని నామకరణం జరిగింది. మహాశివభక్తుడైన దధీచి మహర్షి తన వెన్నెముకను వజ్రాస్త్రం చెయ్యడానికి దానమిచ్చిన జాగా అట అది. అందులో ఉత్త పాములే నిండి ఉండినాయి. అదీ నాగుపాములు. ఏ జీవిని కూడా చంపేటట్టు లేదు. కాబట్టి ఆశ్రమవాసుల ధైర్యాన్ని

పరీక్షించడానికి ఒక అవకాశం దొరికింది.

బాపు బిహార్ రైతులతో చంపారన్ సత్యాగ్రహంలో మునిగి ఉన్నారు. మేమంతా కొచ్రాబ్ బంగళానుండి సబర్మతి ఆశ్రమానికి సామాను, సరంజామా అంతా తీసుకెళ్ళాము. అదే ఊళ్ళోనే అయినా కొత్త ఆశ్రమం నాలుగైదు మైళ్ళ దూరంలో ఉంది. బళ్ళల్లో, నావల్లో సామాను తీసుకెళ్ళాము. మా వద్ద ఉన్న అమూల్యమైన వస్తువులన్నా ఏమని? నూలు, రాట్నం, పుస్తకాలు! అవి కాక మావి అన్నవి ఏముండేవి మా వద్ద?

ఆ స్థలం మొదట్లో బయలు ప్రదేశంగా ఉండింది. ఒక్కొక్కటే కట్టడం ప్రారంభించాము. దగ్గర ఉన్న పరిసరాల్లో దొరికే వస్తువులతోనే సరళమైన ఇంటిని కట్టాలనుకున్నాము. మట్టి గోడలు, స్థానిక పెంకుల పైకప్పు, సాదా వాకిళ్ళు, కిటికీల వంటిల్లు, శౌచాలయాలు తలెత్తాయి. టపా ఖర్చు, గౌరవ వేతనం అంటూ నెలకు నాలుగు వందల యాభై రుపాయలు ఆశ్రమానికి అవసరం. మగ్గాలు-వంటిల్లు, ఇతర కట్టడాల కోసం యాభై అయిదు బీఘా భూమిని కొనడానికి ఒక లక్ష రుపాయల సొమ్ము అవసరం ఉంది. మా వద్ద డబ్బు లేదు. తమ పరిచితులు, దాతల నుండి బాపు సొమ్ముని సేకరించారు. మంచి పనులు చేస్తున్నాము అని అర్థమయితే డబ్బులు పోగుచెయ్యడం కష్టమేం కాదు. కానీ అలా వచ్చిన డబ్బులను స్వంత ఖర్చులకంటే ఎక్కువ బాధ్యతతో ఖర్చు చెయ్యాలి. అలా వచ్చిన సొమ్ములోని ఒక పైసా కూడా మన స్వంత ఖర్చులకు వాడకూడదు అని బాపు పదే పదే హెచ్చరించేవారు.

నేను, బాపు ఉంటున్న కుటీరానికి 'హృదయ కుంజ్' అని పేరు పెట్టారు. నువ్వు చూసుండొచ్చు అమ్మాయ్! హృదయ కుంజ్ లో గదులకంటే ఖాళీ స్థలమే ఎక్కువ ఉండేది. విశాలమైన నడవ. సగానికి సగం చర్చ నడవాలోనే ముగిసేది. బాపు ఎక్కువగా అక్కడే రాట్నం తిప్పుతూనో, ఏదో రాస్తూనో, రాయిస్తూనో కూర్చునేవారు. వచ్చినవాళ్ళతో మాట్లాడడానికి ఒక ప్రత్యేకమైన గది ఉండేది. అది కాకుండా లోపల నాకొక గది, వచ్చినవాళ్ళు ఉండిపోవడానికి రెండు గదులు, ఒక వంటిల్లు ఇంతే ఉండేవి. ఇంటి మధ్యలోని వసారా స్థలంలో ఒకిన్ని పూల చెట్లు పెంచాము. జాజిమల్లె తీగైతే మొత్తం ఆవరణను ఆవరించి ఉండేది. ప్రార్థనా స్థలం కూడా అక్కడే హృదయ కుంజ్ పక్కలో ఉన్న నదీ తీరం పైన తయారైంది. తూర్పు దిక్కుకు తిరిగి, సూర్యుడి అరుణ కిరణాలు తాకక ముందే మా ప్రార్థన ప్రారంభమయ్యేది.

అక్కడే ఆవల, నదికి ఇంకా దగ్గరగా హృదయ కుంజ్ ఎదురుగ్గా వినోబా ఉంటున్న కుటీరం ఉండేది. బాపును మరింత తోమి తోమి మెరిసేటట్టు చేస్తే ఎలా ఉండేవారో అలా ఉండేవారు వినోబా. కానీ, అయన ఆశ్రమంలో ఉండలేదు. మహారాష్ట్రలోని ఇతర ప్రదేశాలలో అలాంటి ఆశ్రమాలను స్థాపించడానికి, ఇతర పనులను చేపట్టడానికి వెళ్ళిపోయాడు. తరువాత అతడి కుటీరంలో మీరా వుండేది. కుటీరంలో ఉన్నదైనా ఏమిటి? కూచోడానికి, పడుకోవడానికి, ఎండావానలకు తలదాచుకోవడానికి అరచేతి వెడల్పున కప్పున్న స్థలం అంతే. మరెలాంటి సౌకర్యాలు లేని గదులు.

అక్కడ ఒక మగ్గం కోసం కట్టడం కట్టసాగాము. పునాది వేసి ఇసుక నింపాము కానీ, డబ్బుల కొరతతో ఆగిపోయింది. కట్టడం ఖర్చు ఇరవై వేలు అవ్వచ్చు అని అనుకున్నాము. అంతలో అమదావాద్ మర కార్మికుల సమ్మె ప్రారంభమయ్యింది. బాపు వారికి ఒత్తాసుగా నిలిచారు. ఆ కార్మికులకు తీరిక దొరికడంతో వాళ్ళంతా ఈ పనికి సహాయ పడ్డారు. భవంతి ఖర్చు కాస్త తగ్గింది. బాపు ఇలా సహాయం చేస్తూ, వారినుండి సహకారం పొందే అవకాశాన్ని బాగా ఉపయోగించుకునేవారు. అలాంటి సమయాల్లో "మీరు పక్కా బనియా" అని నేను తమాషా చేసేదాన్ని.

ఆశ్రమంలోని ప్రతి పైసాకు లెక్క ఉండేది. మేము పండించిన వాటిలో మిగిలిన దాన్ని అమ్మి డబ్బులు గడించేవాళ్ళం. వెళ్ళిన ఒకటి రెండు సంవత్సరాల్లో పత్తి, గోధుమ, పప్పు దినుసులు, కొర్రలు పెంచసాగాము. మా పెరట్లో కమలా పళ్ళు, దానిమ్మ పళ్ళ చెట్లుండేవి. అక్కడ వర్షాలు తక్కువ కాబట్టి నీళ్ళు తక్కువ అవసరమున్న చెట్లనే పెంచాము. ఆశ్రమం ఆవరణలో ఉన్న ఒక బావి నీళ్ళే నీటి వనరు మాకు. పది సంవత్సరాల్లో పాతిక పశువులయ్యాయి. వంద ఎకరాల నేలలో ధాన్యాలు, మేత, కూరగాయలు పండించేవాళ్ళము. పశువులున్నా వాటి పాడి వాడేవాళ్ళం కాము. మరెందుకు అన్ని పశువులు అని మీరు అడగవచ్చు. వ్యవసాయానికి అవి అవసరం. ఆవులు

ఉండి తీరాలి. గోసేవ చెయ్యడం మన ధర్మం అనేవారు బాపు. ఆయన ప్రకారం గోరక్ష అనే పదమే తప్పు. మనల్నందిరినీ ఆ భగవంతుడు రక్షిస్తుంటే, మనం సేవ చేసేవాళ్లమే కానీ ఎవరినీ రక్షించేవాళ్ళమెలా అవుతాం అనేవారు. ఒకసారి ఆశ్రమవాసులను పరీక్షించడానికి వచ్చే వైద్యుడు ఆశ్రమవాసులు, అందులోనూ పిల్లలు పౌష్టికాహార లోపంతో బాధపడుతున్నారని అన్నారు. తరువాత పాలు, నెయ్యి వాడడం మొదలుపెట్టాము. అంతకు ముందే నేను అనేక మార్లు చెప్పి చూశాను. వేలాది సంవత్సరాల నుండి మనుషులు పాలు, నెయ్యి తిని బ్రతికారు, పిల్లలకైనా ఇద్దాం అని, వినలేదు. ఇప్పుడు శంఖం నుండి వచ్చిన తరువాత అది తీర్థంగా మారింది.

బాపు సమయపాలనలో చాలా కచ్చితంగా ఉండేవారు. ఆయనే కాదు, ఆశ్రమంలో ఉన్నవారంతా కూడా సోమర్లు కాకూడదు అని ఆయన అభిమతం. రెండు పూటలా ప్రార్థన, శ్రమదానం, పనులు, అధ్యయనం, ఉత్తరాలు రాయడం అన్నీ తప్పనిసరి. ఒకసారి బాపు ఒక సభ కోసం గుజరాత్ విద్యాపీఠానికి వెళ్ళారు. అది ఆయనే ప్రారంభించిన పాఠశాల. కార్యక్రమం అయినాక ఒక సేఠ్ ఆయనను తమ కారులో ఆశ్రమానికి తీసుకు వెళ్తానని చెప్పారట. కానీ ఆయన కారు రావడం ఆలస్యమయింది. తరువాత మరో సభ ఉండడం వలన దానికి ఆలస్యం అవుతుందని బాపు ఒక విద్యాపీఠం విద్యార్థి సైకిల్ తీసుకుని తొక్కుకుంటూ వచ్చేశారు.

ఆశ్రమంలో మూడు కోతి బొమ్మలు పెట్టాము. చెడు చూడరాదు, చెడు వినరాదు, చెడు మాట్లాడరాదు అని. అవి జపాన్ బొమ్మలు. వాటిని అనుసరించడం అందరికీ అవుతుందా లేదా అన్నది చర్చనీయమే. కానీ అన్ని నియమాలను పాటిస్తున్నారా లేదా అని చూసే పని మాత్రం నాది.

జలియన్‌వాలా బాగ్, చౌరిచౌరా సంఘటనల తరువాత ఒక రోజు ఉన్నట్టుండి పోలీసులు మా ఆశ్రమానికి వచ్చారు. అన్నిటినీ జప్తు చేసి, బాపును జైలుకు పంపారు. రాజద్రోహ నేరానికి ఒకటి కాదు, రెండు కాదు, ఆరు సంవత్సరాల శిక్ష. మాకు ఇది ఆఘాతకరమైన క్షణం. బాపు దక్షిణ ఆఫ్రికాలోనూ జైలుకు వెళ్ళారు. కానీ ఇక్కడ అలా కాదు. ఇది మనదేశం అని నేను భావించాను. మనదే దేశంలో మనం జైలుకు వెళ్ళడం జరిగిందంటే బాపు బ్రిటిష్ వాళ్ళను ఎదురించి ఎందుకు పోరాడుతున్నారు అని నాకు అర్థమయ్యింది.

ఆశ్రమంలో ఖాయంగా యాభై మందిమి ఉన్నాము. గాంధి కుటుంబానికి చెందిన పెద్దవాళ్ళు, పిన్నలు, మహదేవ దేసాయి. ఆయన భార్య దుర్గా బేన్, కొడుకు

నారాయణ, కాకా సాహెబ్, మావళంకర్, వినోబా, ఇమాం బావజీర్, నారాయణ ఖరె, ఎస్తర్ మొదలైనవాళ్లమున్నాము. కానీ, మహదేవ, మగన్ అనే ఇద్దరు లేకుంటే ఈ ఆశ్రమం ఆశ్రమంగానే ఉండేది కాదు. వారినంతా నీకు పరిచయం చేసి తీరాలమ్మాయ్ !

మా మహదేవ మీకు తెలిసివుండాలి. మహదేవ దేసాయి. మహరాష్ట్రకు చెందినవాడు. చాలా బుద్ధి, చురుకు, ఎప్పుడు చూసినా బాపు నీడలా ఉండేవాడు. మా మణికంటే పెద్దవాడు. అతడు ఉన్నందుకే బాపు ఆరోగ్యం, ప్రయాణాలు, దుస్తులు, మందులు, డాక్టర్లు, ఉత్తరాల వ్యవహారం, పోరాటం, భేటీలు ఇలాంటి ఎన్నోవిషయాలు ఆయన పట్టించుకోనవసరం లేకుండా పోయాయి. ఆయన ఏం చెయ్యాలి, ఎవరిని కలవాలి అని అతడే నిర్ణయించేవాడు. ఆయన ప్రయాణ ఏర్పాట్లు, వెళ్ళిన చోట ప్రార్థన, రాట్నం, ఉండడానికి ఏర్పాట్లు, భోజనాలు వీటన్నిటి గురించి తనే శ్రద్ధ తీసుకునేవాడు. ఆశ్రమానికి వచ్చి పోయేవారు, వాళ్ళకు చెయ్యల్సిన ఏర్పాటు, భోజనాలు, ఖర్చులు, లెక్కలు, జీతాలు అన్నీ అతడిదే బాధ్యత. మహదేవ విలేకరి కూడా. నవజీవన్ పత్రిక నడుపుతూ, రాస్తూ, అనువదిస్తూ, ప్రచురణ చేస్తూ అన్నిటి బాధ్యత తీసుకుని చూసుకుంది అతడే. ఒక రకంగా బాపు మనసులో ఉన్నదాన్ని అతడి చేయిగా, కాలుగా, నోరుగా చేసింది మహదేవ. బాపుకంటే తొందరగా లేచి పనులు మొదలుపెట్టి ఆయన పడుకున్నాక ఎంతో సేపటికి కానీ పడుకునేవాడు కాడు. ఆ పనుల మధ్యలోనే చదివేవాడు, రాసేవాడు, అనువాదం చేసేవాడు, మాట్లాడేవాడు. ఒక రోజు కూడా వదలకుండా దినచరి రాసేవాడు. బాపు ఒక సత్యాగ్రహి ఎలా ఉండాలని అనేవారో అలాగే అంటే అలాగే ఉన్నవాడు మహదేవ. బాపును గ్రహించింది, తెలిసింది అతడే. అలాంటివారు కోటికొక్కరైనా దొరకరు. పెద్ద మనసు, ఉదార స్వభావం. ఒక్క రోజైనా సెలవు పెట్టలేదు. ఒకసారి ఆరోగ్యం చాలా పాడైంది. అయినా సరే పని చేస్తూనే ఉన్నాడు. నేనే "విశ్రాంతి తీసుకో మహదేవా" అన్నాను. కానీ, బాపు ఆశ్రమంలో లేకుంటే అతడు విశ్రాంతి తీసుకోవడానికి వీలయ్యేది కాదు.

అతడి గురించి ఎంత చెప్పినా తక్కువే. బాపు జైలుకు కానీ, విదేశాలకు కానీ, ప్రవాసానికి కానీ, సభకు కానీ ఎక్కడికి వెళ్ళినా అతడితోనే ఉండేవాడు. రౌండ్ టేబల్ సమావేశాలు ఉన్నప్పుడు, జార్జ్ దొరను చూడడానికి వెళ్ళేటప్పుడు కూడా బాపుతో ఉన్నది మహదేవ ఒక్కడే. మేము ఈ దేశానికి వచ్చిన రెండు మూడు సంవత్సరాలకు మాతో పాటు ఉన్నవాడు చివరి ఘడియదాకా మాతో

పాటే ఉన్నాడు.

సబర్మతీ ఆశ్రమంలో అన్ని మతాలవారూ ఉన్నారు. మా మీరా తెలుసు కదా అమ్మాయ్! మెడెలిన్ స్లేడ్, ఆమే అంతే. ఎక్కడో పుట్టి ఎక్కడో పెరిగి మా అమ్మాయే అయిపోయింది. వైష్ణవ సన్యాసినిలా తెల్ల దుస్తులు ధరించి మీరాబేన్ అయింది. ఉర్దు నేర్చుకుంది. ఖాదీ వడికేది. నేసేది. శాకాహారిగా మారింది. ఆమే కాకుండా ఎస్తర్ అని ఒకామె క్రైస్తవ బంధు సన్యాసిని ఉండేది. ఆమె రమారమి మేము వచ్చినప్పుడే భారతానికి వచ్చింది. మా ఆశ్రమానికి అడపా తడపా వచ్చి వెళ్తుండేది. అది ఆమె దేశస్థులకు, ఆమె మిషన్ వారికి నచ్చలేదు. అందుకే మిషన్ వదిలేసి ఆశ్రమం లోనే ఉండిపోయింది. "మై డియర్ చైల్డ్" అనే ఆమెను బాపు పిలిచేవారు.

ఆశ్రమంలో నారాయణ ఖరె అని ఒక సత్యాగ్రహి ఉండేవాడు. విష్ణు దిగంబర్ పలుస్కర్ అనే పెద్ద సంగీత పండితుడి శిష్యుడు. మంచి గాయకుడు. మహాన్ సంగీత విద్వాంసుడు. ఆశ్రమ భజనావళి అంటూ ఒకిన్ని ప్రార్థనలు, పాటలు తయారు చేశాడు. అందరికీ నేర్పాడు. ఆయన పాడుతున్న 'వైష్ణవ జనతో' పాట చాలా ప్రసిద్ధికొచ్చింది. నాకు కూడా అది చాలా ఇష్టమైన పాట. నేను అన్యమనస్కురాలనైనప్పుడల్లా దాని ఒక్కో చరణం నాకు సాంత్వన కలిగించింది అని చెప్పొచ్చు. రాను రాను బాపు అంటే వైష్ణవ జనతో అనేలా అయ్యింది.

వైష్ణవ జనతో తేనే కహియె జె / పీడ్ పరాయి జానె రె/
పరుదుఃఖె ఉపకార్ కరె తోయె / మన్ అభిమానన ఆనె రె /
సకల లోక మాన్ సహునె వందే /నిందా న కరె కేని రె/
వాచ్ కాచ్ మన్ నిశ్చల్ రాఖె / ధన్ ధన్ జనని తేని రే /
సమ దృష్టి నె తృష్ణా త్యాగి / పరస్త్రీ జేనె మాత రె/
జిహ్వా తాకి అసత్య న బోలె / పర ధన్ నవ ఝూలి హాథ్ రె /
మోహ్ మాయా వ్యాపి నహి జేనె / దృఢ్ వైరాగ్య్ జేనా మన్ మన్ రె/
రామ్ నామ్ శూన్ తాలి లాగి / సకల్ తీరత్ తేన తన్ మాన్ రె/
వన్ లోభి కపట్ రహిత్ చె / కామక్రోధ్ నివార్యా రె /
భానె నరసియ్యు తేను దర్శన్ కరతా/ కుల ఏకుతర్ తార్యా రె /

అందరి బాధను తెలిసినవాడయితే/ జయింతువు నీవు బ్రతుకులో/ లోభం లేని ఉపకారమె సుఖము/ గర్వం రాకుంటే మనసులో

సమభావంతో దురాశ తొలగని/ వనితకు అభయపు నీడ ఉండనీ/ అసత్యపు

అంచును తెలియని నాలుక / పరధనాన్ని కాదననీ

కపటం తెలియక సాగు పడకుండా/ రాగద్వేషాల సుడులలో/ మమతలోనే మనిషివి కమ్ము / ప్రయాణమే బ్రతుకు గురిగానూ

వైష్ణవులు ఎవరు, మనుషులు ఎవరు, ఎలా ఉండాలి అని ఎంత బాగా చెప్పారో కదా మా నరసి? శౌచాలయం కడగడం, స్నానాల గది నీళ్ళు పోవడానికి ఏర్పాటు చెయ్యడం, తూములు కడగడం మొదలైన పనులు చేసేటప్పుడు వైష్ణవురాలిగా ఉంటూ ఇలాంటి పనులు చేయాలా అని అప్పుడప్పుడు నాకనిపించింది కద్దు. కానీ నా అహంకారాన్ని ఈ పాట కరిగించి వేసింది. అందరినీ సమానంగా చూసే, పరస్త్రీలను తల్లిగా భావించే, ఎప్పటికీ అసత్యమాడని, పరుల సొమ్ముకు ఆశపడని మనుషులే వైష్ణవులు అంటాడాయన. అలాంటివారి వల్లనే లోకానికి పుణ్యం ప్రాప్తిస్తుంది. కవి నరసి అలాంటివారి దర్శనం పొందాలని అభిలషిస్తున్నాడు అని కూడా రాశాడాయన. బాపు ఎన్నిరకాలుగా చెప్పినా అర్థం కానిది, నారాయణ భక్తితో ఆలాపించే వరసలో నా హృదయానికి హత్తుకుంది. నరసి పాటలే కాకుండా కబీర్, మీరా, తులసిలది కూడా పాడుకుంటూ ఉండేవారు నారాయణ ఖరె. ఆయన వల్లనే అన్ని పాటలు, సంత వాణి మాకు తెలిసివచ్చాయి అనొచ్చు.

మా మగన్ ఉన్నాడు కదా, మగన్‌లాల్. అతడికి భజనలంటే చాలా ఇష్టం. పాటలు, భజనలు తయారు చేయడం, ఎప్పుడు ఏది పాడాలి అని కూడా పట్టీ చేయడం అన్నిటి వైపు లక్ష్యం పెట్టేది అతడే. ఆశ్రమం హృదయం "హృదయ కుంజ్" అయితే దాని ఆత్మ మగన్‌లాల్ అని అందరూ అనేవారు. ఒక రకంగా

మొత్తం సబర్మతీ ఆశ్రమం మగన్, మహదేవలతోనే వృద్ధి చెందిందనవచ్చు. అలా చూస్తే సత్యాగ్రహంలో బాపుకు నచ్చిన తత్త్వమైన అహింస ఉండాలని సలహా ఇచ్చింది మగనే. అతడు బాపు మొదటి శిష్యుడు. మా బావగారైన కుశలదాస్ గాంధీగారి పుత్రుడు. మేము దక్షిణ ఆఫ్రికాలో ఉన్నప్పుడు బాపు తమ అన్నయ్యకు ఉత్తరం రాసి "ఇద్దరు కొడుకులను ఇవ్వు" అన్నారు. అలా మగన్, ఛగన్ ఫీనిక్స్‌కు వచ్చారు. వచ్చిన కొత్తలో మగన్ ఒకింత సంపాదించుకుని వెళ్ళిపోవాలని అనుకున్నాడు. చివరికి తన బాబాయ్ ఆదర్శాల సాకార రూపమైన దర్బాన్‌లోని ఫీనిక్స్ ఆశ్రమం తయారు కావడంలో అతడి శ్రమ చాలా ఉండింది. అక్కడ ఉన్నన్ని రోజులూ ఇండియన్ ఒపీనియన్ పత్రికను తనే నడిపాడు. భాష రాని దక్షిణ ఆఫ్రికాలో అతడు నా ఆత్మబంధువులా ఉండేవాడు. ఛగన్ వేరే దారి చూసుకున్నాడు. మగన్ మాత్రం బాపు మొదటి శిష్యుడిగా కొనసాగాడు. మా హరికంటె కొంచెం చిన్నవాడుగా ఉన్న మగన్ బాపుకు దగ్గరగా ఉంటూ అతడి బాగోగులనన్నిటినీ చూసుకున్నాడు.

మగన్ బాపును భాయి అనే పిలిచేవాడు. ఇంట్లోవాళ్ళంతా చాలా మట్టుకు అలానే పిలిచేవారు. బాపు మనసులో ఏమేమి అనుకునేవారో అవన్నిటినీ చేసేసేవాడు. బాపు ఏర్పరచిన నియమాలకు ఎక్కడా భంగం రాకుండా చూసుకునేవాడు. పత్రికా సమావేశాన్ని పిలవడం, పత్రికలకు వార్తలివ్వడం, గుజరాతిలో రాయడం, వ్యవసాయం, వంటింటి బాధ్యత అన్నిటినీ తనే చూసుకునేవాడు. భారతానికి వచ్చిన తరువాత కొన్ని సంవత్సరాలు అతడే బాపు కార్యదర్శిగా ఉండేవాడు. ఆయన పనులనన్నింటినీ, ఉత్తరాలు, ప్రయాణాలు, ప్రణాళికలు తయారు చెయ్యడం అన్నిటినీ చూసుకున్నాడు. మహదేవ వచ్చిన తరువాత అతడి భారం కొంతవరకు తగ్గింది.

ఈ బాపు ఏమైనా అలాంటిలాంటి మనిషా? వంద మనుషులు బ్రతికే బ్రతుకును ఒకే సారి, తను ఒక్కరే, మొత్తం బ్రతికేవారు. ఏవేవో ఉన్నతమైనవాటిని గురించి చెప్పేవారు. అలాగే కావాలంటే సామాన్యమా? కాబట్టి ఆయన చుట్టూతా ఉన్నవారికి నిరంతరం పనులుండేవి. కొంతమంది వచ్చేవారు, ఉండేవారు, వుండలేక వెళ్ళిపోయేవారు. ఉండిపోయినవాళ్ళు మాత్రం పక్కా సత్యాగ్రహులయ్యారు.

బాపు చెప్పిన పని చెయ్యడం వరకూ సరే. కానీ బాపు ఆదర్శాలకు అనుగుణంగా తమను తాము మార్చుకోవడమన్నదుందే, అది మాత్రం చాలా కష్టం. ఆ విషయంలో మాత్రం మగన్ చాలా నిజాయితీపరుడు. అదేమైనా కానీ, బాపును

మోసం చెయ్యరాదు, మోసం జరగకూడదు అని అతడి ధ్యేయం. అతడికి బాపు అంటే భగవంతుడికంటే ఒక మెట్టు తక్కువ అంతే. ఆశ్రమం అంటే ఋషుల ఆశ్రమం అనేలా చేశాడు. దక్షిణ ఆఫ్రికాలో ఆంగ్లుల మాదిరి పెరిగినవాడు, చివరికి సన్యాసి మాదిరిగా తయారయ్యాడు. రోజూ ఉదయం నాలుగు గంటలకు ప్రార్థన ఉండేది. చలి కానీ, వాన రానీ ప్రార్థనకు మాత్రం తప్పించుకునేవాడు కాడు. ఆశ్రమవాసులకు ఎనిమిది గంటల పని తప్పనిసరి. చిమ్మడం, తుడవడం, తోమడం, కడగడం అన్నీ చేసేవాడు. వడికే పని, మట్టి పని, వడ్రంగి పని చేసేవాడు. ఎనిమిది గంటల పని తరువాత చదివేది, రాసేది ఉండేది. మధాహ్నం రెండు తరువాత రాయడానికి కూర్చునేవాడు. తన శ్రమదానం తరువాత ఆడవాళ్ళకు సహాయపడేవాడు. అతడి మాదిరిగా పాత్రలను తోమేవాళ్ళను కానీ, బట్టలను ఉతికేవాళ్ళను కానీ మగవాళ్ళలో నేను చూడలేదు. బాపు అవన్నిటినీ చేసేవారు. కానీ ఆయన బట్టలను చాలా తేలికగా ఎక్కడ బట్ట బాధపడిపోతుందో అన్నట్టు నాజూకుగా ఉతికేవారు. కానీ, ఇతడిది అలా కాదు. పద్ధతిగా, శుభ్రంగా ఉతికేవాడు.

ఒక రోజు మధ్యాహ్నం, సబర్మతిలో మండే ఎండలు. చెమటలు కారే విపరీతమైన ఉక్క. కడుపులో తిప్పట. లోపలినుండి పొంగి వచ్చే వేడి సెగ. నది అప్పటికే పూర్తి ఎండిపోయింది. పక్షులు మాత్రం ఎండకు ఏమాత్రం వెరవకుండా కిలకిల అంటున్నాయి. నేను గోడకు ఆనుకుని కూర్చున్నాను. మనసులో ఏవేవో చిత్రాలు. అదొక ఎర్ర ముక్కు పక్షి. లాలి అని దాని పేరు. బలే అల్లరి చేసేది. నదీ తీరంలో గూళ్ళు కట్టుకునేది. ఆ పక్షి శబ్దం ఆలిస్తూ, ఏవేవో గుర్తుకు తెచ్చుకుంటూ రాట్నం ముందు కూర్చున్నాను నేను. పరికించి చూస్తే మగన్ చెట్టు మొదట్లో ఏమో చేస్తున్నాడు. "ఇదేమిటి? ఈ మండే ఎండలో చెట్టు మొదట్లో పని చేస్తున్నావు?" అన్నాను. "కునికిపాట్లు ప్రారంభమయ్యాయి. ఇలా బయటికొచ్చి ఆకాశం క్రింద ఉంటే తగ్గుతాయి అని వచ్చాను" అన్నాడు. అతడంతే, ఏదైనా పనికి పూనుకున్నాడంటే వెనిక్కి తగ్గడమంటూ ఉండేది కాదు. మిగతావాళ్లు కూడా బాపుకు అంతే నిష్ఠలుగా పని చెయ్యాలని ఆశించేవాడు.

మీకు చెప్పేదేముంది! కొంతమందికి అది నచ్చేది కాదు. ఇబ్బందయ్యేది. అతడివల్లనే ఇబ్బంది కలుగుతోంది అంటూ కొంతమంది మహిళలు ఆశ్రమాన్ని వదిలిపెట్టడానికి తయారయ్యారు. ఈ విషయం బాపు దాకా వెళ్ళింది. ఒక రోజు ప్రార్థన తరువాత బాపు మాట్లాడసాగారు. "దక్షిణ ఆఫ్రికాలో పోరాటం ప్రారంభమైనప్పుడు దాన్ని నేను సదాగ్రహమని అన్నాను. దానికి సత్యాగ్రహం

అనే పేరును చెప్పిందే మగన్‌లాల్. ఫీనిక్స్ ఆశ్రమం ఉన్నందుకే సత్యాగ్రహం వీలయ్యింది. ఇక్కడ కూడా ఈ ఆశ్రమం ఉన్నందువల్లనే సత్యాగ్రహం వీలవుతోంది. దీన్ని కొనసాగించడంలో మగన్ శ్రమ చాలా ఉంది. నా తత్త్వం ప్రకారం నడవడానికి అతడు ఎన్ని త్యాగాలు చేశాడని చెప్పడం కష్టం. నేను దేన్ని ప్రతిపాదిస్తానో అదంతా ఆశ్రమంలో ఉంది. పుస్తకంలో రాసి పెట్టడం కాదు. జీవితమే ప్రతిపాదన కావాలి అన్నదాన్ని మగన్ సరిగ్గా అర్థం చేసుకున్నాడు. అతడు ఇక్కడ ఉండడం ఎవరికైనా ఇబ్బందనిపిస్తే ఆశ్రమంలో నేను కూడా ఉండడం ఇబ్బందికరమే అని భావించాలి. నేను ఎవరినీ బలవంత పెట్టను. కష్టమనిపించినవారు వెళ్ళిపోవచ్చు" అంటూ దీర్ఘమైన ప్రసంగం చేసి తాము–మగన్ ఒకటే, అతడిని ఆశ్రమం నుండి పంపడమన్నది కల్ల అని సూచించేశారు.

మగన్ కొడుకు కేశవ్. కేశుభాయి. మావద్దనే పుట్టి పెరిగాడు. వాడిని సత్యాగ్రహపు నమూనాగా తీర్చిదిద్దాలని బాపు, మగన్‌ల ఆశ. వాడు చాలా బాగా నూలు వడకడం నేర్చుకున్నాడు. రాట్నం– అదీ బార్డోలి రాట్నాన్ని ఎంత బాగా తిప్పేవాడో తెలుసా? ఒక్క రోజుకు ఐదు వందల కండేలు తీసేవాడు. మాకే అయ్యేది కాదు. బాపు అనుకున్నదంతా మగన్ పీల్చుకునేవాడు. దాన్నంతా తన కొడుకు కేశుభాయి పైన ప్రయోగించేవాడు.

ఇలాంటి మగన్ తన కూతురు రాధను చూడడానికి చంపారన్ కు వెళ్ళాడు. బహుశ 1928 ఉండచ్చు. రాధ చంపారన్ లో పని చేసేది. అక్కడి ఆడవారు మాట్లాడేటప్పుడు మొహాన్నికప్పుకునేవారు. అంటే మొహాన్ని చూపడానికి ఆడవారు సిగ్గు పడతారన్నమాట. అంటే తమను తామే తక్కువవాళ్ళు అని భావించు కుంటున్నారని అర్థం. వారి ఈ న్యూనతా భావాన్ని పోగొట్టమని బాపు రాధకు చెప్పడం వలన ఆమె చంపారన్‌లో ఉంది. ఆమెను చూడడానికని వెళ్ళిన మగన్‌కు టైఫాయిడ్ జ్వరం వచ్చింది. వార్త రాగానే ఉత్తరం రాశాము. బాపు వెళ్ళాలని అనుకునేంతలో, మందులేవీ పని చెయ్యకుండా మమ్మల్నంతా వదిలేసి చనిపోయాడు అని తెలిసింది.

అవునమ్మాయ్! వేసవిలో పడిన పిడుగులాగ అతడి చావు వార్త మాకు అశనిపాతమే అయింది. మాకంటే చిన్నవాళ్లు ఇలా అకస్మాత్తుగా ఎలా వెళ్ళిపోతున్నారని క్రుంగిపోయాము. నాకైతే అదొక పెద్ద దెబ్బ. ఇలాంటి దెబ్బలు తింటూనే ఉన్నా కానీ ఇతడు మాతో పాటు ఇరవై సంవత్సరాల పైబడే ఉన్నవాడు. వెళ్ళిపోయాడు అన్నప్పుడు చాలా బాధ కలిగింది. తమ ఉత్తరాధికారి అతడు అనుకున్న

బాపుకైతే చేతులు కాళ్ళు విరిగి కళ్ళు కనిపించనట్టయింది.

రాట్నాన్ని ఇతర విధాలుగా ఎలా చెయ్యాలి, సంస్కరిచడమెలా అని అతడు చాలా కష్టపడ్డాడు. అందుకే అతడి గదిని మేము రాట్నం మ్యూజియం అని చేశాము.

❖❖❖

బాపు ఆశ్రమంలో ఉన్నప్పుడు మెరుపులా తిరిగేవారు. కానీ ఆయన ఆశ్రమంలో గడిపినంత సమయాన్ని ప్రయాణం చేస్తూ, ఊళ్ళలో ఉపన్యాసాలిస్తూ గడిపారు. "ప్రజలకు దగ్గిరవ్వాలి అంటే వారి మధ్య ఉండాలి, తిరగాలి. అప్పుడు మాత్రమే మనం చెప్పేది వాళ్ళకి అర్థం అవడానికి వీలవుతుంది" అనేవారు. బాపు లాయర్ చదువు చదివి వచ్చారు కదా, ఆశ్రమంలో బాపు ఉన్నారంటే రోజంతా మాటలు, చర్చలు, సభలు ఉండనే ఉండేవి. రాను రాను మాటలు తగ్గించారు. ఉత్తరాలు, పని, ఉపవాసం, మౌనం పెరిగాయి. కొత్తగా వచ్చినవాళ్లతో మాట్లాడి తీరాల్సి వచ్చేది. ఇక భార్య, పిల్లలు, మనమలు, ఆశ్రమవాసులు, ఆయన ఆప్త సహాయకులు బాపు కళ్ళతో చెప్పినదాన్ని చేసి చూపించేంత, అర్థం చేసుకునేంతగా తయారైన తరువాత ఇక మాటలెందుకు? కొత్త నీతి నియమాలు, ఉల్లంఘనలు, ఉపవాస ప్రకటన ఇలా ఏవైనా కొత్త విషయాలుంటే మాత్రమే మాట్లాడేవారు.

మగన్ చనిపోయి ఒక రెండు సంవత్సరాలు అయ్యుంటుంది. 1930వ సంవత్సరం. చలికాలం పోయి ఇంకేం వేసవి అడుగు పెడతాను అంటూంది. సబర్మతీ నది పైన పేరుకున్న మంచు ఇంకా పూర్తి కరగలేదు. మార్చ్ 12 అనుకుంటాను. ఉదయపు ప్రార్థన ముగిసింది. మైనా, పిచ్చుక, పావురం అన్నీ తమ తమ గింజలను ఏరుకుంటున్నాయి. చీమల గూటికి పొడి బెల్లం చల్లాను. ఇక కొద్ది సేపట్లో శ్రమదానం ప్రారంభమవ్వాలి. అప్పుడు సబర్మతి నుండి 240 మైళ్ళ దూరాన ఉన్న దండి అనే సముద్ర తీరపు ఊరికి సత్యాగ్రహులు పాదయాత్ర ప్రారంభించారు. గాలి, నీరులాగానే ఉప్పు కూడా మనిషి జీవించడానికి అత్యవసరం. దాన్ని సముద్రపు రూపంలో ప్రకృతి ఉచితంగానే మనకు ఇచ్చింది. ఇలా వున్నప్పుడు దానికి పన్ను కట్టాలన్న బ్రిటిష్ వారి చట్టాన్ని ఎదురించి తామే స్వతహాగా ఉప్పు తయారు చెయ్యడానికి సత్యాగ్రహుల గుంపు బయలుదేరింది. ఇది ఉప్పు సత్యాగ్రహం అని పిలవబడింది. ఇది ఒక నెల నడక.

దీనికోసం బయలుదేరడానికి ముందు బాపు స్వాతంత్ర్యం దొరికిన తరువాతే తను ఆశ్రమానికి రావడం, అక్కడి దాకా సబర్మతీ ఆశ్రమానికి రాలేను అనేశారు. దండి నుండి బాపు జైలుకు వెళ్ళారు. వేలాది సత్యాగ్రహులను ప్రభుత్వం జైళ్ళకు

పంపింది. వెంటనే స్వాతంత్ర్యం దొరుకుతుందనే అవకాశం తక్కువగానే ఉండింది. కాబట్టి బాపు ఆశ్రమానికి రారు అని అక్కడి వారికి అనిపించింది. ఆశ్రమానికి వచ్చేవాళ్ళు తగ్గిపోసాగారు. ఆశ్రమవాసుల సంఖ్య కూడా తగ్గసాగింది.

ఆ సమయానికి ప్రభుత్వం ఆశ్రమం ఆస్తులను జప్తు చేయడానికి ప్రయత్నించింది. దాన్ని తీసేసుకుని నడపాలని ప్రభుత్వానికి ఉత్తరం రాశారు బాపు. వైస్రాయ్ గారిని కలవాలనుకున్నారు. కానీ ఆ మనిషి పలకలేదు. “సబర్మతిని వదిలేస్తాను. దాన్ని ప్రభుత్వం పేర రాసేస్తాను” అన్నారు బాపు. అప్పటికీ ఆయన పలకలేదు. 33వ సంవత్సరమనుకుంటాను. ప్రభుత్వం పూనుకోకపోతే ఆశ్రమాన్ని వదిలేసుకుందాం అన్నారు. అప్పటికే 16 సంవత్సరాల ఆశ్రమమది. అక్కడినుండి అందరూ వెళ్ళిపోవాలని నిర్ణయించబడింది. ఆశ్రమాన్ని అస్పృశ్యుల సేవా సంఘాలకు కేటాయించడం జరిగింది. అక్కడి వాళ్ళు ముందుగా అనసూయా సారాభాయ్ గారి ఇంట్లో ఉండి, తరువాత గాంధీ తత్వాల పైన నడుస్తున్న ఇతర ఆశ్రమాలకు, పల్లెలకు వెళ్ళిపోయారు.

సబర్మతి నాకు ఒక రకంగా ఇల్లే అనిపించింది. అన్ని సంవత్సరాలు అక్కడున్నాము. అన్నిటినీ ఈ చేతులతో కట్టాము. ఇప్పుడు ఆ స్థలాన్ని వదిలి వెళ్ళిపోవడమంటే చాలా దుఃఖం కలిగింది. దుఃఖం మాకే కాదు. ఆశ్రమానికీ అవుతోంది అనిపించింది. మహదేవకైతే చాలా బాధ. ఆ ఆశ్రమంలోని ప్రతి చెట్టు, మొక్క, స్తంభం, పువ్వు, పశువుకూ ఒక కథ ఉండేది. ఎన్నో పోరాటాలు, ఉద్యమాలు పుట్టిందే అక్కడ. సబర్మతీలో ఉన్నవాళ్ళెవరెవరెవరో, వాళ్ళు కట్టుకున్న కలల సౌధాలెన్నెన్నో. తీసుకున్న నిర్ణయాలెన్నెన్నో! నేను ఉత్తరాలు రాసేటప్పుడు సబర్మతీ మందిర్ అనే రాసేదాన్ని. బాపు కూడా అంతే.

అమ్మాయ్! ఈ రోజుకు కూడా తలచుకుంటే బాధగా ఉంటుంది. పుట్టిల్లు వదిలి వచ్చినప్పుడు కూడా అంత దుఃఖం కలగలేదు. ఒకరకంగా ఇది నదీమూలాన్ని కప్పేసినట్లు. నీళ్ళున్న బావిని మూసేసినట్లు అయ్యే బాధ. కానీ బాపు చాలా నిర్లిప్తులుగా ఉన్నారు. ఖచితులుగా ఉన్నారు. ఈ బావి మూయాల్సొస్తే మూయాలి. మరో చోట తవ్వుదాం రండి. నీళ్ళు తప్పకుండా దొరుకుతాయి అనేశారు. ఆయన మాటకు, ఉత్తరానికి ఎవరూ వెంటనే బదులివ్వలేదు.

ఆశ్రమం వదిలి వచ్చిన ఒక నెల తరువాత దేవదాస్ పెళ్ళిని పూనాలో చేశాము. అది జూన్ నెల. దేవదాస్ రాజాజిగారి అమ్మాయి లక్ష్మి మధ్య ముందునుండి ప్రేమ ఉండింది. కానీ లక్ష్మి ప్రాప్త వయస్కురాలయ్యేదాకా, ఐదు సంవత్సరాలు

ప్రేమికులు పత్ర వ్యవహారాలు లేకుండా కాచుకోవాలి. ప్రేమే నిజమైతే ఐదు సంవత్సరాలు చూడకున్నా సంబంధం గట్టిగా నిలిచి ఉంటుంది, తరువాత పెళ్ళి చేస్తాము అని ఇద్దరి తలిదండ్రులూ నిర్ణయించి వాళ్లకు ఒక పరీక్ష పెట్టారు. పాపం, లేత అబ్బాయి, అమ్మాయిలు. కానీ ఒప్పుకున్నారు. అమ్మాయి మద్రాసులో, వీడు ఆశ్రమంలో. వాడి వాడిపోయిన మొహం చూసినప్పుడల్లా, తనకు లక్ష్మి గుర్తుకు వచ్చేదేమో అని నేను కుమిలేదాన్ని. ఒకసారి మద్రాసుకు వెళ్ళినప్పుడు లక్ష్మిని చూసొచ్చాను. ఆ అమ్మాయి గురించి చెప్పినప్పుడు దేవదాసు మొహం ఎలా వెలిగిపోయిందనుకున్నావు! ఇప్పుటికి వారిద్దరి ఐదు సంవత్సరాల గడువు ముగిసింది. పూనాలో పెళ్ళి చేశాము. పెళ్ళి అంటే గుజరాతీ పెళ్ళిలా కాదు. అలా చూస్తే మా పిల్లల్లో గుజరాతీ పద్ధతిలో పెళ్ళి చేసుకున్నది ఒక్క హరి మాత్రమే. కానీ ఆ పెళ్ళికి మేమిద్దరమూ లేము. మణిది, రాముది అతి సరళమైన పెళ్ళి. దీన్ని కూడా అలాగే, అతి సరళంగానే చేశాము. అబ్బాయి-అమ్మాయి మొహాల పైన కనిపించిన కళ చాలు, అన్నివైభవాలకు సమానం అనిపించింది. ఐదు సంవత్సరాలు వేచిన ఫలితం మరి! సబర్ కా ఫల్ మీఠా హోతా హై కదూ!!

బాపుయే పెళ్ళి చేయించారు. "శ్రీ రాజగోపాలాచారిగారి రత్నాన్ని నువ్వు పొందుతున్నావు. దానికి నువ్వు యోగ్యుడుగా ఉండేట్టు కావాలి" అని ఆశీర్వదించారు. రాజాజిగారి కుటుంబం నుండి కొంతమంది, మా వైపు నుండి కొంతమంది ఆత్మీయులు అంతే. బ్రాహ్మణ వధువుకు, వైశ్యుల వరుడికి జరిగిన పెళ్ళి కొంత గందరగోళం సృష్టించింది. "ధార్మిక వ్యక్తి, సంత్ అని మీరంతా పిలిచే గాంధీయొక్క నిజమైన రంగు ఇప్పుడు చూడండి" అని పూనా దేవాలయంలో సభకు చేరిన సనాతన పండితులు అభిప్రాయపడ్డారు. ఈ విలోమ వివాహాన్ని విరోధిస్తూ ఆ పండితులు "గాంధీ అసలు రంగు బయటపడింది" "గాంధీ క్రైస్తవుల ఏజెంటు. అతడు వర్ణ సంకరం చెయ్యాలనుకునే సనాతన ధర్మాన్ని నాశనం చేస్తున్నాడు" "స్వరాజ్యం అంటూ ఇప్పటిదాకా ధార్మిక ప్రజలను మోసం చేసి తన వైపు లాక్కునేవాడు. ఇప్పుడు చూడండి" " గాంధీ మహాత్ముడు కాదు. దురాత్ముడు"- ఇలా ఏవేవో ప్రతిక్రియలు ఇచ్చారు. పత్రికా వార్తలను చదివిన బాపు నవ్వి ఊరకున్నారు.

❖❖❖

సబర్మతి వదిలేసి వచ్చాము. మరో ఆశ్రమం ఇంకా ఏర్పాటు కాలేదు. అవి బాపు తిరుగుడు, పస్తు, జైలు వాసపు సంవత్సరాలు. బాపు పుట్టి పెరిగిందంతా

పట్టణాలే కదా? ఆయనకు పల్లెలంటే చాలా ఇష్టం. ఇకపైన నేను పల్లెల్లోనే వుంటాను అంటూ దండి దగ్గరి రాస్‌కు పాదయాత్ర ప్రారంభించారు. పాదయాత్ర సాగుతుండగానే బాపును బంధించి పూనాలోని యరవాడా జైలుకు పంపారు. ఈ సారి మహదేవ్‌ను బాపుతో పాటు ఉంచలేదు. జైలులో ఒకే చోట ఉంచితే ఇద్దరూ కలిసి ఏదో ఒక ప్రణాళిక ఆలోచిస్తారు అని మహాదేవ్‌ను బెళగావి జైలుకు పంపారు. బాపును యరవాడలో పెట్టారు. అక్కడ చాల నిర్బంధాలు. "హరిజన సేవా సంఘం" వ్యవహారాలకు, ఉత్తరాలు రాసుకోవడానికి, వచ్చేవాళ్ళను కలవడానికి అవకాశమే ఉండేది కాదు. దాన్ని వ్యతిరేకిస్తూ బాపు ఉపవాసం చేపట్టారు. ఐదో రోజుకు బాపుకు అదెంత వాంతి వచ్చే సూచనలు కనిపించాయి అంటే మృత్యువు దరిదాపులకు వెళ్ళొచ్చారు. ఆయనకు చావు దగ్గిర పడిందనుకుని తమ వద్ద ఉన్న కొన్నే వస్తువులను తమ పక్కన ఉన్నవాళ్ళకు ఇచ్చివేశారు. ఇంతవరకూ చేపట్టిన ఏ ఉపవాసంలోనూ ఇలా కాలేదు. చివరికి ఆయన జైలుశిక్ష గడువు పూర్తి కాకపోయినా, ఆరోగ్య దృష్ట్యా కోలుకోవడం కోసం ఆయనను విడుదల చేసి పూనా దగ్గరి 'పర్ణకుటి'కి తరలించారు.

ఇలా బాపు. ఇప్పుడు లోపల, ఇంకొద్ది రోజుల్లో బయట. ఇప్పుడు ఉపవాసం ప్రారంభం, ఇక ఉపవాసం ముగింపు. ఇప్పుడు జైలు, త్వరలో బయలు. అదెన్నిసార్లు జైలుకు వెళ్ళారో, అవెన్ని ఉపవాసాలు చేశారో ఎవరికీ లెక్క తెలీదు. బ్రిటిష్ వారికి, కొందరు విలేకరులకు, అధికారులకు, బాపు విరోధులకు, అతి ధార్మికత నాటకం చేస్తున్నారు అనిపించేది. కొందరికి ఆయన ఉపవాసం, సత్యాగ్రహాలు ఉత్త వార్తల్లో ఉండడానికి చేసే ముసలాయన వెర్రితనంగా అనిపించేది. కానీ సాధారణ ప్రజలకు దేశం కోసం బాపు తమ శరీరాన్ని పందెంగా పెట్టినట్టు అనిపించేది.

ఎవరేమన్నా, కాళ్లకు మొక్కినా, కొట్టినా, బాపు మాత్రం రాయిలా అచలంగా ఉంటూ, ఒక బండలా నిర్లిప్తంగా తమ గురివైపు నడిచారు.

వర్ధా మందిరం

సబర్మతి ఆశ్రమం వదిలిపెట్టి నాలుగు సంవత్సరాలయింది. సబర్మతి నదిలో ఎన్ని నీళ్ళో ప్రవహించుంటాయి. 34వ సంవత్సరం అనిపిస్తుంది. అందరూ వర్ధాకు వచ్చాము. నాగపూర్ దగ్గరి వరోదా అనే పల్లెకు మాకంటె ముందుగా మీరా వెళ్ళి గ్రామస్వరాజ్య కార్యక్రమం అమలులో పెడుతోంది. ఆమెకు బాపు తమ కొత్త ఆశ్రమం నెలకొల్పడానికి మధ్య భారతంలో ఒక పల్లె వెతకమని చెప్పి పెట్టారు. ఆమె నాగపూర్‌కు దగ్గరగా వరోదా నుండి ఒకటిన్నర మైలు దూరంలో ఉన్న సేగాంవ్‌ను ఎంపిక చేసింది. అక్కడ జమ్నాలాల్ బజాజ్ ఇచ్చిన భూమిలో ఆశ్రమం ప్రారంభమయింది. మొదటగా నేను, బాపు సేగాంవ్‌కు వెళ్ళి ఊరి జనాలను కలిశాము. మా పరిచయం చేసుకున్నాము. అది అస్పృశ్య సముదాయం వాళ్ళే ఎక్కువగా ఉన్న పల్లె. మేము ఎవరము, ఎందుకు అక్కడ ఉండాలనుకుంటున్నాము, మా విచారధార ఏమిటి అని అంతా వివరంగా చెప్పాము. మహదేవ్ మరాఠీలో అంతా వారికి వివరించాడు. మేము మతం, రంగు, జాతి, ఉద్యోగం, పేద ధనికులు మొదలైన ఏ భేదాలు లేనివాళ్లమని, ఆశ్రమంలో అన్నివైపుల నుండి, అన్ని వర్గాల వారు ఉంటారని చెప్పాము.

బాపుకు వర్ధా తరహాలో ఒక అంతిమ స్థానం చేరాలని ఉంది. రైలు, బస్సు, యంత్రాలు ఏవీ వద్దు అన్నారు. శ్రమతోనే బతకాలని అన్నారు. ఒక పల్లెలో నివసించే ఆశ కూడా ఆయనకు ఉండింది. అప్పటి దాకా మేము నగరాల్లో ఉన్నాము. పోరుబందర్, రాజ్‌కోట్, లండన్, ముంబై, దర్బాన్, జొహాన్స్‌బర్గ్, అమదావాద్ ఇలా. నగరాల అంచుల్లో ఒక పల్లె మాదిరి మా ఆశ్రమాన్ని సృష్టించుకుని ఉన్నాము. పేదరికాన్ని మా పైకి తెచ్చుకుని గ్రామీణ ప్రజలుగా

ఉండాలని ప్రయత్నించాము. కాని, బాపుకు ఒక గ్రామంలోనే ఉంటూ దాన్ని ఒక మాదిరి గ్రామంగా చేయాలన్న ఆశ ఉండింది.

ఆ రోజు సాయంత్రం వర్ధానుండి నేను, బాపు, మహదేవ్, మీరా సేగాంవ్ వైపు నడుస్తూ వెళ్ళాము. మేము వెళ్ళేటప్పుడు తక్కినవాళ్ళు మొహం చిన్నది చేసుకుని నిలబడ్డారు. ఆ కుగ్రామంలో ఏముందని బాపు వెళ్ళి నివసించడానికి? ఆయనను కలవడానికి వచ్చేవాళ్ళకయినా సౌకర్యంగా ఉందా? అక్కడ నీళ్ళు లేవు, విద్యుత్ లేదు. కావాలనుకోగానే వార్తా పత్రిక దొరకదు. ముద్రణాలయం లేదు. మార్కెట్ లేదు. బస్సు లేదు, రైలు లేదు, రోడ్డే లేదు. ఒక గుడి లేదు, సభామందిరం లేదు, రేవు, నది, తటాకం లేవు. ఫోను లేదు, టెలిగ్రాం ఇవ్వడానికి లేదు. దగ్గరి నగరం అంటే నాగపుర్. సుమారు యాభై మైళ్ళ దూరం. వెళ్ళి రావడం సులభం కాదు. వాతావరణం కూడా అంత మంచిది కాదు. విపరీతమైన ఉక్క, విపరీతమైన చలి, తక్కువ వర్షం. ఈ బంజరు నేలలో బాపు అదెలాంటి కృషి ప్రయోగం చేస్తారు? అక్కడికి వెళ్ళి చావడానికి బదులు దేశం లోని ఒక్కో ప్రదేశంలోని ఒక్కో పల్లెలో ఇన్నిన్ని రోజులు అని ఉంటే సరిపోదా? ఇవే ప్రశ్నలు వచ్చాయి.

కానీ, మీరు నమ్ముతారో లేదో, మేము వెళ్ళగానే సేగాంవ్ అదృష్టమే మారిపోయింది. ఏవేవైతే ఇంతవరకూ లేవో, అవన్నీ ఉన్నాయనేటట్టు అయ్యాయి.

మేము అక్కడికి వెళ్ళినప్పుడు సేగాంవ్ ఎలా ఉండేదో తెలుసా? అక్కడక్కడ మండుటెండలకు ఒళ్ళప్పగించిన, పైరు కోయబడిన బయలు ప్రదేశాలు, రాయి నేల, అంచుల్లో ముళ్ల చెట్లు, ఎక్కడో ఒకట్రెండు వృక్షాలు. సబర్మతి లో మగన్-మహదేవ్ చేసినట్టు ఇక్కడ మీరా-మహదేవ్ చాలా శ్రమ వహించారు. ఆశ్రమంలో ఉండడానికి వచ్చేవాళ్ళు ఒక్కొక్కటే రాయిని ఎంచుకుని, పోగు చేసి, కట్టడం కట్టడానికి ప్రారంభించారు. మొదట బాపు కుటీరానికి పునాది వేశారు. మీరా తన చేతులారా కట్టిన కుటీరమది. ఆ స్థలం నుండి ఐదు మైళ్ళ పరిధిలో దొరికే వస్తువులతోనే కట్టాలని నియమం. తుమ్మ చెట్ల వాసాలు వేశాము. వేప, చింత, తుమ్మ ఉపకరణాలుగా దొరికాయి. దగ్గరలోనే కుమ్మర్ల ఊరుంది. అక్కడి నుండి పెంకులు తెచ్చాము. కప్పాము. అంతవరకూ మీరా ఇంట్లో ఉన్న మేము బాపు కుటీరం పూర్తయిన తరువాత ఇక్కడికి వచ్చాము.

మా అమ్మాయి మీరా, మీరాబేన్ మీకు తెలుసు కదా! ఆమె బ్రిటన్‌కు చెందింది. సైనికాధికారి కూతురు. గిటార్ బాగా వాయించేది. పాడేది. అదెంత భారతీయురాలుగా మారిందంటే గుండు గీయించుకుని, తెల్ల ఖద్దరు చీర కట్టుకుని,

సన్యాసినిలా తనదంటూ ఏమీ ఉంచుకోకుండా బాపుకంటే ఒకడుగు ముందుకు వెళ్ళి బ్రతికింది. అదెవరో రోలండ్ అనే ఆయన రాసిన పుస్తకం చదివి ఆయనను కలవడానికి రోమ్‌కు వెళ్ళిందట. ఆయన "నన్నెందుకు చూడడానికి వచ్చావు? నువ్వు నిజంగా వెళ్ళి చూడవలసిన వ్యక్తి భారతదేశంలో ఉన్నాడు. ఆయన గురించి ఒక పుస్తకం రాశాను. ఆయన మరో క్రీస్తు. బాపు అంటారు ఆయనను. ఆయనను కలువు" అన్నారట. మరో క్రీస్తు అన్న మాట ఆమెను పట్టేసింది. ఆమెలో ఆ మాట ఎంత నాటుకు పోయిందంటే తను బాపు శిష్యురాలు కావడమే సరి అని నిశ్చయించి పడవ టికెట్ చేసేసుకుందట. ఆమె తలిదండ్రులు ఆమె మాటకు బదులు చెప్పకుండా "సరే. నీ ఇష్టం" అనేశారట. చివరికి బాపుకు ఉత్తరం రాసి అడిగింది. బాపు మానసికంగా ఆశ్రమవాసిగా మారడానికి సిద్ధం కావాలి. అందుకోసం గొంతుక్కూర్చోవడం, నేలపైన పడుకోవడం, హిందిభాష నేర్చుకోవడం, శాకాహారం, మితాహారం, మద్య నిర్బంధం మొదలైన అలవాట్లను చేసుకోవాలి అని సలహా ఇచ్చారు. చాప పైన పడుకుంది. ఖద్దరు కట్టుకుంది. ఆ సమయంలో బాపు ఇరవై ఒక్క రోజులు ఉపవాస దీక్ష చేపట్టారు. ఆయన ఆరోగ్యం దెబ్బతిన్నప్పుడు ఆమెకు చాల దిగులయ్యిందట. ప్రతిరోజూ బాపు గురించిన సమాచారాన్ని చదివేదట. ఫ్రెంచ్ భాషలో ఋగ్వేదం, భగవద్గీత చదువుతూ పార్థన చేసేదట. ఇరవై ఒక్క రోజుల ఉపవాసం ముగిసిన తరువాత భగవంతుడికి ధన్యవాదాలు తెలిపింది. బాపు నిధి సంగ్రహానికి ఇవ్వడానికి తన దగ్గిర ఏదీ లేదని, తన తాత తన ఇరవై ఒకటో పుట్టిన రోజు కానుకగా ఇచ్చిన బంగారు కడియాన్ని అమ్మేసి ఇరవై పౌండ్లు పంపిందట. ఇలా బాపు అంటే దైవపుత్రుడి అవతారం అనే భావించింది.

వినోబాలాగా ఆమె కూడా బాపును కన్నతల్లేమో అనిపించేలా చూసుకుంది. మీరా బేన్ అని బాపు ఆమెకు పేరు పెట్టారు. ఆయన కళ్ళ అంచులతో చూపిన దాన్ని తలకెత్తుకుని చేసేది. ఆమె బాపుకు కూతురు, శిష్యురాలు రెండూగా వుండేది. బండలా అచలం, బాపులా అచలం. తను అచలంగా ఉన్నా లోకాన్నే గడగడలాడించేంత అచలం ఆమె. వర్ధాలో ఉన్నన్నిరోజులూ మీరాను అంటిపెట్టుకునే ఉండేదాన్ని నేను.

వర్ధాలో ఏదైనా చెయ్యలని ఉత్సాహం వేసేది నాకు. కానీ నా ఆరోగ్యం సహకరించేదికాదు. అప్పటికే నేను చాలా మెత్తబడ్డాను. దమ్ము ఇనుమడించింది. కాబట్టి శ్రమదానం తక్కువ, పర్యవేక్షణ ఎక్కువ చేసేదాన్ని. వంటిల్లు, గోశాల చూసేది నేను. నేను, మీరా, బాపు అక్కడ కొన్ని చెట్లు నాటాము. పిల్లలను

చూసుకోవడం, వచ్చిన వాళ్ళతో మాట్లాడడం, విచారించుకోవడం, ఇలాంటి పెద్దరికం పనులు నాకు ఎక్కువగా ఉండేవి. నూలు వడకడం ఆనందంగా అనిపించేదికానీ చాలా సేపు కూర్చోనిచ్చేది కాదు. వీపు నొప్పి, మెడ నొప్పి వచ్చేవి. పత్తి దుమ్ముకు దగ్గు రావడం జరిగేది.

వర్ధా అనే దేశ మారుమూల గ్రామంలో ఉంటూ బాపు రాజకీయాలనుండి దూరంగా ఉండాలని కోరుకున్నా అది కుదరలేదు. వచ్చే ఉత్తరాలే వేలకొద్దీ వుండేవి. నేనిక రాయడం లేదు అన్నా కానీ ఎలాంటి ఉత్తరాలు వచ్చేవి అంటే బదులు రాయాల్సిందే అలాంటివి. అమదాబాదు బ్రాహ్మణ పురోహితులు ఒకసారి ఆయనకు ఉత్తరం రాసి ఇంగ్లీషులో వాడే వెజిటేరియన్ అనే పదానికి అర్థమేమిటి అని అడిగారు. చేపలు, గుడ్లు, పాలు సేవించినవాళ్ళు శాకాహారులవుతారా? ఉల్లిపాయలు, వెల్లుల్లి ఎలాంటి ఆహారాలు? అని కూడా అడిగారు. దానికి బాపు భారత దేశంలోని అన్నాహారమే శాకాహారం అన్నారు. గుర్తుకు వచ్చింది అని చెప్పాను అంతే! ఇలాంటివే ఎవరెవరివో వేలాది ఉత్తరాలు, ప్రశ్నలు. వాటికంతా తామే బదులివ్వాలని బాపు.

రవీంద్రనాథ టాగోర్‌గారికి డెబ్భై సంవత్సరాలు వచ్చాయి. అప్పుడు తమ బ్యాలె గుంపుతో శాంతినికేతనానికి నిధి సంగ్రహణకు బయలుదేరారు. బాపుకు కూడా ధనసహాయం కోరి ఒక ఉత్తరం రాశారు. వెంటనే బాపు,ఆయనలాంటి మహాకవి, వ్యక్తి ఇలా జోలె పట్టుకుని ఊరూరూ తిరగరాదు, అలా తిరిగితే శాంతినికేతన్ నడపడం భవిష్యత్తులో కూడా కష్టం కావచ్చు, దానికంటే మూసేయడమే మంచిది అని ఉత్తరం రాశారు. ధనసహాయం అని వాళ్ళని వీళ్ళని అడిగి 60,000 రుపాయలు సంగ్రహించి పంపారు. అంత సొమ్ము ఒక జి.డి.

బిర్లాగారే ఇచ్చారు. కానీ తమ పేరుతో పంపవద్దని చెప్పారు.

సేగాంవ్ ఒక కుగ్రామయితేనేమి, ఆశ్రమానికి రానివారు లేరు. అక్కడికి వెళ్ళగానే వచ్చినవాళ్ళలో డాక్టర్ ఒకరు. అంబేద్కర్‌గారిని మేమంతా డాక్టర్‌గారనే పిలిచేది. ఆయనను బాపు ఇంతకు ముందు ఒకటి రెండు సార్లు కలిశారు. ఆయన అస్పృశ్యులకొరకు చాలా శ్రద్ధతీసుకుంటున్నారు అని వార్తలువచ్చేవి. అస్పృశ్యులకు దేవాలయ ప్రవేశం, చెరువు నీళ్ళు త్రాగే పోరాటం ఇలా నడుపుతున్నారు అని తెలిసేది. ఆయన కూడా మాలాగే చదువుకుని, ఆలోచించి, సేవలకు దిగిన మనిషి అని తెలుసుకున్నాము. కానీ అదెందుకో కొన్ని రోజుల తరువాత బాపు పైన ఆయన కోపగించుకున్నారట. అలాగని బాపునే ఒకట్రెండు సార్లు మాటల మధ్యలో చెప్పడం విన్నాను. ఆయన ఒకమారు బాపును కలవడానికనే వచ్చారు. ఆయన వెళ్ళిపోయిన తరువాత ఎవరు ఈ డాక్టరుగారు, అస్పృశ్యుల గురించి ఇంత శ్రద్ధ వహిస్తున్నారు అని బాపు మహదేవను అడిగారు. చివరికి తేలింది ఆయన కూడా అస్పృశ్యులే అట. బాపుకు అది తెలిసుండలేదు. ఆ తెగకు చెందిన మనిషి ఇంత ఉన్నత శిక్షణ గడించి, ఇంత సూక్ష్మంగా ఆలోచించి మాట్లాడగలరని బాపు అనుకోలేదు. లేదా అలాంటివారు మా సంపర్కానికి ఇంతవరకూ రాలేదు. స్వతః అస్పృశ్యులుగా ఉంటూ, సమాజం యొక్క నిర్లక్ష్యాన్ని అనుభవించడం వల్లనే, ఇంత నిర్మోహమాటంగా, సూటిగా మాట్లాడుతున్నారు అని అనుకున్నాము.

ఎందుకో ఇద్దరికీ ఒకసారి విరోధమయ్యింది. డాక్టర్‌గారు అడుగుతున్నదానికి బాపు వద్దు అన్నారట. అలా అడిగినదాన్ని వెనిక్కి తీసుకోవాలని ఒత్తిడి చేస్తూ బాపు పుణె జైలులో ఉపవాసం ప్రారంభించారు. ఇక చచ్చిపోతారేమో అనేంత వరకూ వెళ్ళింది. గాభరాపడి నేను, దేవదాసు డాక్టర్‌గారింటికి వెళ్ళాము. చాల దుఃఖంలో ఉన్న, బాధపడిన వ్యక్తిలా కనిపించారు. నాకన్నా, బాపుకన్నా చాలా పొడగరి. గంభీరమైన ముఖం. ఆయనను చూడగానే జ్ఞాని అనిపించేటట్టున్నారు. చాలా బాగా, స్పష్టంగా మాట్లాడేవారు. మరాఠి, హింది గుజరాతి, ఇంగ్లీష్ అన్నీ వచ్చేవి. బాపు ఉపవాసంతో చచ్చిపోతారు, అలా కాకుండా దయచేసి సహాయం చెయ్యండి అని ఆయనను అడగడానికి వెళ్ళాము. నేనే చేతులు జోడించి అడిగాను. నాకు గొంతు పెగలకుండా కన్నీరు బయటకు వచ్చింది. మరి నేనే ఆయనను బ్రతికించుకోవాలి కదా! ఈ మారు చాలా నిశ్శక్తులయ్యారు. చచ్చే పోతారు అనిపించింది. నా పిల్లల వయస్సున్న డాక్టర్‌గారి ఎదుట బాపును దయచేసి బ్రతికించండి అని కొంగు చాపి ప్రార్థించాను. నేను ఇక్కడ ఇలా మాట్లాడుతుండగా,

అక్కడ బాపు తమ చివరిశ్వాస వదిలేస్తారేమో అనే భయం వెన్నాడుతోంది. అదెందుకో నాకు తెలియకుండానే దుఃఖం తెరలు తెరలుగా పొంగి వచ్చింది. డాక్టర్‌గారు అంతవరకూ మాట్లాడుతున్నవారు, ఒక్కసారిగా నా కళ్ళల్లో కళ్ళుపెట్టి చూసి గమ్మునయిపోయారు. నిజంగా పెద్ద మనిషి ఆయన. తరువాత ఒకే మాట "మీరు అడిగినందుకు ఒకే మాట చెప్పెయ్యడం సులభం అమ్మా. కానీ కోట్లకొలది ప్రజలు నన్ను అడుగుతారు. ఇంత పోరాటం జరిపి, లండన్‌దాకా వెళ్ళి ఏం న్యాయం తీసుకొచ్చారు అని. వాళ్ళకు నేనేం చెప్పాలి చెప్పండి?" అని అడిగారు. నాకు ఆయన చెప్పింది అంతగా అర్థం కాలేదు. దేవదాసు, మహదేవ తరువాత చెప్పారు.

కానీ, బాపుకు ఆయనకు ఎందుకో అంతగా స్నేహం బలపడలేదు.

అంబేడ్కర్‌గారు వచ్చినప్పుడు బాపు కుటీరం ఇంకా పూర్తవలేదు. ఏవో పనులు జరుగుతున్నాయి. అయినా అర్జెంటుగా మాట్లాడాలని నాగ్‌పూర్ నుండి వచ్చారు. చెట్టుకింద ఒక రాతి చప్టా పైన కూర్చుని మాట్లాడారు. ఆయనను వదిలి రావడానికి మహదేవ వెళ్ళినప్పుడు అతడి వద్ద డాక్టర్‌గారు చాలా భావుకులై అస్పృశ్యత, అవమానాల అనుభవాలను చెప్పుకున్నారట. దాన్ని విని తనకు చాలా బాధేసింది అన్నాడు మహదేవ. "ఇప్పుడు అస్పృశ్యులకు తోడుగా వారి బాధలను పంచుకోవడానికి చాలా మంది తయారుగా ఉన్నారు కదా. పరిస్థితి చక్కబడుతుంది లెండి" అన్నాడట మహదేవ్. "అంటే అస్పృశ్యత అలాగే ఉండనీ, మీరు బాధపడుతూనే ఉండండి. మేము మీతో ఉంటాము అంటున్నారా మీరు?" అని ఆయన అడిగారట ఎలాంటి మాట అది! అస్పృశ్యులం కాని మాలాంటివాళ్ళకు ఇలా అనిపించడం సాధ్యమా? అది మహదేవ్‌ను ఎంత వణికించింది అంటే తిరిగి వచ్చినాక చాల రోజుల పాటు దాని గురించే చర్చ జరిగింది. అస్పృశ్యత విషయం వచ్చినప్పుడల్లా డాక్టర్ గారి అభిప్రాయాన్ని గురించే పదే పదే చర్చ జరిగేది. ఆయన, ఆయనలాంటి వారితో ఉండి తీరాలని నిర్ణయించుకున్నారు. నిజం చెప్పాలంటే డాక్టర్‌గారి అభిప్రాయం గురించిన చర్చ జరిగినప్పుడే నాతో కలిపి మావాళ్ళు అస్పృశ్యులకు ఎలా అన్యాయం చేశాము అని అర్థమయ్యింది!

వర్ధాకు వచ్చి రెండు సంవత్సరాలయ్యిందేమో! మండుటెండల్లో నేను పదే పదే మూర్ఛపోయేదాన్ని. దేహశ్రమ అయితే చాల కష్టంగా ఉండింది. ఇంట్లోని పని మాత్రం చేసుకునేదాన్ని. దుమ్ముకో ఏమో ఆయాసం ఎక్కువవుతూ ఇబ్బంది పెట్టసాగింది. ఒక వైపు హరి వేసే వేషాలు నా మనసుకు గుచ్చుకుంటుంటే ఇంకో వైపు నా అనారోగ్యం. ఎందుకో చాలా ఒంటరిదాన్నయినట్టనిపించేది. ఇక ఈ

జీవితం చాలు అనిపించిన రోజులవి. ఇంతకు ముందు ఆశ్రమాలలో మగన్ వున్నాడు. ఇప్పుడు అతడు లేనందువల్ల మహదేవ పైన చాలా బాధ్యత. ఎవరికీ తీరిక ఉండేది కాదు. నేను మాట్లడడానికి గాని, నాతో మాట్లాడడానికి గానీ ఎవరూ లేరు. అందరికీ బాధ్యతల బరువు. మొత్తం దేశపు బాధ్యత మరి. నా ఒంటరితనపు బావిలో నేనే మునిగి లేచేదాన్ని. ఇది బాపుకూ తెలిసుండాలి. చివరికి నన్ను శిమ్లాకు పంపారు.

అమృతా ఉంది కదా. రాజకుమారి కౌర్. అక్కడ ఆమె ఇల్లుండేది. పెద్ద ఇల్లు. మన్రో విల్లా దాని పేరు. ఆపిల్ తోటకూడా ఉంది. అప్పుడు ఆమె మా ఆశ్రమవాసి కారు. సత్యాగ్రహికూడా కాదు. కానీ బాపును గమనించిందామె. అప్పుడప్పుడు వచ్చేది. ఉత్తరాలు రాసేది. ఆ సంవత్సరం వేసవి గడిచేదాకా ఆమె ఇంట్లోనే ఉన్నాను. ఆశ్రమ జీవితం, అక్కడ ఉన్నవారు, వచ్చి వెళ్ళేవాళ్ళు, అక్కడ నివాసమున్న వాళ్లకున్న స్వాతంత్ర్యం అన్నిటి గురించి అడిగి తెలుసుకున్నారు. తనకు తీరిక, డబ్బు చాలా ఉంది. ఈ ఏకాంతం మొహం మొత్తింది. జనాల నడుమ ఉండాలనిపిస్తుంది. ఆశ్రమానికి వచ్చేసి, బాపు, ఇతరులతో కలిసి సేవలోకి దూకాలనిపిస్తుంది అనింది. ఆమె తండ్రి సిక్కుల రాజు, తల్లి క్రైస్తవ మతస్తురాలు. ఇంగ్లీష్ నేర్చుకుంది. బుద్ధిమంతురాలు, ఆలోచించేది. కానీ, చర్చ్ కానీ, గురుద్వార కాని తన అంతఃశోధనకు తృప్తినివ్వడం లేదు. అందుకే సత్యాగ్రహం, అహింస, ఉపవాసం, ప్రార్థనల ఆశ్రమ జీవనం వైపు మనసు లాగుతోంది అన్నది. ఆమెకు ఆశ్రమ జీవనం గురించి వివరించాను. ఆశ్రమమంటే అక్కడ ఏకాంతమూ ఉంది, సమాజమూ ఉంది. అందరూ ఉన్నా నువ్వు ఒంటరిగా ఉండవలసి రావచ్చు. ఏకాంతమూ, సహవాసమూ కావలసినప్పుడు దొరకక పోవచ్చు. సంతలో ఉన్నా కబీరులాంటి సంతుల్లా ఏకాంతాన్ని ఆవాహించుకుని పాడాల్సివస్తుంది. బాపుతో పని చెయ్యడానికి, ఆశ్రమంలో ఉండడానికి ఇంత తయారీ చేసుకోవాల్సి ఉంటుంది, ఆలోచించు అన్నాను. నేను వర్ధాకు వచ్చేసిన తరువాత వరసగా ఉత్తరాలు రాసింది. చివరికి ఒక రోజు నగలు, దుస్తులు, సంపద అంతా వదిలేసి ఆశ్రమవాసిగా వుండడానికి వచ్చేసింది. ఆమె బాపు కార్యదర్శిగా చాలా పని చేసింది. మహదేవకు చాలా బరువు తగ్గింది.

ఆశ్రమంలో ఎల్లప్పుడూ ఒకరు కాకపోతే ఒకరు రాజకీయ నాయకులు, పోరాట యోధులు ఉండేవారు. బాపుతో చర్చలు జరిపేవారు. వల్లభ భాయి పటేల్ గారు, జవహర్ లాల్ నెహ్రూ, మౌలానా అజాద్, సి.ఎఫ్. ఆండ్ర్యూస్, చక్రవర్తి

రాజగోపాలాచారి లేదా రాజాజి ఇలాంటివారంతా చాలా సార్లు వచ్చారు. జవహర్ అంటే బాపుకు చాలా ప్రేమ. భారతం యొక్క భవిష్యత్తు అతడివద్ద ఉంది అనేవారు. చాల బుద్ధిమంతుడు, చురుకు. సరోజిని కూడా వచ్చేది. ఆమెతో పాటు ఆమె పిల్లలు కూడా వచ్చేవారు. బ్రిటిష్ అధికారులు ఆశ్రమానికి వచ్చేవారు. వీళ్ళే కాకుండా దేశపు ఇతర భాగాల సత్యాగ్రహులు, విద్యార్థులు, విలేకరులు, విదేశీ స్నేహితులు, సాహితీవేత్తలు, ధార్మిక వ్యక్తులు వచ్చేవారు.

ధార్మిక వ్యక్తులు ఎందుకు వచ్చేవారు అని మీకు ఆశ్చర్యం కలగవచ్చు. బాపు అన్ని మతాల పండితులతో లోతుగా చర్చించేవారు. హిందు, ఇస్లాం, జైన్, సిఖ్, క్రైస్తవ అలాగే ఇతర మతాల ధార్మిక విషయాలను తెలుసుకునేవారు, చదివేవారు. తమ ప్రార్థనలలో ఒక్కొక్కటిగా ఇతర మతాల అంశాలను ప్రవేశపెడుతూ పోయారు. ప్రతి రోజూ కొంచెం ఆలస్యమైనా భగవద్గీత చదివేవారు. ఆయన వున్నచోటికి అన్ని మతాల వారు వచ్చేవారు. నరసి మెహ్తా పాట ఉండేది కదా. పరపీడ చేయనివాడే పరమ వైష్ణవుడు అని గాఢంగా నమ్మేవారు. ఆశ్రమంలో ఎక్కడా పూజాగృహం అని ఉండేది కాదు. నిర్గుణ భక్తి ఆయనది. బాపు ఒంటి పైన జుట్టుకానీ, జంధ్యంకానీ, ఊర్ధ్వపుండ్రంకానీ ఏదీ ఉండేది కాదు.

ఇలాంటి వారు కాక ఆశ్రమానికి కొంతమంది ఊరకే, ఆశ్రమ దర్శనానికని వచ్చేవారు. వారంతా బాపును సాధుసంతుల కొనసాగింపుగా, భారత దేశం నుండి ఆంగ్లేయులను పారద్రోలడానికి పుట్టిన అవతార పురుషుడిలా చూసేవారు. ప్రార్థనల్లో పాలు పంచుకునేవారు. ప్రార్థన తరువాత ఎవరికైనా, ఏమైనా అడగడానికి అరగంటపాటు అవకాశం ఉండేది. అప్పుడు బాపు మాట్లాడేవారు. దర్శనానికి వచ్చినవారు తమ వ్యక్తిగత కష్టాలను, తమ ఊరి కష్టాలను, సమాజ-జాతి-పిల్లల ఏవేవో కష్టాలను చెప్పుకునేవారు. బాపు ప్రశాంతంగా, కొన్ని సార్లు కళ్ళు మూసి వాటికి బదులిచ్చేవారు. అది వారికి దైవవాక్యమే అనిపించి బాపు కాళ్ళకు సాష్టాంగ నమస్కారం చేసేవారు. నా కాళ్ళకూ చేసేవారు. బాపుకు ఇబ్బందిగా అనిపించి వద్దనేవారు. మహదేవకు అలాంటివి ఈ ఆశ్రమంలో ఉండవని ముందుగానే చెప్పమని ఆదేశించేవారు. కానీ వచ్చినవాళ్ళు వినాలి కదా! అవకాశం దొరికిందే చాలు అని కాళ్ళకు పడేవారు. బాపుకు చేతులెత్తి నమస్కరించేవారు, ఒళ్ళు నిమిరేవారు, ఏడ్చేవాళ్ళు, కళ్ళు మూసుకుని కూర్చునేవారు. ఇలాంటి వారి దృష్టిలో బాపు ఒక మహాత్ముడు. ఆయన చేసినదంతా లీల. చెప్పినదంతా వాక్కు. తమకు జరిగిందంతా మహిమ. చాలా మటుకు అందరూ ఏదో ఒకటి తెచ్చేవారు. తమ

పొలంలోని ధాన్యం, పళ్ళు, కూరగాయలు, పప్పుదినుసులు ఇచ్చేవారు. ఆశ్రమానికి చందాగా డబ్బులిచ్చేవారు. ప్రార్థన తరువాత కాకుండా ఇతర సమయాల్లో వారికి ఇలా కలిసే అవకాశం తక్కువగా ఉండేది. పరిచితులు, ఉద్యమ నాయకులు, ఆప్తులు, అధికారులు మాత్రమే కలిసేవారు. అన్ని ఊళ్ళల్లో ఇలాంటి వారు బాపు మహాత్మ్యం గురించి చెప్పేవారు.

అప్పటికి కాంగ్రెస్ అనేక రాష్ట్రాల్లో ప్రభుత్వం నడుపుతోంది. కానీ కాంగ్రెస్ వాళ్ళ లంచగొండితనం, సోమరితనం, పక్షపాతం మితి మీరుతోంది. ఇది బాపుకు చాలా బాధ కలిగించిన సంగతి. "దేశం యొక్క 35 కోట్ల ప్రజల్లో ఒక కోటి కాంగ్రెస్ వాళ్ళు ఉంటారేమో కదా? వీళ్ళ ప్రవర్తన నాకు చాలా అసహ్యం కలిగిస్తోంది. నేను ఆ కోటి మందిలో ఒక్కణ్ణి కాను. మిగిలిన 34 కోట్లల్లో ఒక్కణ్ణి. కాంగ్రెస్ యొక్క పావలా సభ్యుణ్ణి కూడా కాను" అనేశారు ఒకసారి. పార్టీలోని శ్రీమంతులు, పేద కార్యకర్తల మధ్య ఉన్న తేడా ఆయనకు చాలా బాధ కలిగించింది. 1920లోనే రాట్నం, తాగుడు మానిపించడం, అస్పృశ్యతా నివారణ పనులు ప్రారంభించినా అవి కొనసాగలేదు. వాటి గురించి కాంగ్రెస్ వాళ్ళు గంభీరంగా ఆలోచించనేలేదు. దీనివల్ల కూడా బాపు విసుగుచెంది రాజకీయాల నుండి దూరమవుతాను అనేవారు.

ఆయనే కాదు, ఆయన భార్యనైన నేనే రాజకీయాల్లో ఇంతగా మునిగిపోయాను అంటే ఇక బాపు ఎలా దాన్నుండి దూరమవడానికి వీలవుతుంది? దానికి తోడుగా, దేశంలో ఏవేవో సంఘటనలు దేశంలో ఒక దాని పైన ఒకటి సంభవించాయి. ఎక్కడెక్కడో, ఎవరెవరో, ఏమేమో చేసేవారు. వాటినంతా ఒక తాటి పైన తేవడానికి వీలుకాక, మా నియంత్రణలో లేకుండా ప్రమాదాలు జరగడం కూడా కద్దు. అలాంటప్పుడు బాపు ఉపవాస దీక్ష చేపట్టేవారు. ప్రార్థన చేసేవారు. అలాగే తమ అభిప్రాయం తెలపడానికి ఉత్తరాలు రాసేవారు. ఏదైనా కానీ, మితి మీరి అపాయం కాకుండా ఉండేట్టు ఏమైన చెయ్యడానికి ప్రయత్నించేవారు.

వేరే వేరే పత్రికలకు వేరే వేరే భాషల్లో రాసేవారు. మా పత్రికకూ రాసేవారు. అవి కాకుండా లెక్కకు మీరి ఉత్తరాలు వచ్చేవి. అన్ని ఉత్తరాలకూ బాపు బదులు రాసేవారు. వేలకు వేలు ఉత్తరాలు రాశారేమో ఆయన! సబర్మతి నదీ జలాలు ఆయన పెన్నులోకి ఇంకులా ప్రవహించి అవన్నీ ఖాళీ కావేమో అనేటట్టు రాసేవారు. ఆయనకు ఎప్పుడైనా సమయం దొరకక పోయినట్టైతే ఏం రాయాలని మహదేవ్ ఆయనను అడిగి తనే రాసేవాడు. మరికొన్నింటిని ప్యారేలాల్, అమృత్‌కౌర్

రాసేవారు. ఎన్నో ఉత్తరాలను చూడడానికి గానీ, రాయడానికి గానీ సమయమే దొరకకుండా ఉండే అవకాశాలూ ఉండేవి. కానీ రాసే ఉత్తరాలు తగ్గలేదు. వేలకొలదీ ఉత్తరాల పోగు. ఉత్తరానికి బదులు, ప్రతిక్రియకు ఉత్తరం, కోపానికి ఉత్తరం, ప్రేమకు ఉత్తరం ఇలా అందరినీ తమ బాహువుల్లో తీసుకునే బాపు ఆత్మీయతకు సమయమే సరిపోయేది కాదు. ఆయన ప్రేమను పంచుకోవడానికి ఆశ్రమంలో ఒకరి కంటే ఒకరు, అంతెందుకు మొత్తం ప్రపంచమంతా ఆశ్రమంతో పోటీ పడినట్టు అనిపించేది. వాళ్ళందరి మధ్యలో ఆయన పంచ కొసను పట్టుకుని నిల్చున్నాను నేను.

బాపు ఇరవై ఒక రోజులు ఉపవాసం చేపట్టారు కదా. కాబట్టి ఆయన ఆరోగ్యం పాడయిందని శిక్ష అవధికి ముందుగానే విడుదలయ్యారు. నన్నూ విడుదల చేశారు. అయితే నాదింకా ఆరునెలల శిక్ష బాకీ ఉంది. చివరికి బాపు 'హరిజన సేవాసంఘం' యాత్రకు అని తొమ్మిది నెలలు వర్ధా నుండి బయలుదేరినప్పుడు నేను కూడా నా శిక్ష అవధి ఇంకా ఆరు నెలలు మిగిలుంది అని గుర్తు చేసి, వైస్రాయికి ఉత్తరం రాసి జైలువాసినయ్యాను. బాపు ఎక్కడికి చేరేవారో అక్కడినుండి నేనున్న జైలుకు ఉత్తరం రాసేవారు. ఉత్తరంలో ఏముండేది? 'పళ్ళసెట్ వేసుకుంటున్నావా? దాన్ని పొటాషియం పెర్మాంగనేట్‌తో కడుగుతున్నావా? నీతో పాటు ఉంటున్న ఖైదీలకు వారు ఎలాంటివారైనా సరే సేవ చెయ్యడం నీ ధర్మం. మరవకు. క్రిమినల్ అపరాధాలు చేసిన ఆడవాళ్ళను కూడా అక్కచెల్లెళ్ళలా ప్రేమించు' అని రాసేవారు.

నవ్వకమ్మాయ్! బాపు ప్రేమ, దాని రీతి ఇలాగే!!

ఇలాంటి బాపును అందరూ ప్రేమించేవారా అని అడగొచ్చు మీరు. లేదు. ఆయన పైన కోపగించుకునేవారు, ద్వేషించేవారు, వాదించేవారు, నిర్లక్షించేవారు, హేళన చేసేవారు ఉండేవారు. కానీ సత్యశోధనలో భాగంగా చర్చకు వచ్చేవారిని ఆయన గౌరవించేవారు. నొప్పించేవారికి తాను బాధపడడం తప్ప ఆయన వద్ద బదులుండేది కాదు. ఆయన కార్యకలాపాలు, సిద్ధాంతాలను విమర్శించి ఆయనకు చెప్పేవారు చాలా తక్కువ. ఆశ్రమంలో నేను, మహదేవ, కొన్ని సార్లు రాజాజి భాయి. ఆశ్రమం బయట దేశంలో "మీరు చేస్తోంది మాకోసం కాదు" అంటూ జిన్నా గారు, అంబేద్కర్ గారు అనేవారు. అలాంటివారిని తమ వద్దనే ఉంచుకుని తన ప్రయత్నాలను, విచారధారను తెలుసుకోవడానికి, విమర్శించడానికి వీలు కల్పించేవారు బాపు. ఒకేసారి మౌనంగా వాళ్ళతో చర్చ జరిపేవారు. కానీ నేనేమైనా

అడిగితే, నీకు తెలుసు కదా అనేసేవారు. నన్ను రోజూ ఇంత దగ్గరనుండి చూస్తావు కదా, అందులోనే అన్నీ జవాబులున్నాయి అనేవారు.

ఒకసారి ఆశ్రమానికి సంబంధించినట్టుగా ఏదో ఇబ్బంది కలిగింది. అనేక రకాల ఇబ్బందులు వచ్చేవి. ఆశ్రమవాసుల నడుమ గందరగోళం. తను, మన, ధనాల మధ్య తికమక మొదలైనవి. అప్పుడు బాపు మౌనం, ప్రార్థన, ఉపవాసాల ద్వారా బదులు కనుక్కునేవారు. ఒకసారి నేనే చెప్పాను. "ఊరుకోక గీరుకున్నారు అన్నట్టు, ఎందుకింత కష్టపెట్టుకుని ఆశ్రమం చేసుకుని, అంతే కష్టాలతో నడపాలి? మీరు బోధిసున్న ఆదర్శాలను పాటిస్తూ అందరూ వాళ్ళవాళ్ళ ఇళ్ళల్లో ఉంటే చాలు కదా? జవహర్ గారు లేరా? పటేల్‌గారు లేరా? రాజాజి గారు లేరా?" అన్నాను.

అందుకు బాపు "నేనేం బోధిస్తున్నానో దాని సాకారం ఈ ఆశ్రమం. ఇది విఫలమవుతోంది అని మీకు అనిపిస్తే దానర్థం నేను, నా సిద్ధాంతాలు విఫలమయ్యాయనే అర్థం. కానీ అది సఫలమవడానికి ఏమేం చెయ్యాలో అవన్నిటినీ చెయ్యడానికి నేను సిద్ధం. ఈ ఆశ్రమం, ఈ గ్రామాల కంటే నాకు నా జీవితం గురించి చెప్పాల్సిందేమీ లేదు బా. మనం అనుకున్నట్టు జీవించడమే సత్యం. అలా సత్యంగా నడుచుకుంటూ ఇతరులకు ఇబ్బంది కలిగించకుండా ఉండడమే అహింస. పిల్లలకు జన్మనివ్వడానికి మాత్రమే లైంగికత. మిగిలిందంతా బ్రహ్మచర్యం. ఈ మూడు తత్త్వాలకు తోడుగా అందరూ కలసికట్టుగా, సామూహికంగా బ్రతకడం ఇక్కడ పొందుపరచబడింది. ఇది సత్యాగ్రహులను తయారు చెయ్యాలి. సేగాంవ్ లాంటి ఒక కుగ్రామం భారత దేశపు ఆదర్శ గ్రామం కావాలి. ప్రతి పల్లె కూడా ఇలాగవ్వాలి. ఇది నా కల. అది సాకారం కావడానికే ఆశ్రమం కావాలి" అన్నారు.

బాపు ప్రకారం ఆదర్శగ్రామం అంటే గాలి-వెలుతురు ఉండే సరళమైన ఇళ్ళ ఊరు. చుట్టు ప్రక్కల ఐదు మైళ్ళ దూరంలో దొరికే వస్తువులతోనే ఇల్లు కట్టాలి. వీధుల్లో చెత్త, దుమ్ము ఉండకూడదు. అన్ని ఇళ్ళకూ పెరడు ఉండాలి. అందరూ తమకు కావలసిన కూరగాయలు పండించుకోవాలి. పశు సంపద, పెంపుడు జంతువులను పెట్టుకోవడానికి వీలవ్వాలి. అందరికీ కలిపి ఊళ్ళో ఒక బావి, ఒక పూజాస్థలం, ఒక సభాభవనం, ఒక పసరిక బయలు, స్థానిక వ్యాజ్యాలు తీర్చడానికి ఒక పంచాయితీ ఉండాలి. సహకార పాల కేంద్రం ఉండాలి. చేతి పనులు, శ్రమతో కూడిన పనులు, కనీస విద్య నేర్పించే ఒక పాఠశాల ఉండాలి. అలాంటి గ్రామం ఆదర్శ గ్రామం. వర్ధా ఒక ఆదర్శ గ్రామం కావాలి. అలాగే దేశమంతటా అలాంటి గ్రామాలను నిర్మించే కార్యకర్తలు తయారవాలి అనే ఆ

ఆశ్రమ ధ్యేయం.

ఒక రకంగా బాపు చెప్పేది సబబే. మేము పోరుబందర్ లేదా రాజ్‌కోట్ ఇంట్లోనే ఉండుంటే శ్రమ గురించి తెలియడం కానీ, జాతి భేదాల్లేని సామూహిక

జీవితం, సర్వమత ప్రార్థన, పిల్లలకు మాతృభాష శిక్షణ ఇవన్నీ వీలయ్యేదా? వడకడం, నేయడం, మన పొలంలోనే అదీ సామూహిక యాజమాన్య భూముల్లో వ్యవసాయం చెయ్యడం వీలయ్యేదా? భారత దేశ వివిధ ప్రాంతాల, భాషలవారు ఒకచోట చేరి ఇలా బ్రతకడానికి మన ఇళ్ళల్లో వుంటే వీలు పడేదా? పాడి, వ్యవసాయం, గానుగ, వడకడం, నేయడం, పరిశు

భ్రత, అస్పృశ్యతా నివారణ ఇవన్నిటినీ మేము మా ఇళ్ళల్లో ఉంటూ పల్లెల్లో రావాలని అనడానికి వీలయ్యేదా?

మా బావిని శుభ్రంగా ఉంచుకోవాలి, దాంతో పాటే నది, సముద్రాలూ మలినం కాకుండా చూసుకోవాలి. అలాంటి ప్రయత్నాలను జారీలో పెట్టేవారే సత్యాగ్రహులు. వాళ్ళను తయారు చెయ్యడానికి ఆశ్రమం ఉండి తీరాలి అని చివరికి నాకు కూడా అర్థమయ్యింది.

హరిని తలిస్తే...

చిన్నతనంలో నేను తండ్రిని చూశాను, నా అన్నలు, బాబాయ్, పెదనాన్నలను చూశాను. వాళ్ళలానే బాపు కూడా అచ్చం భారతీయ నాన్నే. తను చెప్పిందే పిల్లలు వినాలి. తన పిల్లలకు తన అనుభవం నుండి, శ్రమనుండి ఒక దారి ఏర్పరచడం జరిగింది. వారు అలా నడుచుకుంటే చాలు అనే భావన. అలా చూస్తే మా మామగారు కొంచెం వేరేగా ఆలోచించారు. కానీ ఆయన బ్రతికుంటే కాలాపానీ (సముద్రం) దాటి లండన్‌కు తన కొడుకు వెళ్ళడానికి ఒప్పుకునేవారో కాదో, మా అత్తగారే వుంటే స్వజాతి వారిని కాదని, దక్షిణ ఆఫ్రికాకు కొడుకు కుటుంబ సమేతంగా వెళ్ళడానికి ఒప్పుకునేవారో లేదో, కానీ బాపు మాత్రం కుటుంబ బంధనాలను వదిలించుకుని తమ దారి రూపొందించుకున్నారు. కానీ తమ పిల్లలు అలా తమ బ్రతుకును స్వతంత్రంగా రూపొందించుకోగలరు అనే భరోసా ఆయనకు కలుగలేదు.

పిల్లలు కూడా సత్యాన్వేషకులు కావాలి, శోధన దారిలో తను నడిచిన దారిలో ఇంకా ముందుకు వెళ్ళాలి అని బాపు అభిప్రాయం. మిగిలినవారు కళ్ళు మూసుకుని తన వెనుక వచ్చినట్టే తన పిల్లలు కూడా వెంట నడవాలి. వారూ సత్యాగ్రహులు కావాలి. ఆశ్రమంలో ఉన్నప్పుడు బ్రహ్మచర్యం పాటించాలి. వ్యక్తిగత క్రమశిక్షణ అలవరచుకోవాలి. సరళత లాగే పేదరికాన్ని కూడా ఒక విలువ అని పరిగణించాలి అనే అనుకున్నారు. ఆధునిక శిక్షణ మంచిది కాదు, అది పిల్లలకు నేర్పద్దు. ప్రాథమిక శిక్షణ ఇంట్లో ఇవ్వాలి. పనులు నేర్చుకోవాలి. తను తెలుసుకున్నదాన్ని తన పిల్లలు అనుసరించాలి అని భావించేవారు. అలా అనుకుని మా పిల్లలను స్కూలుకు పంపలేదు.

కానీ పిల్లలంటే మనం చేత్తో చేసే బొమ్మలు కాదుకదా? మా

రక్తమాంసాలతోనే తయారయ్యే ముద్దలేమో కానీ, అవి తమ రూపాన్ని తామే పొందుతాయి. కుమ్మరి చక్రం తిరుగుతూ తిరుగుతూ ఎలా కుండ తయారవుతుందో అలాగే మన్ను ఉన్నంత పెద్ద కుండ తయారవుతుంది. చక్రం వేగానికనుగుణంగా, దాని పై ఆడించే చెయ్యికనుగుణంగా కుండ తయారవుతుంది. అందులో మన హస్తలాఘవం తక్కువే. నేను, బాపు ఇలా చర్చించి, సమాధాన పరచుకునేంతలో పరిస్థితి చెయ్యి దాటిపోయింది.

నాకు అప్పుడు వయసెంత? హరి పుట్టినప్పుడు నాకు పంతొమ్మిది సంవత్సరాలే. నా మామగారు చనిపోయిన సంవత్సరమే నా మొదటి బిడ్డ పుట్టి చనిపోయింది. హరిని మోసేటప్పుడు ఎక్కడ లేని సంతోషం, గాబరా, సంబరం, అసౌకర్యం అన్నిటినీ అనుభవించాను. ఏమవుతుందో అనే గాబరా ఒక వైపు, బిడ్డ నా ఒడిని నింపుతుందనే సంబరం మరో వైపు. లండన్ కు బయలుదేరిన భర్తను వదిలిపెట్టి ఉండాలన్న దిగులు ఒక వైపయితే, బ్యారిస్టర్ భార్యనవుతానన్న గర్వం మరో వైపు. ఇవన్నిటి నడుమ డబ్బుల కొరత, అప్పులు, జాతి భ్రష్టులమవుతున్నామన్న భయం అన్నీ ఉన్నాయి.

బిడ్డ పుట్టాడు. వాడి వైపు నుండి ఒక్క నిమిషమైనా దృష్టి మరల్చలేనంత మోహం. మోకగాంధి హరికి తండ్రయ్యారు. హరి పుట్టిన ఒక వారానికి ఈయన లండన్‌కు బయలుదేరారు. తండ్రి లేని రెండున్నర, మూడు సంవత్సరాల హరి ఉమ్మడి కుటుంబంలో ఉన్నా ఎక్కువగా నన్నంటుకునే పెరిగాడు. అప్పటిదాకా కూడా నా పాలు తాగాడు. అలా చాలారోజుల వరకు పాలుతాపితే అదీ అలవాటయిపోతుంది, విడిపించమని పెద్దవాళ్ళు చెపుతున్నా వీడు పాలు తాగడం వదల్లేదు. సరేలే అనుకుని నేను కూడా ఇస్తూ పోయాను.

చాలా ధైర్యస్తుడు, చురుకు వాడు. మనసు పెడితే ఏదైనా చేయగలిగేవాడు. దెబ్బలకు జడిసేవాడు కాదు. అంత గట్టి మనసు వాడిది. మొండివాడు. లండన్ నుండి వాడి తండ్రి వచ్చారు. ఆయన బ్యారిస్టర్ అని అందరూ గౌరవించేవారు. దాన్ని చూసి వీడికేమనిపించిందో ఏమో, చిన్నప్పటి నుండే నేను బ్యారిస్టర్ నవుతా అనేవాడు. మళ్ళీ గర్భం దాల్చాను. వాడి పైని లక్ష్యం కొంత తగ్గిందనే చెప్పచ్చు. వాడి తండ్రి కూడా భారతదేశంలో ఒకట్రెండు సంవత్సరాలు గడిపేసరికి దక్షిణ ఆఫ్రికాకు బయలుదేరారు. మూడు సంవత్సరాలు మళ్ళీ నేనొక్కదాన్నే పిల్లలతో వున్నాను. వాణ్ణి రాజ్‌కోట్ లోని గుజరాతీ మాధ్యమం పాఠశాలలో వేశాము. చివరికి వాడి తండ్రివద్దకు దక్షిణ ఆఫ్రికాకు అందరూ బయలుదేరాము. అక్కడికి వెళ్ళాక

ఇంగ్లీష్ స్కూలుకు చేరాలని వాడి ఆశ. కానీ వాడి తండ్రికి అది సుతరామూ ఇష్టం లేదు. అక్కడి ఆంగ్ల మాధ్యమ పాఠశాలల్లో మనం నేర్చుకోవాల్సింది ఏమీ లేదు, స్కూలుకు వెళ్ళడమే అక్కర్లేదు అని ఈయన అభిప్రాయం. ఇంట్లోనే నేర్పేవారు. అక్కడనుండే ప్రారంభం తండ్రీ కొడుకుల మధ్య పోట్లాట.

వాడు మెట్రిక్ పరీక్షకని భారత దేశం వచ్చాడు. హరిదాస్ వోరా కూతురు చంచల్ లేదా గులాబ్ ను ప్రేమించాడు. పెళ్ళి చేసుకుంటాను అనడిగితే వాళ్ళ నాన్న "ఇంత తొందరగా వద్దు. నువ్వింకా చిన్నవాడివి. నీ కాళ్ళ పైన నువ్వు నిలబడేలా తయారవు. దక్షిణ ఆఫ్రికాకు రా" అన్నారు. అక్కడికేమో వచ్చాడు. కానీ తండ్రికి చెప్పకుండా తిరిగి బయలుదేరాడు. తండ్రినుండి తప్పించుకోవడానికి చెప్పకుండా బయలుదేరిన వాడు రేవులో దొరికిపోయాడు. చివరికి బాపునే వాడిని విడిపించి, వెళ్ళే ఏర్పాటు చేసి పంపాల్సొచ్చింది. వాడు బయలుదేరినప్పుడు "బాబూ! నీ తండ్రి నీకు అన్యాయం చేశారనిపిస్తే నన్ను క్షమించు" అని చెప్పారట. హరి భారతానికి వెళ్ళి ఫ్రెంచ్ నేర్చుకోవడం ప్రారింభించాడు. తండ్రినుండి వాడికి ఉత్తరాల పైన ఉత్తరాలు వెళ్ళేవి. రోజూ కనీసం అరగంట తులసీ రామాయణాన్ని చదువు, దాన్ని చదువు, దీన్ని చదువు, ఇలా చెయ్యి, ఈ అలవాటు చేసుకో అంటూ ఏకధాటిగా సలహాలిచ్చేవారు. చివరకి వాడు ఉత్తరాలు రాయడమే మానేశాడు. ఏమీ సాధించలేని ఓటమిని మరచిపోవాలనుకునో ఏమో, ప్రేమలో మునిగిపోయాడు.

ఒకసారి ఆలోచిస్తే హరిని చాలా ఇబ్బంది పెట్టింది బ్రహ్మచర్యమే. బాపు చాలా గట్టి మనసు మనిషి. కానీ, అందరి దేహాలు, మనసులు ఒకే రకంగా వుండవు కదా? ఎందుకో ఈ ఒక్క విషయం బాపుకు అసలు అర్థం కాలేదు. వాడు ప్రేమలో చిక్కుకున్నాడు. దాన్నుండి బయటికి రావడానికి చేతకాక తన్నుకుంటున్నాడు. చెప్పే అవకాశం, సమయం దొరక్కుండా ఇద్దరూ బాధపడుతున్నాం. హరి తన తండ్రికోసం వెతుక్కున్నట్టల్లా మహాత్ముడే దొరికేవాడు. అది వాడిని ఇంకా ఒంటరి జీవిగా చేస్తూ పోయింది. బాపుతో మాట్లాడి ఆయనను ఒప్పించలేక ఆ కోపాన్నంతా నాపైన చూపెట్టేవాడు. నా అసహాయ స్థితి వాడిని బాపు పైన ఇంకా కోపగించుకునేట్టు చేసింది. ఆ రోజులను ఇప్పుడు తలచుకున్నా కానీ, మనసంతా అశాంతితో నిండిపోతుంది.

గోవర్ధన్‌రామ్ త్రిపాఠి రాసిన గుజరాతి నవల 'సరస్వతి చంద్ర' చదివి హరిలాల్ ఇలా ఎదురుతిరిగాడు అని బాపు అనుకున్నారు. అందులోని నాయకుడు తన తండ్రివలన భ్రమనిరసన పొంది ఇల్లు వదిలేసి వెళ్ళి తనకు నచ్చిన బ్రతుకును

ఏర్పరచుకోవడంలో విజయవంతమవుతాడు. 'నా సామర్థ్యాన్ని నేనే అంచనా వేసుకోవడానికి మీరు వదల్లేదు, మీరే వేశారు' అని ఒక ఉత్తరంలో హరి రాశాడు. 'భారత దేశానికి వెళ్ళినాక మళ్ళీ నీ భార్య దేహం నిన్ను లాక్కుని గురినుండి విముఖుణ్ణి చేసింది' అని బాపు రాశారు. తన తలిదండ్రుల దారి కాకుండా తనదే దారిని రూపొందించుకోవడానికి అతడికి అవకాశమే లేకపోయింది. అవకాశం దొరికే సమయానికి ఆలస్యమయి పోయింది. వాడి చదువు అరకొర అయింది. బహుశ 1906 ఉండాలి. భారతానికి వెళ్ళి తండ్రి లేకపోయినా పెదనాన్నతో ధూంధాంగా తన పెళ్ళి జరిపించుకున్నాడు. "వాడు పెళ్ళి చేసుకున్నా సరే, చేసుకోకున్నా సరే మంచిది. వాడు నా కొడుకు కాదు" అని చాలా బాధపడి హరి నాన్న తన అన్నకు ఉత్తరం రాశారు. భాయి వాణ్ణి పూర్తిగా మరచిపోవాలని నిర్లక్ష్యం చేశారు. తమ దేహాన్ని దండించుకున్నారు. అప్పుడే ఆయన బ్రహ్మచర్య వ్రతం చేపట్టింది.

తండ్రి, పిల్లల సంబంధం అలా మరచిపోవడానికి, చెరిపేయడానికి వీలవుతుందా? ఎంత లేదన్నా చర్మంలా అంటుకునే ఉంటుంది. లాగితే నొప్పి ఇంకా ఎక్కువవుతుంది. ఏమీ చెయ్యలేం. ఉన్నదాన్ని అయినంత అందంగా వుంచుకోవడం, ఒప్పుకోవడం- అదొక్కటే దారి.

తండ్రి పిల్లల నడుమ వైరం తల్లులకు చాలా బాధ, నొప్పి కలిగించే విషయం. ఈ విషమ సన్నివేశం ముల్లు ఎప్పుడూ నా ఎదలో గుచ్చుకుంటూనే ఉంది. ఎలాగైనా సరిదిద్దాలని చూస్తూనే ఉన్నాను. "వాడికొక అవకాశం ఇవ్వండి. పెళ్ళి చేసుకుంటేనేమిటి? పెళ్ళి చేసుకున్న సత్యాగ్రహులు ఎంతమంది లేరు? హెన్రి-మిలి బ్రహ్మచర్యం పాటిస్తున్నారా? అయినా మనతో పాటు లేరా?" అంటూ నిర్విరామంగా ఒప్పించాను.

చివరికి బాపు మాదిరి సత్యాగ్రహుడిగా మారడానికి దక్షిణ ఆఫ్రికాకు వచ్చాడు. బాగానే నిభాయించాడు. ఆరు మార్లు జైలుకు వెళ్ళి వచ్చాడు. వాణ్ణి అందరూ ఛోటె గాంధి అని పిలిచేవారు. కానీ భార్య దేహ సుఖం వాణ్ణి వదలకుండా సతాయిస్తూనే ఉంది. చంచల్ కూడా దక్షిణ ఆఫ్రికాకు వచ్చి కొన్ని రోజులు వుండింది. గర్భం దాల్చాక హిందూస్తాన్‌కు వెళ్ళి కనింది. వీడు వెళ్ళడం, రావడం చేస్తూనే వున్నాడు. దక్షిణ ఆఫ్రికాలో సత్యాగ్రహుడిగా ఉన్నా వాడి ఆకర్షణ అంతా మన దేశం వైపే ఉండేది.

కొడుకు సంసార బంధాన్ని, దేహ మోహాన్ని వీడాలని బాపు ఆకాంక్ష.

ఈయన తమ యువవయస్సులోని దూకుడును మరచిపోయారా? బ్రహ్మచర్య వ్రతం చేపట్టిన సమయంలో ఇలాంటి మాటలను ఆయన ముందు లేవదీయడం ఎలా?

ఫీనిక్స్ ఆశ్రమంలో అనారోగ్యం, పిల్లల బాధ్యత, హరి మొండితనం, నియమ పాలన అదీ ఇదీ అనే ఉత్కంఠల నడుమ జీవితం గడిచేటప్పటికి, ఆనందంగా గడిపిన రోజులు అసలు గుర్తుకు రావడం లేదు. కానీ ఎక్కడో ఒక చోట వేళ్ళూరి సంబంధం ఏర్పడేలా ఉండేది. అంతలో ఫీనిక్స్ వదిలేసి టాల్‌స్టాయ్ ఆశ్రమానికి బయలుదేరాము. అది నాకంత నచ్చలేదు. అలాగని భాయితో చెప్పలేక పోయాను. పిల్లలతో గొణుక్కున్నాను. అక్కడే ఉన్న హరి దీన్ని తొందరగా గ్రహించాడు. వాడి మాదిరిగా నన్ను అంటుకున్నవాళ్ళు కాని, అర్థం చేసుకున్నవాళ్ళు కాని ఎవరూ లేరు. ఏది చెపితే వాడి తండ్రికి నచ్చదు అని చెప్పలేక పోయేదాన్నో వాడు ఆయనకు నేరుగా చెప్పేవాడు. మేము టాల్‌స్టాయ్ ఆశ్రమానికి వెళ్ళడానికి, వాడు మా అందరితో సంబంధాలు తెంచుకుని భారతానికి తిరిగి వెళ్ళడానికి సరిపోయింది.

దక్షిణ ఆఫ్రికాలో ఉన్నప్పుడు భాయి కొందరు స్నేహితులు తండ్రీ కొడుకుల నడుమ ఉన్న ముసుగులో గుద్దులాటను గమనించారు. అప్పుడప్పుడు భాయికి మిలి చెప్పేది : 'మీరు గహనమైన రాజకీయం మాట్లాడేటప్పుడు, నా బిడ్డను ఉయ్యాలలో ఊపుతారు. అదే యౌవనంలోని భావనాత్మక ప్రభంజనం లాంటి మనఃస్థితి కలిగినవారిని నిభాయించడం కష్టమవుతోంది. తమకు కావలసిన స్వాతంత్ర్యం, తమను తాము నిరూపించుకోవాలనే తపన ఈ రెండూ ఆ వయసులో ఎక్కువగా ఉంటాయి. వారిపైన నమ్మకం పెట్టండి. అప్పుడు వాళ్లలో ఉన్న ఆ ప్రభంజనాన్ని మనం శక్తిగా మార్చవచ్చు' అని. బాపు ఇందుకు అంగీకరించారు. కానీ ఆయనకు హరిలాల్ ను నిభాయించడం మాత్రం చేతకాలేదు.

హరికి ఐదుగురు పిల్లలు పుట్టారు. ఇద్దరు అబ్బాయిలు చిన్నప్పుడే చనిపోయారు. కాంతిలాల్, ఇద్దరు ఆడపిల్లలు మాత్రం మిగిలారు. కానీ మేము భారతదేశానికి వెళ్లడానికి నాలుగైదు సంవత్సరాల మునుపే హరి మాతోని సంబంధాలు తెంచుకున్నాడు. వాడికి తండ్రి నీడ నుండి వెలుపలికి వచ్చి విజయవంతమవ్వాలని, సంపద తానే సంపాదించాలని ఆశ. వాడికి బాపు ఏ ఆదర్శాలూ అర్థం కాలేదు. కానీ వాడికి ఉద్యోగముండేది కాదు. ఇతర ఆదాయమూ ఉండేది కాదు. కాబట్టి మేము ఇక్కడికి వచ్చాక గులాబ్, పిల్లలు మాతోనే వుండడానికి ఆశ్రమానికి వచ్చారు.

భారత దేశానికి వచ్చి నాలుగైదు సంవత్సరాలయ్యిందంతే. 1919లేదా

20వ సంవత్సరం తేదీ ఉండాలి. గులాబ్‌కు ఇన్ ఫ్లుయంజా వచ్చి చనిపోయింది. అప్పుడు దానికి చాల మంది బలయ్యారు. ఇప్పుడు మా ఇంట్లోనే ఒక చావు జరిగింది. నాకైతే దుఃఖం గుదిబండలా ఎదలో కూర్చుండిపోయింది. ఎంత మంచి పిల్ల గులాబ్. ఒకదాని తరువాత ఒక కాన్పు, బేజవాబ్దారి మగడి చంచల బుద్ధివలన ఒక స్థిరమైన వాసం లేక, చిన్న పిల్లలతో ఎప్పుడూ కష్టాల్లోనే బ్రతుకుతూ చనిపోయింది. తనేమో జీవన్ముక్తురాలయ్యింది. తన పిల్లలను చూసుకునే బాధ్యత నా పైన పడింది. వాడి పిల్లలంతా ఆశ్రమంలో ఉన్నారు. గులాబ్ చనిపోయిన తరువాత హరి తాగుడు ఎక్కువయింది. తన పిల్లలకు ఉత్తరాలు రాసేవాడు. ఎప్పుడో ఒకప్పుడు బాపుకు తెలియకుండా తూలుతూ వచ్చేవాడు. వెళ్ళిపోయేవాడు. పిల్లలతోనూ సంబంధాలు నిలుపుకోలేదు.

ఏ ప్రార్థన కాని, ఏ పూజా ధ్యానాలు కాని సరిదిద్దలేనంతగా మన పిల్లలే దారి తప్పినప్పుడు ఇల్లు స్మశానమవుతుంది. బాపులా పనుల్లో పడి మునిగి పోయి మరచిపోలేనంతగా నా మనసు కల్లోలమైంది. బాపు సమాజ–దేశ సేవల్లో పడి రోజు రోజుకూ దూరమైనట్టుగా అనిపించసాగింది. తనను తాను నాశనం చేసుకుంటున్న హరి నా దృష్టిలో పడడానికి, నా ద్వారా తన తండ్రి దృష్టిలో పడడానికి ప్రయత్నిస్తూ ఇంకా దూరమవుతున్నాడు. మా మధ్య వాడి పిల్లలను చూసుకునే గులాబ్ కూడా లేదు. బాపుతో హరి విషయం మాట్లాడడానికి సమయమే దొరికేది కాదు. మళ్ళీ మళ్ళీ అదే విషయాన్ని లేవనెత్తడానికి కూడా మనసొప్పేది కాదు. తన యాత్రా సమయంలో కన్యాకుమారి నుండి బాపు నాకొక ఉత్తరం రాశారు. "ఏకాకిగా వచ్చాము. ఏకాకిగానే పోతాము. పుట్టుక చావుల అనిశ్చిత పరిస్థితిలో ఎందుకు జత కోరుకుంటాము? మిగతా సంబంధాలన్నీ నిజమే అయినా అసలు మిత్రుడు దేవుడు మాత్రమే. ఏకాంతం అలవాటయితే ఎక్కడైనా కానీ విసుగు కలగదు. అన్ని వైపులా విష్ణువే కనబడతాడు" అని. నిజమే. మనుష్య సంబంధాలు కలిగిస్తున్న బాధ తక్కువదా? కానీ బాపు మాదిరిగా పిల్లలతో బంధం తెంపుకోవడం నాకు చేతకాలేదు. పిల్లల నిట్టూర్పులు, కోపాలు, నిరాశలు, వికారాలు నా వేలికొసకు తగులుతుంటే ఎలా వదిలించుకోను?

ఇలా ఉన్నప్పుడు హరి ఒకసారి, తను అన్ని చెడ్డ అలవాట్లను మానేస్తాను, తాగుడు మానేస్తాను, అక్కడ ఇక్కడ తిరగడం మానేస్తాను, పెళ్ళి చేసుకుంటాను, పోరుబందర్లో స్థిరపడతాను అని ఉత్తరం రాశాడు. దుకాణం పెట్టుకుంటాను అన్నాడు. "నీకు తోడు కావాలి, అది భార్యే అయ్యుండాలి అనుకుంటే ఒక తగిన

విధవను ఎంచుకుని మళ్ళీ పెళ్ళి చేసుకో" అన్నారు బాపు. "వ్యాపారం చెయ్యి, కానీ దాని కోసం అప్పు చెయ్యకు. నావద్ద అయితే డబ్బు లేదు" అన్నారు. వాడు ఏకాకిగా ఉన్నాడు. మరదలినే మళ్ళీ పెళ్ళి చేసుకోవాలని ప్రయత్నించాడు. ఐదుగురు పిల్లల తండ్రి, బాధ్యత ఎరుగని విధురుడైన కొడుకు మళ్ళీ ఒక అమ్మాయి బ్రతుకును పంద్యంగా పెట్టడానికి బాపు సుతరామూ ఒప్పుకోలేదు. వాడి ప్రయత్నాన్ని ఆయన బలపరచలేదు.

బహుశ 1935 అయ్యుండాలి. ఒకసారి వర్ధాకు హరి వచ్చాడు. కొన్ని రోజులున్నాడు. కొద్దిగా పనులు చేసి కాథేవాడకు వెళ్ళాడు. కొన్ని రోజులు వదలి మళ్ళీ వచ్చాడు. వాడి మనసులో ఏదో జరుగుతోంది అని ఊహించాను. అన్నీ చెడు అలవాట్లను మానేశాను అనేవాడు. కానీ తను ఏం చేస్తున్నాడు అని తనకే తెలియదు. తండ్రితో విరసం, కుటుంబం నుండి దూరంగా ఉండడం, తొందరపడి చేసుకున్న ప్రేమ–పెళ్ళి, ఇవన్నీ వాణ్ణి బ్రతుకునుండి దూరం చేస్తూ పోయాయి. దేంట్లో వేలు పెట్టినా అపజయమే. ఏం చేసినా ఓటమి. ఓడిపోవడం ఖాయం అని మొదటే అనుకుని పని మొదలుపెడతాడేమో అన్నట్టు రెండడుగులు వేయడానికి లేదు, అలసిపోయేవాడు. దానికి తోడు అన్ని వ్యవహారాల్లో అతడిని దగ్గరవాళ్ళే మోసం చేశారు. వాడి తప్పులనన్నిటినీ వాడి పేరుకు చివరగా ఉన్న గాంధికి తగిలిద్దామని చూశారు. అది బాపు తత్వాలకు, కార్యాచరణకు ఇబ్బంది కలిగేది.

సారా సగటుగా అబద్ధాలు చెప్పడం హరికి దౌర్బల్యంగా తయారయింది. తాగి తూలుతూ పడిపోయి, నేను తాగుడు మానేశాను అని బాపుకు ఉత్తరం రాసేవాడు. వాడి తాగుడు కంటే వాడి అబద్ధాలే ఆయనకు గాయం కలిగించేవి. దక్షిణ ఆఫ్రికాలో ఉన్న మణిలాల్ కు ఉత్తరం రాస్తూ "హరి తన దేహాన్ని మద్యం అనే పవిత్ర గంగలో త్యాగం చేస్తున్నాడు" అంటూ చాలా బాధతో రాశారు బాపు. ఆయన ఎవరినైనా ఎలా ఉండరాదు అనేవారో అలాంటివారి సాకార రూపంగా వుండేవాడు హరి. ఆడవాళ్ళ సాంగత్యానికి పడ్డాడు. తాగుడు మితి మీరింది. రోగాలు ఇల్లు చేసుకున్నాయి. అయినా కానీ తాగుడు మాన్పించాలి అని హితవు చెప్పి చూశారు. బుజ్జగించారు. ఉపవాసం చేశారు. ప్రార్థించారు. ఉత్తరాలు రాశారు. తనతోపాటు ఉండమని పిలిచారు. వీటన్నిటి నడుమ వాడి పెద్ద కూతురుకి సరళమైన వివాహం చేశారు.

చివరికి అలాంటి ఘడియ రానే వచ్చింది. తన కొడుకు చేసే పనులకూ తనకూ ఎలాంటి సంబంధమూ లేదంటూ సార్వత్రికంగా బాపు చెప్పాల్సివచ్చింది.

అది హరిని మరింత క్రుంగదీసింది. ఇదంతా జరిగేటప్పుడు నేను నా భర్తను 'హరినాన్న' అని పిలవడం పూర్తిగా మానేశాను. ఆయన అందరికీ బాపు అయ్యారు. నాకూ బాపునే అయ్యారు.

అది 1935 అయ్యుండాలి. బాపు, పటేల్ భాయి అందరూ విశ్రాంతి కోసం బెంగళూరు వద్ద ఉన్న నందిబెట్టకు వెళ్ళారు. అక్కడ మైసూరు రాజ్యంలోని ఎవరెవరో పెద్ద వ్యక్తుల పరిచయం జరిగింది అని ఉత్తరం వచ్చింది. పెద్ద విజ్ఞాని రామన్‌గారిని కలిశారట. నేను, దేవదాస్ ఢిల్లీలో ఉన్నాము. అంతలో ఒక వార్త అశనిపాతంలా వచ్చి తగిలింది.

హరిలాల్ ముస్లింగా మతాంతరం చెందాడు! ఇది నా హృదయం ముక్కలైన వార్త. బొంబాయిలోని ఒక పెద్ద సభలో అబ్దుల్లా గాంధిగా మతాంతరం చెందాడు. అది పత్రికల్లో పెద్ద వార్తగా వచ్చింది. వాడి చావులాంటి ప్రమాదకర వార్తే అది అని ఇప్పుడనిపిస్తుంది, ముస్లిముగా మారితే మాకెందుకు అంత కలవరం అని. కానీ అప్పుడు నేను ఎంత కలవరపడ్డాను అంటే మొదటే ఒకదాని పైన ఒక రోగలతో, పథ్యాలతో బాధపడుతున్నదాన్ని క్రుంగిపోయాను. హరికి ఊరంతా అప్పులున్నాయి. బొంబాయిలోని పఠాణులతో ఎంత అప్పు పెట్టాడు అంటే వాడి ప్రాణానికి హెచ్చరిక వచ్చింది. ఎందుకు అప్పులు చేశాడనుకున్నావ్? తన అలవాట్లకోసం–తాగుడుకి, కామాటిపుర వేశ్యలకి. ఎలాంటి కొడుకైపోయాడు హరి? ఎంత ప్రేమించాను వాడిని! వాడినుండి కూడా అంతే ప్రేమను పొందాను. అదెలా నన్ను ప్రేమించి, బాపును వ్యతిరేకించాడు? తన తండ్రిని తెలుసుకోకుండా ఉత్త తల్లినే ప్రేమిస్తే ఎలా? ఒక కంటికి చలవ కళ్ళద్దాలు వేసి, మరో కంటికి సూదితో పొడిస్తే రెండూ కళ్ళల్లో నీరు కారదా? దీన్ని హరి ఎందుకు అర్థం చేసుకోలేదు?

మతాంతర వార్త వచ్చినప్పుడు బాపు నా వద్ద ఉండాల్సింది అనిపించింది. కానీ ఆయన ఎక్కడో దూరంగా దక్షిణ ప్రాంతంలో ఉన్నారు. పత్రికల్లో బాపు అభిప్రాయం ప్రకటించబడింది. "నిస్స్వార్థంగా, ఇస్లాం ధర్మసారాన్ని తెలుసుకుని అతను మతాంతరం చెంది ఉంటే మంచిదే. ఇస్లాం కూడా నేను నమ్మిన మతమంతే

సత్యమైన మతం. దేవుడు ఏ మహిమనైనా చూపవచ్చు. రాతిగుండెలను కరగించవచ్చు. పాపులను సాధువులుగా చేయవచ్చు. అబ్దుల్ల కావచ్చు, హరిలాల్ కావచ్చు, ఏ పేరుతో నైనా నిజమైన భక్తుడయితే దేవుడి వైపు వెళ్ళే మార్గం దొరుకుతుంది. కాని, హరిలాల్‌కు ఐహిక సుఖసంపదల పైన ఆశ ఉంది. అలాంటి ఆశతో మతాంతరం చెంది ఉంటే అది తనకూ, ఆ మతానికి కూడా ఏ రకంగానూ ఉపయోగం కాదు"

అక్కడ బాపు అలా చెప్పే లోగా నేను దేవదాసును బ్రతిమాలి, బాధపడినదంతటినీ, వాడు ఒక ఉత్తరంగా రాసి పత్రికకు పంపాడు. కుమారుడికి తల్లి ఉత్తరం అని ప్రచురించబడింది. అందులో ఇలా రాయించాను.

"ఎన్ని సార్లో నువ్వు తాగి కేసు నమోదయ్యి, ఎవరు కొడుకువో అని తెలిసాక బయటికి వచ్చావు. నీ అలవాట్ల గురించి ప్రతిరోజూ మీ నాన్నకు ఎక్కడెక్కడినుండో ఉత్తరాలు వస్తాయి. ఆయన ఎంత అవమానం ఎదుర్కొంటారో నీకు తెలుసా? నాకైతే ఎవరికైనా మొహం చూపడానికి కుదరడం లేదు. నీ తండ్రి నిన్నెప్పుడూ క్షమిస్తూనే ఉన్నారు. కానీ భగవంతుడు మాత్రం నీ నడతను ఎప్పుడూ క్షమించడు. తెలుసుకో. ప్రతిరోజూ పత్రికలలో నీగురించి వార్త వస్తుందేమో అని భయపడుతూనే లేస్తాను. ఈ రోజు ఈ వార్త వచ్చింది. సరే. దీనివలన అయినా నువ్వు శాంతి పొందితే మంచిదే. కానీ మొదటికంటే ఇంకా దుస్థితిలో ఉన్నావని తెలిసింది. నీ నడత వలన నీ కూతురు, అల్లుడు కూడా కష్టాలను అనుభవిస్తున్నారని మరచిపోవద్దు.

ముస్లిం బాంధవులతో నాదొక మనవి. మీరు ఈ స్వార్థపు పనిని ఖండించండి. వాడి స్నేహితులే, వాడిని ఒక సారి ఎత్తేసి, మరోసారి తొక్కేసి ఈ స్థితికి తీసుకు వచ్చారు. దీనివలన మీకేం లాభం? దీన్ని మీరు మీకోసం కానీ, తన కోసంకానీ చెయ్యడం లేదు. కేవలం బాపును అవమానాల పాలు చెయ్యాలని చేస్తున్నారు. సరే. ఇంకేమీ చెప్పడానికి మిగలలేదు నాకు."

ఒక మంచి వైష్ణవుడు కాకుండా, మంచి ముస్లిమ్ కావడం ఎలా వీలవుతుంది? నా ఉత్తరం వాడి మనసు మార్చుండాలి లేదా ముస్లిమ్ కావడం వలన ఎక్కువ ప్రయోజనం లేదని తెలిసొచ్చుండాలి. ఐదే ఐదు నెలల్లో మళ్ళీ మతాంతరం చెందాడు. అబ్దుల్లా గాంధిగా మారినవాడు, ఆర్యసమాజం వారి సహాయంతో హీరాలాల్ గాంధి అయ్యాడు. కాని, బాపు మనసులో ఎంతటి బరువును నింపాడంటే వాడి విషయం ఎత్తడానికే నాకు సమస్య అయ్యేది. మా ఇద్దరి లక్ష్యం

అతడి వైపు ఉండాలని హరి అలా చేసేవాడా? తెలీదు. కాని, అతడి గురించి మేమేం తక్కువ చింతించామా? అయినా ఏం ప్రయోజనం? బాపు చెప్తున్నది నిజం. వాడికి వ్యక్తిగత పెరుగుదల కోరిక లేదు. పూర్తి చర్మ సుఖం, క్షణిక సుఖానికి అమ్ముడు పోయాడు. అది అతడిని అవనతి వైపు తీసుకెళ్ళింది.

దేన్నైతే బాపు కాదనేవారో ఆయన పెద్ద కొడుకు అదే అయ్యాడు. దీనికి నేను, బాపు ఇద్దరూ సమానంగా బాధ్యతాయుతులం, సమానంగా దుఃఖాన్ని అనుభవించవలసిన వాళ్ళం. అయినా వాడి తప్పులకు బాపు బాధపడుతుంటే నేను పాప ప్రజ్ఞ అనుభవించేదాన్ని. నా కడుపునుండి పుట్టినవాడు, నా భర్తకు వ్యతిరేకంగా, తన తండ్రికే తిరగబడడం నా లోపమే, బాధ్యతే అని నాకు అనిపించేది. బాపు బాధ చూసి నాకు మరింత దుఃఖం కలిగేది.

వేపకాయైనా కానీ, అది మనకు ఇష్టమయితే బెల్లం కంటే తీపి అంటారు. మాకు మాత్రం బెల్లం కూడా చేదయింది. అయినా కానీ మింగసాగాము. కాని, నా హరి, హీరాలాల్‌గా మారడం వరకు చేరిన అధోగతి ఉందే అది 'నాకిక మానవ జన్మ అక్కర్లేదు. అందులోనూ తల్లి-భార్య అనే రెండు పాత్రల నడుమ నలిగే ఆడజన్మ మాత్రం ఖచ్చితంగా వద్దు....' అనేలా చేసింది.

నిజం. నాకిక చెప్పడానికి ఏమీ మిగలలేదు. ఈ హాలాహలం తాగిన తరువాత ఇక ఏ విషమైనా లెక్కలోకి రాదు.

భోంచేయడం తెలిసినవారికి....

మాటలు నేర్చినవాడికి పోట్లాట రాదు, భోంచెయ్యడం తెలిసినవాడికి రోగం రాదు అని బాపు రోజూ చెప్పేవారు. భోజనం గురించి నా భర్త చేసినన్ని ప్రయోగాలు ఎవరైనా చేశారా అని నాకు తెలియదు. సత్యంతో, అహింసతో చేసినన్నే ప్రయోగాలు తమ కంచంతో కూడా చేశారు బాపు. ఆయన ప్రకారం ఆహారం అన్నది ఆరోగ్యంలోని ఒక భాగం. అది తమాషా కాదు. నోటి చాపల్యం కోసం తినకూడదు. రుచికోసం తిని దేహాన్ని చెత్తబుట్టలా చేసుకోకూడదు. శరీరానికి సుఖం, కడుపుకు దుఃఖం కలిగించేలా తినరాదు. కడుపుకూ విరామం కావాలి. మూడు మార్లు తింటే చాలు. ఎప్పుడూ నోరు ఆడిస్తూ ఉండరాదు. మాకూ అదే అలవాటయ్యింది. మనిషి ఆరోగ్యంగా ఉండాలంటే దేహ రచన తెలుసుకోవాలని లేదు. ఆరోగ్యం– ఆహారం గురించి తెలిస్తే చాలు. బ్రహ్మచర్యం, క్రమశిక్షణ, ఆహార నియమాలతో శరీరారోగ్యాన్ని కాపాడుకోవచ్చు అనేవారు బాపు. రోగాల నుండి ముక్తులయినవారు, ఆయాసం లేకుండా పని చేసేవారు, అన్నిటికంటే ముఖ్యంగా దేహం, మనసుల నడుమ సమన్వయం ఉన్నవారు ఆరోగ్యవంతులు. అలాంటివారు రోజుకు పన్నెండు మైళ్ళైనా నడవగలరని ఆయన లెక్క.

కానీ, ఇదే బాపు ఇంతకు ముందు మోకగా ఉన్నప్పుడు ఎలా తినేవారో తెలుసా? 'పిట్ట కొంచెం కూత ఘనం' అనే సామెత విన్నావు కదా? అలా. నాకంటే రెండు మూడు రెట్లు ఎక్కువ తినేవారు. అయినా కానీ సన్నగా ఉండేవారు. లండన్‌కు వెళ్ళిందే వెళ్ళింది, మోక కడుపు కుచించుకుపోయింది. ముందు ముందు రాసిన

ఉత్తరాలలో భోజనానికి ఎంత కష్టమవుతోంది, ఇంగ్లీష్ భాష నేర్చుకోకుండా ఏం చేస్తున్నావ్ అనే రాసేవారు. ఇంగ్లండులో మద్యం తాగకపోతే, మాంసం తినకపోతే, బ్రతకడం కష్టం అని, అది చాలా చలిప్రదేశం అని చెప్పేవారు: కానీ తను తన తల్లికి చేసిన ప్రతిజ్ఞలను చెప్పి మద్యం, మాంసం నిరాకరించాననీ, అలా వాళ్ళంతా ఇచ్చిన ప్రమాణ పత్రాలను పెట్టుకున్నానని రాశారు.

నిజం. మా అత్తగారు మోకభాయికి మాంసం, మద్య ముట్టుకోలేదని అక్కడి ప్రముఖ వ్యక్తులనుండి ప్రమాణ పత్రాలను తేవాలని చెప్పారు! పడవలో, తాను దిగిన హెూటల్‌లో, అద్దె ఇంట్లో బ్రెడ్, కూరగాయల ముక్కలు తిని అలాగని వారినుండి ప్రమాణ పత్రాలను తీసుకున్నారు మోక. అప్పుడే ఉండాలి. కడుపు నిండా తినకుండా కొంచెం కొంచెమే తినడం అలవాటయ్యింది. ఒక ఉత్తరంలో మిఠాయిలు, మసాలాలు వెంటనే పంపాలని రాశారు. తరువాత శాకాహార సంఘంలో చేరారు. ఒక శాకాహారి హెూటల్ దొరికిన తరువాత రుచికరమైన కడుపు నిండా భోజనం దొరికుండాలి. దాని తరువాత కూడా ఎవరెవరి పుస్తకాలో చదివి ఉప్పు తినడం మానేశారు. మసాలాలు వద్దన్నారు. బచ్చలి కూర ఉడికించి తిన్నారు. చక్కెర మానేశారు. బదులుగా బెల్లం, తేనె వాడారు.

ఆయన ఆహారానికి ఇచ్చిన హెూదాల ప్రకారం పూర్తిగా ఫలాహారం అత్యుత్తమం. ఉప్పు, మసాలాలు లేని కూరగాయలు తినడం తరువాతి స్థానం. ఉప్పు, మసాలాలతో పాటు పళ్ళు, కూరగాయలు తినడం తరువాతది. శాకాహారం, మాంసాహారం రెంటినీ కలిపి తినడం తరువాతి స్థానం. కేవలం మాంసాహారం తినడమన్నది హెూదాల్లో చివరిది అనేవారు.

"మనం ఎక్కువగా తిన్నది ఏమిటి అని మలం వల్ల తెలుస్తుంది. మనకు జీర్ణం కావడానికి వీలయినంతే తినుంటే సరైనా ఆకారం గల, గట్టి, గాఢమైన రంగుగల, చెడ్డవాసన లేని కొద్దిగా మలం వస్తుంది" అనేవారు. కంచంపైన ఎలా శ్రద్ధ పెడతామో అలాగే మనం మలరూపంలో ఏం బయటకు పంపుతామో అనేదాని పైన కూడా అంతే శ్రద్ధ పెట్టాలి" అని ఆయన అభిప్రాయం.

ఆయన భోజనపు అలవాట్లు కొన్నిసార్లు సబబనిపించేవి. కాని కొన్నిసార్లు మాత్రం విసుగు తెప్పించేవి. ఆయన వదిలేసినవన్నీ వదలడం నాకు చేతకాలేదు. ఆయనలా ఉపవాసాలు చేయడానికి కూడా చేతకాలేదు. నాకు కాఫి ఇష్టం. ఆయన తాగేవారు కాదు. ఎప్పుడైనా ఒక్కోసారి తామే కాఫి తయారు చేసి ఇచ్చేవారు. కొన్నిసార్లు నాకు అనారోగ్యంగా ఉన్నప్పుడు, ఎవరైనా ఇంటికి వస్తే, నన్ను లేపకుండా

రాత్రి ఏదో ఒకటి చేసి ఇచ్చేవారు. కానీ మా మనమలు, మనమరాళ్ళు వుండేవాళ్ళు కదా, వారికి కూడా ఉప్పు పప్పు లేని, పాలు లేని భోజనం పెట్టి అన్నప్పుడు మాత్రం బాపుతో పోట్లాట, వాదన చేసేదాన్ని నేను. "మీరు మీ చిన్నప్పుడు ఏమేమో తినుండలేదా? ఈ పిల్లలకు ఎందుకు వద్దంటారు?" అనడం నా వాదన. చివరికి ఆశ్రమం వంటిల్లు కాకుండా నాకు వేరే ఒక వంటిల్లు ఏర్పాటు చేసిచ్చారు. ఇప్పటికీ హృదయ కుంజ్ కు వెళ్తే నువ్వు చూడచ్చమ్మాయ్! అక్కడ పిల్లలకని మిఠాయి, ఉపాహారం చేసేదాన్ని.

బాపు ఆహారం మాత్రం మీరు ఊహించుకోవడం కష్టమే. మన దేశం వదిలినప్పడినుండి ఆయన ప్రయోగాలు ప్రారంభమయ్యాయి. ఎక్కడుంటామో అక్కడి ఆహారాలను ఒంటబట్టించుకోవాలి అనేది ఆయన అభిప్రాయం. ఏవేవో తిళ్ళు తినే గుజరాతీల తిండిపోతుతనానికి పోలిస్తే, బాపు భోజనం చాలా సరళంగా వుండేది. మొద మొదట ఉప్పుడు బియ్యం, దాల్ మా వంటింటి ముఖ్య వంటకంగా ఉండేవి. చాలా కూరగాయలు, ఆకుకూరలు వాడేవాళ్లం. ఆయన ప్రకారం ఆకూకూరను కనీసం ఆరు సార్లు కడిగి వాడాలి. అన్ని పల్లెల్లోనూ ఆకుకూర సమృద్ధిగా దొరుకుతుంది. కానీ అక్కడి ప్రజలకు వీటిని తినే అలవాటు లేదు. వారికంటే పట్టణాల వాళ్ళే ఎక్కువగా ఆకుకూరలు తింటారు అని పల్లెల్లో వుపన్యాసం ఇచ్చేటప్పుడంతా చెప్పేవారు. ఉత్త వెల్లుల్లి తిని తన రక్తపోటు తగ్గించుకుంటానని వెల్లుల్లి తినడం మొదలుపెట్టారు. తామే తయారు చేసుకున్న బ్రెడ్ తినేవారు. మసాలా లేదు, ఉప్పు లేదు. ఉత్త ఉడికించిన ఆహారం. ఉడికించిన వంకాయ, గుమ్మడి, బీట్రూట్, బ్రెడ్ తోపాటు కూడా అవే కూరగాయలు. వెన్న లేదు. ఎంతో మందికి దైనందిన ఆహార పట్టీ తయారు చేసి ఇచ్చేవారు. నేతాజీకి కూడా చేసిచ్చారు. అందరు మగవాళ్ళు తిని కూచుని, బొజ్జ పెంచుకుని పనితగ్గించుకుంటే, బాపుది దానికి సంపూర్ణ వ్యతిరేకం. రోజులు గడిచిన కొద్దీ ఇంకా ఎక్కువ నోరు కట్టేసేవారు.

పాలు తాగనని దక్షిణ ఆఫ్రికాలో ఉన్నప్పుడే ప్రతిజ్ఞ చేశారు. ఆవు, బర్రెల పాలు పితికేటప్పుడు వాటికి కలిగే నొప్పిని చూసి పాలు వదిలేశారు. సబర్మతి మందిరంలో ఉన్నప్పుడు అనుకుంటాను. మూలవ్యాధి ఆపరేషన్ చేయించుకోవడం అనివార్యమయింది. కానీ ఆయన బరువు ఎంత తక్కువ ఉండిందంటే డాక్టర్ గారు ఇంత అపౌష్టికత, తక్కువ బరువు ఉంటే శస్త్రచికిత్స కుదరదు, మీరు బరువు పెంచుకుంటే మాత్రమే వీలవుతుంది అన్నారు. 'పప్పు లేదు, గుడ్డు లేదు, తీపి లేదు, పాలు లేవు, పుష్టికరమైన ఆహారం ఏదీ లేకుండా బరువు పెరిగేదెలాగ?'

అదెందుకు మిమ్మల్ని మీరు హింసించుకుంటారు?' అని అడిగారు డాక్టర్ గారు. కానీ బాపు ఒక సారి ప్రతిజ్ఞ చేపడితే ఇక అంతే. చివరికి నేనొక ఉపాయం చెప్పాను. "మీరు ఆవు, గేదె పాలు తాగనని ప్రతిజ్ఞ చేశారు కదా? అలాగైతే మేక పాలు తాగండి" అని. అది డాక్టర్ గారికి కూడా సబబేననిపించింది. మేక పాలు తాగినా సరే. అందులో కూడా ప్రోటీన్ అంశాలు పుష్కలంగా ఉంటాయి అన్నారు. బాపుకు ఇది తట్టలేదు. ఆయన దృష్టిలో పాలు అంటే ఆవు పాలు మాత్రమే. చివరికి కళ్ళుమూసి ధ్యానించి ఒప్పుకున్నారు. "నువ్వు బుద్ధిమంతురాలివి సుమా కస్తూర్! ఫర్వాలేదు" అంటూ మీసాల చాటున చిన్నగా నవ్వారు.

ఒకసారి నాకు ఎందుకో బొబ్బట్లు తినాలనిపించింది. మీరా బేన్ ను పిలిచి బొబ్బట్లు ఎలా చెయ్యాలో వివరించాను. బాపుకు అది ఇష్టమే. నిర్బంధం లేని రోజుల్లో తినేవారు. అదెలాగో బాపుకు బొబ్బట్ల విషయం తెలిసింది. నాకు పప్పు పడదని ఆయనకు తెలుసు. పడేది కాదు.

"ఏమిటి? బొబ్బట్లట?" అన్నారు నన్ను చూసి నవ్వుతూ.

"అవును. ఎందుకో తినాలనిపించింది. ఎలా చేయాలో నేర్పించాను"

"మంచిది. చెయ్యండి, చెయ్యండి"

"అందరికీ అని చేసింది. మీరూ తినవచ్చు. ఈ రోజు ఆదివారం"

"పూర్ణం బొబ్బట్లు అంటే నాకు ముందంతా ఇష్టం. నీకు తెలుసు కదా. దొంతరల కొద్దీ లాగించేవాణ్ణి. కానీ ఇప్పుడు ఒక షరతు"

"మీదెప్పుడూ ఉండేదే కదా ఏదో ఒకటి. ఏమిటి ఆ షరతు చెప్పండి"

"నేను తినాలంటే నువ్వు తినకూడదు"

"..."

చేయించాను సరే. కానీ ఆ రోజు నేను బొబ్బట్లు తినలేదు. బాపు కూడా తినలేదు అని తరువాత తెలిసింది. బా తినలేదు కదా, నాకూ అక్కర్లేదు అన్నారట!

ఇది బాపు. ఆయనకు ఇష్టం, నాకూ ఇష్టం. కానీ నాకు మంచిది కాదు. కాబట్టి ఇద్దరికీ వద్దు. ఇదే మాదిరిగా ఎప్పుడూ. కావాలి వద్దుల చివర్న ఒకసారి నేనుంటే ఇంకోసారి బాపు. అంతే తేడా. నాలోని గుణాలు, దౌర్బల్యాలు రెండింటినీ బాగా తెలుసుకున్నారు బాపు. ఆయనకు సబబనిపించిందల్లా నేను ఒక్కసారిగా ఒప్పుకునేదాన్ని కాదు. నేను ఒప్పుకునేదాకా ఆయన వదిలేవారు కాదు. ఎన్నోసార్లు చెప్పి, నచ్చచెప్పి ఒప్పించేవారు.

దక్షిణ ఆఫ్రికాలో ఉన్నప్పుడు పదే పదే రక్తస్రావమయ్యేది. చాలా బలహీనంగా

మారాను. వైద్యులు ఆపరేషన్ చేయాలంటే బాపు ముందు ఒప్పుకోలేదు. తరువాత ఆపరేషన్ ఏమో అయింది. కానీ నేను ఎంత అలసిపోయానంటే ఆహారం, మందులు తీసుకోవడానికి కూడా చేతనయ్యేది కాదు. గోమాంసం యొక్క సూప్ తాగిస్తారనే సూచన దొరకగానే జైలునుండి బయటకు వచ్చిన మనిషి వర్షంలోనే నన్ను ఎత్తుకుని తీసుకుని వచ్చేశారు. ఉప్పు, పప్పు వదిలేస్తే రక్తస్రావం తగ్గుతుంది అన్నారు. నాకది కష్టం అన్నాను. "అయితే నేను ఈ రోజునుండి ఉప్పు, పప్పు మానేస్తాను, ఆపై నీ ఇష్టం" అన్నారు. నేను కూడా వదలాల్సి వచ్చింది. "బలహీనతకు కోడి సూప్ తాగండి" అని ఎవరో సలహా ఇచ్చారు. "కోడి- కస్తూర్ బా ఇద్దరిదీ ప్రాణమే. ఇద్దరి ప్రాణమూ నాకు సమానమే. కోడి చచ్చిపోయి నా భార్య బతకాలనుకుంటే కోడి చచ్చేకంటే తనే చావనీ" అన్నారు! ఇలాంటివాడు నా మొగుడు. అందరిలా కాదు.

నాకు అనారోగ్యంగా ఉన్నప్పుడు బాపు ఎక్కువగానే సేవ చేసేవారు. ఆవిరి స్నానం, జలచికిత్స, మాలీష్ ఇలా అవి ఇవి అని కాక అన్నీ చేసేవారు. నాకు అస్తమా. పదే పదే దగ్గు వచ్చి ఊపిరి సరిగ్గా ఆడకుండా చచ్చిపోయేలా అయిపోయినా ఏమైనా మందులు ఇవ్వడానికి ఒప్పుకునేవారు కారు. అన్నిటినీ అవేమిటి, దేంతో చేశారు, ఎలా ఉపయోగపడతాయి అని వివరంగా తెలుసుకుని ఇప్పించేవారు. నిమ్మరసం ఫలహారంలో పెట్టేవారు.

ఆయనకు రక్తపోటు ఎక్కువయ్యేది. మలేరియా వచ్చింది. ఛాతీలో నీరు నిండింది. రెండుసార్లు ఆపరేషన్ అయ్యింది. ఒకసారి అపెండిక్స్ ఆపరేషన్ జరిగింది. అప్పుడాయన పుణె జైలులో ఉన్నారు. 1924 అనుకుంటాను. భరించరానంత కడుపునొప్పి వచ్చి వెంటనే ఆపరేషన్ చేయాల్సివచ్చింది. ఆపరేషన్ చేసే సమయానికి గాలి దుమారం వచ్చి కరెంట్ పోయింది. చివరికి దీపం పట్టుకుని కర్నల్ మ్యాడక్ అనే ఒక బ్రిటిష్ సర్జన్ ఆపరేషన్ చేసి ముగించారు.

తలకు మట్టిప్యాక్, మాలిషు, జలచికిత్స ఇలా రోజూ ఏదో ఒక ప్రయోగం బాపు పైన జరుగుతూనే ఉండేది. దక్షిణ ఆఫ్రికాలో పదే పదే తలనొప్పి సతాయించేది. పదేపదే మలబద్ధకం అయ్యేది. దానికి మలశోధక మందు తీసుకున్నారు! కానీ తగ్గకుండా పోయినప్పుడు పొద్దుట ఫలహారం మానేశారు! కొన్నిసార్లు ఇది అతిగా మారింది కూడా ఉంది. ఒక దశలో ఉత్త రెండు డజన్ల నారింజ పళ్ళు చాలు, రోజంతా సరిపోతుంది అనేవారు. చివరికి ఒక వైద్యుడు ఒక మనిషి దేహానికి కావలసిన ఆహారపు అవసరం గురించి వివరంగా చెప్పి,

ఉత్త నారింజ పళ్ళే తిని ఆరోగ్యంగా ఉండాలనుకుంటే రోజుకు 50–75 పళ్ళు తినాలని హెచ్చరించారు.

బాపు చెప్పేవారు, "నా అనుభవంతో చెపుతున్నాను: మలబద్ధకం అవుతే, రక్తహీనత కలిగితే, జ్వరం వస్తే, అజీర్ణమయితే, తలనొప్పి వస్తే, సంధివాతం అయితే, కీళ్ళనొప్పులు వస్తే, కోపం వస్తే, ఖిన్నత ఆవరిస్తే, చాలా సంతోషమైతే ఉపవాసం చెయ్యండి. ఏ మందూ అక్కర్లేదు". ఉపవాసం, అతి తేలికపాటి ఆహారంతో అంతా తానే సర్దుకుంటుంది అని భావించారు ఆయన. మా ఇద్దరి బరువు సాధారణంగా ఎంత ఉండేది అని నీకు చెప్తే మా ఆహారం ఎంత తేలికపాటిగా ఉండేదో తెలిస్తుంది. బాపు 40–45 కేజీలుంటే నేను 30–35 కేజీలుండేదాన్ని, అంతే!

ఇలా ఉండేవారు బాపు! అతి సాదా మనిషి, అతి మెత్తటి మాట. నాలుక పైన అంటే మాట– రుచి పైన నియంత్రణ చేయగలిగితే అంతా అదుపులో వుండడానికి వీలవుతుంది అని భావించారు. ఈ నియంత్రణ ఆయనకు చేతనయింది. అందుకే ఉపవాసం కూర్చోవడానికి వీలయ్యేది.

ఉపవాసం

మా పుట్టింట్లో వ్రతాలు, ఉపవాసాలు తక్కువే. వాళ్ళు ఎక్కువగా లౌకికులు. కాబట్టి మాకు అతి కష్టంతో ఉపవాస వ్రతం చేపట్టి, ఆకలి వైపు లక్ష్యం వెళ్ళకుండా ఉండడం అలవాటు లేదు. కాని, మా అత్తగారింట్లో అలా కాదు. అక్కడ వ్రతాలు, ఉపవాసాలు, శ్రమ అంతే ముఖ్యం. ఏదైనా కష్టం వస్తే అది తొలగిపోయిన తరువాత వ్రతం చెయ్యడం కాదు, అంతా సరిగ్గా ఉన్నప్పుడు కూడా మనల్ని మనం శుభ్రంగా ఉంచుకోవడానికి ఉపవాసం చెయ్యాలని చెప్పేవారు మా అత్తగారు. ఎందుకన్ని ఉపవాసాలు, వ్రతాలు చెయ్యాలి అనే ప్రశ్నను అందరూ అడిగారు. అదే ప్రశ్నను తరువాత ఆమె కుమారుడు కూడా ఎదురించారు. తల్లికొడుకుల జవాబులు దాదాపుగా ఒకటే: “నా ఉనికిలో ఒక భాగం ఉపవాసం. కళ్ళు లేకుండా బతకగలను. అలాగే ఉపవాసం చెయ్యకుండా కూడా. కానీ బయటి ప్రపంచం చూడడానికి కళ్ళెలాగ అవసరమో, అలాగ లోపలి ప్రపంచానికి ఉపవాసం అంతే అవసరం”. బాపు బ్రహ్మచర్యాన్ని చేపట్టారు కదా! ప్రత్యేక పథ్యాహారం, పదే పదే ఉపవాసం చెయ్యకుండా బ్రహ్మచర్యాన్ని సాధించడం కష్టం అని మళ్ళీ మళ్ళీ ఉపవాసం చేపట్టేవారు. దేహాన్ని నిరాకరించనూ వద్దు, ముద్దు చెయ్యనూ వద్దు అని బాపు అభిప్రాయం. అందుకే ఆరోగ్యం, ఆహారం గురించిన జాగ్రత్తలు తీసుకుంటూనే ఉపవాసం చేసేవారు. ఉపవాస సమయంలో ధ్యానమగ్నులయ్యేవారు. తీవ్రంగా ఆత్మశోధన చేసుకునేవారు. దేనికైనా కానీ, ఆయన తక్షణ నిర్ణయానికి వచ్చేవారు కారు. ఉపవాస సమయంలోనో, ప్రార్థన-బంధనం-రాత-ధ్యానం-మౌనం సమయాల్లోనో ముందుగానే ఆలోచించి పెట్టుకుని, అవసరం అన్నప్పుడు వాటిని వెలికి తెచ్చుకుని ప్రయోగించేవారు. ఆయన లోపల అలాంటిదేమో

జరుగుతోందని స్పష్టంగా తెలిసేది. ప్రతి ఉపవాసానికి ముందుగా, తరువాత ఆయన మనస్థితి యొక్క తేడా స్పష్టంగా తెలిసేది.

కానీ, తను ఉపవాసం చెయ్యని ఏ భార్యకైనా తన భర్త చచ్చేదాకా ఉపవాసం చేస్తాను అని పదే పదే అన్నమూ నీళ్ళూ మానేస్తే చాలా బాధ కదా? అందుకే నేను లేని చోట ఉపవాసం చేసేవారు బాపు. అయినా ఆయన అక్కడ ఉపవాసమని కూర్చుంటే నేనెలా తినేది? అలాగని నేను ఉపవాసం చేయలేకపోయేదాన్ని. ఎక్కువ తినడానికి కూడా చేతనయేది కాదు. "మీ ఉపవాసం చాలా అతి" అని అప్పుడప్పుడు ఏడిపించేదాన్ని. చివరికి ఆయన ఉపవాస సమయంలో నేను ఒక పూట మాత్రమే తినడమో, పళ్ళు తినడమో చేసేదాన్ని. ఆయన ఉన్నచోటికి వెళ్ళి ఆయనకు నచ్చినట్టు కాళ్ళు, వీపు, నుదురు పట్టుతూ కూర్చునేదాన్ని. లేదా ఆయన పక్కన ఊరకే కూర్చునేదాన్ని. సత్యాగ్రహానికని సార్వత్రికంగా ఉపవాసానికి కూర్చోడవడం దక్షిణ ఆఫ్రికాలోనే ప్రారంభమయింది. అక్కడున్నప్పుడే ఒక వారం, రెండు వారాలు ఉపవాసం చేశారు. అన్ని ఘనపదార్థాలను త్యజించి ఉత్త ద్రవ ఆహారాల పైనే ఉండి చూశారు. భారత దేశానికి వచ్చిన తరువాత అది కొనసాగింది. జలియన్ వాలా బాగ్ ఘటన తరువాత వుండాలి, 1921 సంవత్సరం నుండి స్వాతంత్ర్యం వచ్చేదాకా ప్రతి సోమవారం 24 గంటల ఉపవాసం చేశారు.

మీకు తెలిసినట్టుగా పదిహేడు సార్లు ఉపవాస వ్రతం చేపట్టారు బాపుగారు. కొన్ని నా జ్ఞాపకాల్లో ఇంకా ఉన్నాయి. అమదావాద్ మర కార్మికుల సమ్మె ప్రారంభమయింది. ముందు బాపు వారిని సమర్థించలేదు. కానీ బాపుకు ఆకలి అంటే ఏమిటి అని తెలియదు అని కార్మికులే అన్నారు. దాంతో ఉపవాసానికి కూర్చున్నారు. ఉపవాసానికి కూర్చోగానే చూడు, మిల్ యజమానులు పరిగెత్తుకుంటూ వచ్చి దయచేసి ఉపవాసాన్ని ఆపేయండి అని ఒప్పందం చేసేసుకున్నారు. ఇది 1918 అనుకుంటాను.

తరువాత 1925 అనుకుంటాను. బ్రిటన్ రాజకుమారుడు మన దేశానికి వచ్చినప్పుడు కాంగ్రెస్ భారత్ బంద్‌కు పిలుపునిచ్చింది. కానీ పార్సీలు, యూదులు, క్రైస్తవులు తమ అంగళ్ళను బంద్ చేయలేదు. అందుకని వాళ్ళ పైన హిందువుల, ముస్లిముల దాడి ప్రారంభమయ్యింది. మరుసటి రోజు వాళ్ళు వీళ్ళ పైన దాడి చేయడం ప్రారంభించారు. బాపు చాలా దుఃఖపడి ఉపవాసానికి కూర్చున్నారు. భిన్న మతాలవారు పోట్లాట నిలిపేదాకా తను అన్నం, నీళ్ళు ముట్టను అని రాశారు.

అప్పుడు దేవదాస్ బార్డోలిలో ఉన్నాడు. వాడిని పిలిపించారు. గలభా ఆగకుంటే గలభా స్థలానికి దేవదాసును "ఆహుతి"గా పంపుతాను అనేశారు. నాకు దేవదాసును పంపడం ఎంతమాత్రం ఇష్టం లేదు. గలభా స్థలానికి దేవదాసు వెళ్ళి, వాడికేమైనా జరిగితే అనే ఆలోచనవలన ఎంత బాధ కలిగిందంటే దాన్ని ఎలా వర్ణించను? కానీ ముంబై శాంతించింది. అన్ని మతాల వారు గుంపుగా చేరిన వాళ్ళ నడుమ బాపు తన ఉపవాసాన్ని ముగించారు.

అది జరిగిన మూడు సంవత్సరాలకు మళ్ళీ ఒకసారి ఇలాగే మత అల్లర్లు జరిగినప్పుడు ఉపవాసానికి కూర్చున్నారు. ఒకట్రెండు రోజులు కాదు! 21 రోజులు!! అందరూ వద్దూ వద్దన్నా ఢిల్లీ మహమద్ అలీగారింట్లో ఉపవాసానికి కూర్చున్నారు. "ఈ ఉపవాసాలకు నేను బాధ్యుణ్ణి కాను, తమాషాకు చెయ్యడమూ లేదు. కీర్తికోసమూ చెయ్యడం లేదు. ఆకలిని తట్టుకోవడం కష్టమే. కానీ అది నాకు ఒక ఉన్నత శక్తి ఇచ్చిన ఒక బాధ్యత అనుకున్నందుకు నిభాయించడం వీలయింది" అని పట్టు పట్టి ఉపవాసాన్ని చేపట్టారు. అలా 21 రోజులు గడిచాయి.

ఇలా సత్యాగ్రహాల నడుమ ఉపవాసాలు కొనసాగుతూనే ఉన్నాయి. 1933 లో ఇంకోసారి 21 రోజులు ఉపవాసానికి కూర్చున్నారు. అది తన మరియు తన అనుచరుల అంతరంగ శుద్ధికోసం. "ఉపవాసం శరీరాన్ని శుభ్రపరుస్తుంది. ప్రార్థన మనసును శుభ్రపరుస్తుంది. ప్రార్థన, ఉపవాసం రెండూ కలిసినప్పుడు అద్భుత సాధన వీలవుతుంది. ప్రార్థన లేకుండా ఉపవాసం, ఉపవాసం లేకుండా ప్రార్థన లేవు" అనేవారు. ఉపవాసమున్నప్పుడు ప్రార్థన తప్పకుండా ఉండేది.

డాక్టర్‌గారితో పుణెలో ఒప్పంద సమయమయ్యుండాలి. యరవాడా జైలులో ఉపవాసానికి కూర్చున్నారు. అప్పుడు ఆయన ఆరోగ్యం ఏమంత బాగులేదు. కలకత్తా నుండి గురుదేవ్‌గారు బాపును చూడడానికి వచ్చారు. తమకు నచ్చిన ప్రార్థనను పాడారు. ఆ సారి మాత్రం నేను చాలా భయపడి బిక్కచచ్చిపోయాను. మీరాకు చెప్పి ఉత్తరం రాయించాను. "ఇప్పుడు ఉపవాసం చేసే మీ ఈ నిర్ణయం సరైనది కాదు. కానీ మా మాటను మీరెక్కడ వింటారు?" అని రాయించాను. అందుకే బాపు "మరో భార్య అయ్యుంటే తన తండ్రి మోపిన ఈ మనిషి బరువుకు చచ్చిపోయేది. కానీ నీ ప్రేమ, శక్తి గొప్పది కస్తూర్. అదే నన్ను కాపాడుతోంది" అని రాశారు. అది ఆయన "అంతరంగం గొంతు విని చేస్తున్న ఉపవాసం". ఎవరెంత చెప్పినా ఆపలేరు అని అందరికీ తెలుసు. కానీ అందరూ గాబరాపడ్డాము. హరి కూడా ఒక ఉత్తరం రాశాడు. "ఈ శరీరం ఏం చెయ్యగలదో అదంతా బేషరతుగా

చేస్తాను బాపూ. కానీ మీ ఉపవాసం మాత్రం వద్దు. దయచేసి ఈ నిర్ణయాన్ని మానుకోండి" అని. దానికి వాడి తండ్రి "నీ ఉత్తరం నా మనసును కలచివేసింది. నా ఉపవాసం నిన్ను పరిశుద్ధం చేస్తుంది అన్నట్లయితే దానికి రెండు రకాల ఫలితం లభించినట్టే. బాధపడవద్దు" అని రాశారట.

ఈ సారి ఎలాగో గడిచింది. దీని తరువాత ఒకసారి 21 రోజుల ఉపవాసం చేశారు. అది కూడా మా ఇద్దరి గాబరా, భయాల మధ్య నడిచింది. ఆ సారి ఆయనను జైలునుండి విడుదల చేసి పుణె లోని ప్రేమలీలా థ్యాకర్సెగారి ఇల్లు "పర్ణకుటి"కి పంపారు. ఆమె మిల్లు యజమాని భార్య. మా శిష్యురాలు. మంచి మనసున్న మనిషి. మలబార్ హిల్స్ లోని ప్రేమలీలా ఇంటి అరుగు మీద బాపు కొంచెం సేపు కూర్చుని, తిరిగి, అంత దూరం వరకు కనపడుతున్న పల్లె దృశ్యాన్ని చూస్తూ పడుకున్నారు. ఉపవాసం చేసి బ్రతికే శక్తి సిద్ధించింది ఆయనకి. ఆ ఉపవాసపు చివరి రోజు అన్సారి గారు కురాన్‌ను, మహదేవ్ క్రైస్తవ సందేశాన్ని, చుట్టూ కూర్చున్నవారు నరసి మెహ్తాగారి వైష్ణవ జనతో పాడాము. ప్రేమలీలా ఇచ్చిన సగం లోటాడు నారింజ రసం త్రాగి ఉపవాసం ముగించినప్పుడు గురుదేవ్ గారు అక్కడే ఉన్నారు. చుట్టూ ఉన్నవారు ఆయననే చూస్తూ మౌనంగా కూర్చున్నాము.

ఈ గండాంతరం గడిచి ఒక రెండు నెలలయిందంతే. బాపు అప్పుడే కోలుకుంటున్నారు. మళ్ళీ జైలులో ఇంకోసారి ఉపవాసానికి కూర్చోవాలా? ఈ సారి ఉపవాసం 'హరిజన సేవక సంఘ్' పనులు జైలునుండి చెయ్యడానికి అనుమతించలేదు అని. బ్రిటిష్ వారికి భయం కలిగుండాలి. ఆయనను వెంటనే జైలునుండి విడుదల చేసి మళ్ళీ ప్రేమలీలాగారి ఇంటికి పంపారు. యరవాడాలో ఉన్నప్పుడు బాపుకు ఆకాశం చూసే, నక్షత్రాలను చూసే అలవాటు ప్రారంభమయ్యింది. ప్రేమలీలాయే పెద్ద గొట్టంలాంటి, నక్షత్రాలు చూసే టెలిస్కోప్ అని ఏదో ఒక వస్తువును తెప్పించి ఇచ్చారు. ఆకాశం చూస్తూ ఉండేవారట. చివరికి 'నేను ఆశ్రమానికి రండి' అని ప్రార్థిస్తూ ఉత్తరం రాయించాను. 'శిక్ష అవధి అయిపోలేదు. ఇంకా బందీగా ఉన్నాను. విడుదల తరువాత వస్తాను' అని ఉత్తరం రాయించారు. నా సమక్షంలో ఉపవాసానికి కూర్చుంటే నేను దిగులు పడతాను అని ఆయనకు నచ్చేది కాదు. అందుకే రాలేదు. దేవదాస్, మహదేవ్, ఇతరులు ఆయనతోనే ఉన్నారు. చివరికి నేనూ వెళ్ళాను.

1942 అనుకుంటాను. భారత్ ఛోడో ఆందోళన కార్చిచ్చులా వ్యాపించింది. వేలాది మందిని జైళ్ళకు పంపించారు. మేము ఆగాఖాన్ జైలులో ఉన్నాము. నాకు

అంతేం బావుండలేదు. మహదేవ్ అకస్మాత్తుగా చనిపోయి చెప్పలేనంత దెబ్బ తగిలింది. యాభై సంవత్సరాలకే అతడికి హృదయాఘాతం కలిగింది అంటే నాకు నమ్మబుద్ధి కాలేదు. చేతులు కాళ్ళు ఆడక చచ్చిపోయినంత పనయ్యింది. అతడు లేకుండా మేమెలా ఉండాలి అనిపించి అంతా అయిపోయినట్లు, అంత్యకాలం వచ్చినట్లు అనిపించింది. ఎంత క్రమశిక్షణ, ఆరోగ్యమైన మనిషి మహదేవ్! మా కంటే చిన్నవాడు. మా కంటే ముందుగా వెళ్ళిపోయాడు. జైలుకు వచ్చి ఆరు రోజులయ్యింది అంతే. అతడి భార్య దుర్గా బెహన్, కొడుకు నారాయణ అంతా అంతిమ సంస్కారానికని వచ్చినప్పుడు వాళ్లను చూసి చాలా దుఃఖం కలిగి కళ్ళు చీకట్లు కమ్మినాయి. బాపుకూ అంతే. ఆయన కుమారుడు, స్నేహితుడు, విమర్శకుడు, కార్యదర్శి, లిపికారుడు అన్నీ అయినవాడు మహదేవ్. నిశ్చేష్టులై కూర్చుండిపోయారు బాపు. అత్యంత దుఃఖంతో తామే స్వయంగా మహదేవ్ శరీరానికి స్నానం చేయించి, తామే సంస్కారం గావించారు. ఆయన తన దుఃఖాన్ని దిగమ్రింగుకున్నది చూస్తున్నప్పుడు ఉపవాసం చేసి ఆకలిని తట్టుకోగలిగితే మిగతా దేన్నైనా తట్టుకోగల శక్తి వచ్చేస్తుందని అనిపించింది. నాకు ఆకలి తట్టుకోవడానికి చేతనయ్యేదికాదు. దుఃఖం తట్టుకునేది అంతకంటే చేతనయ్యేది కాదు.

మహదేవ్ పోయిన దుఃఖం తగ్గక ముందే ఇతర బాధలు బాపు గొంతుకు చుట్టుకున్నాయి. జిన్నాగారు ప్రత్యేక దేశం కావాలంటున్నారు. డాక్టర్‌గారు ఇతర మతం గురించి మాట్లాడుతున్నారు. అవి రెంటిని ఎలా సర్ధాలి అనే ఇబ్బంది సతాయించసాగింది బాపుకు. ఆ రెండే ఆలోచనలు, వారిద్దరిదే ధ్యానం. మళ్ళీ 21 రోజులు ఉపవాసం చేశారు. అది ఇంటినుండి బయట సార్వత్రికంగా చేసిన 15వ ఉపవాసం. ఆమరణ దీక్ష కాదు. పళ్ళ రసం, నీళ్లు తాగుతున్నారు. బ్రిటిష్ ప్రభుత్వం ఉపవాసం చెయ్యకండి అన్నది. దానివల్ల జరిగే పరిణామాలకు తను బాధ్యత వహించదు అని చెప్పింది. దేనికైనా చర్చిద్దాం, మాట్లాడదాం అంతేకాని ఉపవాసం చెయ్యడం ఎందుకు అన్నది. "ఎవరో చెప్పారని ఉపవాసం చెయ్యడం కాదు, కోపంతోనూ కాదు. కోపమనేది తక్షణ పిచ్చితనం. నాలోని క్షీణధ్వని చెపితే మాత్రమే ఉపవాసం చెయ్యడానికి వీలవుతుంది" అంటూ ఉపవాసం చేసి తీరతానన్నారు బాపు. మాటి మాటికీ ఉపవాసానికి సిద్ధమవుతున్న ఈ మొండి మనిషి గురించి బ్రిటిష్ వారికి అదెలాంటి కోపం వచ్చేదో ఏమో, ఏడ్వాలో నవ్వాలో, పట్టుకుని జైలుకు పంపి చంపెయ్యాలో, నీ ఇష్టమని వదిలెయ్యాలో అని ఏదీ తోచకుండా పోయుండవచ్చు. ఒకరకంగా చెప్పాలంటే నీటి పైని నూనె చుక్క బాపు. ఇటు

పట్టుకోనూ కాక, అటు నియంత్రించడమూ కాక బ్రిటిష్ వారు చాలా కష్టపడుండవచ్చు.

73-74 సంవత్సరాల పెద్దాయన 21 రోజుల ఉపవాసం చేసి బ్రతికి బట్ట కట్టడమంటే సామాన్య విషయం కాదమ్మాయ్! ఆ ఉపవాసమంత సులభమేమీ కాదు. బాపు చాలా కష్టాలు అనుభవించారు. తొమ్మిది మంది వైద్యుల బృందం వచ్చి ఆయనను పరీక్షించేది. ఇంకేం మూత్రకోశం విఫలమయ్యి యురేమియా అనో ఏదో మూత్రకోశ ఇబ్బంది కలిగి, ఎం.కె. గాంధి ఇక చనిపోతారు అని వైద్యబృందం నివేదిక ఇచ్చింది. రక్తం ఇచ్చినా, సెలైన్ పెట్టినా ఏమీ చెయ్యలేమేమో అని హెచ్చరించింది.

కానీ బాపు మాత్రం ఏ చికిత్స కూడా తీసుకోడానికి ఒప్పుకోలేదు. 21 రోజులు ఉపవాసం చేసి తీరుతాను అంటూ ఉపవాసం చేసేశారు. ఆయన ఉపవాసానికి కూర్చుంటారు అంటే చాలు ప్రజలకు భయం పట్టుకునేది. ఆయన దగ్గరివాళ్ళకు ఆందోళన కలిగేది. బ్రిటిష్ ప్రభుత్వానికి గాబరా కలిగేది. అందరికంటే ఆయన విరోధులకు, బాపుకేమైనా అయితే అది తమ పైకి వచ్చేస్తుందేమోనని భయం కలిగేది.

ఉపవాసం చేసేటప్పుడు బాపు ఊరకే కూర్చునేవారు కారు. ఆయనను కలవడానికి జనాలు వచ్చేవారు. శరీరంలోని బలాన్ని నిలుపుకోవడానికి పడుకునేవారే తప్ప ఆయన చురుకుదనం తగ్గేది కాదు. భోజనం లేకుండా వాంతికొచ్చేది. అప్పుడప్పుడు గోరువెచ్చని నీళ్ళు తాగేవారు. ఒక రెండు చంచాల నిమ్మకాయల రసం, తేనె వేణ్ణీళ్ళలో కలిపి తాగేవారు. వైద్యులు పచ్చి కూరగాయల రసాన్ని తాగండి లేదా పళ్ళుతినండి అనేవారు. ఈయన వినాలిగా! ఊహూ..... అభోజనంగా ఉండడంతో మలబద్ధకం ఏర్పడేది. మూలవ్యాధి ముందునుండి వుండనే ఉండింది. దానికి ఎనిమా తీసుకునేవారు. అన్నీ ఆయనవే ప్రయోగాలు. ఆయనదే చికిత్స. ఆయన ప్రకారం తన దేహానికి ఏమౌతోంది, ఏమవ్వాలి అనేది తనకు బాగా తెలుసు, దాన్ని పూర్తిగా నియంత్రణలోకి తెచ్చుకున్నాను అని నమ్మారు. ఎంత డోకొచ్చినా, ఏమొచ్చినా, నీళ్ళు, నిమ్మరసం, ఉప్పు తగుపాళ్లలో తీసుకునేవారు.

బాపు 21 రోజుల ఉపవాసం చేశారు అంటే కొందరు, 'అదెలా సాధ్యం? ఎవరికీ తెలియకుండా ఏదైనా తినుంటారు' అన్నారట. అయ్యో రామా అదెలాంటి జనాలో?! బాపు ఉపవాసం చేసింది అందరి ఎదురుగ్గా, ఎవరైనా తమ స్నేహితుల ఇళ్ళల్లో, వేరే వేరే ఊళ్ళల్లో, జైలులో. అక్కడంతా దొంగతనంగా తినడానికి

వీలవుతుందా? దృఢ నిర్ధారమే ఆయన ఆహారం. దృఢమైన మనసు, నీళ్ళు ఈ రెండే ఆయనను కాపాడింది.

ఉపవాసం చెయ్యడం అంటే భోజనం వదిలేసి ఒక చోట కూర్చోడం అంత సులభం కాదమ్మాయ్! నిరంతరం ఒక పూట ఉపవాసం చేసేవాళ్లకు కూడా రోజులకొలదీ ఉపవాసం చేతకాదు. నాకంటూ అసలు చేతకాదు. కొన్ని సార్లు ప్రయత్నించాను. కానీ నాకు చేతకాలేదు. అంత దేహబలమూ లేదు, మనోబలమంటూ అసలు లేదు. బాపుకు ఆయన తల్లి ఉపవాసం చేసింది చూసి చూసి అలవాటయింది. అతి సులభంగా భోజనం మానేసేవారు. ఆయన ఉపవాస శక్తి చూసే ఆయన మహాత్ముడే అయ్యుండాలని అందరూ భావించారు. ఇతరులే కాదు, నేను కూడా అలాగే అనుకున్నాను. ఆయన మహా దైవ భక్తులు. ఉపవాసం కూడా పూర్తిగా తమను తామే నిరాకరించుకుని చేసే ఒక మహత్తర కార్యం అని భావించారు. ఆయన ప్రకారం "దేవుడి కృప లేకుండా చేసిన ఉపవాసం ఉత్త ఆకలి మాత్రమే" . మొత్తానికి భగవంతుడి పైన ఆయనకున్న శ్రద్ధ, దృఢ నిర్ధారం, మనోబలం వలన ఆయనకు ఉపవాసం చెయ్యడానికి వీలయింది అనిపిస్తుంది.

ఇకపై మనం దూరంగా ఉందాం, సరేనా?

అమ్మాయ్! కామం, ప్రేమలన్నీ నీ ముందు చెప్పడం ఎంతవరకూ సబబో అని ఒక క్షణం వెనుకంజ వేస్తున్నా. కానీ ఫర్వాలేదు. నువ్వు చిన్నదానివైనా ఇవన్నిటి ఫలితం నువ్వు. ఇప్పుడు నువ్వు చిన్నదానివైనా ఈ దశలన్నీదాటి పోవలసిన పిల్లవే నువ్వు. కాబట్టి భోజనం, ఉపవాసం గురించి చెప్పినట్టే కామం గురించి కూడా చెప్పవలసిందే. ఎందుకంటే ఈ విషయంలో బాపును పూర్తిగా అర్థం చేసుకోకుండా ఉండడం గాల్లో కత్తి విసరడం లాంటిది. అందుకే చెప్తున్నా.

అధ్యాత్మం, ఆహారం, బ్రహ్మచర్యం ఈ మూడింటి గురించి నా భర్త ఎల్లప్పుడూ ప్రయోగాలు చేశారు. ఉపవాసం యొక్క రుచిని ఉత్త నాలుకకే కాకుండా, శరీరానికి కూడా చూపారు. కానీ అప్పటికీ, ఇప్పటికీ బ్రహ్మచర్యమనే విషయంలో ఆయనను అర్థం చేసుకోవడం చాలా మందికి కష్టమవుతోంది. అదే విషయానికి కొందరు ఆయనను తిడతారు, కొందరు ఆరాధిస్తారు. కామం కూడా ఒక పురుషార్థమే. ఈ భూమిని తిరిగేలా చేసింది ఆ కామమే అని జగమంతా నమ్మినప్పుడు బ్రహ్మచర్యం గురించిన ఆయన ఆలోచనలు, అదీ ఒక రాజకీయ నాయకుడి నుండి వచ్చినప్పుడు, పూర్తి వ్యతిరేక ప్రతిక్రియలు రావడం సహజం కదా అమ్మాయ్!

ఏ ఎండకా గొడుగు పట్టే రకం కాదు మా ఆయన. ఆయనకెలా జరగాలో అలానే జరగాలి. అది కూడా ఆయన అనుకున్న నియమాల ప్రకారమే సరిగ్గా జరగాలి. అలా జరగాలనుకునే దారులు సుగమమా? ఆయన అతి కష్టమైన దారినే ఎన్నుకునేవారు. దారి పైనున్న బండలను స్ఫటిక శిలల మాదిరిగా పక్కకు జరిపేవారు. సత్యాగ్రహపు దారిలో బాపు అలా ఎత్తి పక్కన పెట్టిన మహాన్

బండరాయి బ్రహ్మచర్యం.

దేవదాసుకు ఐదో ఏడో, ఆరో ఏడో నడుస్తోంది. 1906 ఉండాలి. అప్పుడు మేము జోహాన్స్‌బర్గ్ లో ఉన్నాము. ఫీనిక్స్ ఆశ్రమం ప్రారంభమైనా మేమక్కడికి వెళ్ళలేదు. భాయి ఆశ్రమానికి, ఇంటికీ తిరుగుతున్నారు. సత్యాగ్రహం, పత్రిక, ఉత్తరాల వ్యవహారాలు, పోరాటాలు, కోర్టు కచేరీలు అని తీరికే ఉండేది కాదు ఆయనకు. నలుగురయ్యారు కదా, ఇక పిల్లలు చాలు అని నిర్ణయించేసుకున్నాము. నా బయట చేరే రోజులను లెక్కపెట్టి ఏ ఇబ్బంది రాని రోజుల్లో దైహిక సంబంధం జరిగేది. కానీ చాలా ఇబ్బంది కలిగేది. అలాంటి రోజుల్లో ఒకటి నాకు రక్తస్రావం, ఆయాసం, నిశ్శక్తి వీటివలన అనారోగ్యం కలిగేది. లేదా నేను ఆరోగ్యంగా వున్నప్పుడు ఆయన ఊళ్ళో ఉండేవారు కాదు.

అదే సమయానికి దక్షిణ ఆఫ్రికాకు వచ్చిన మా పెద్దబ్బాయి హరి, తన తలిదండ్రులకూ చెప్పకుండా, వేచి చూడకుండా, భారత దేశానికి వెళ్ళి తన పెదనాన్న చేత పెళ్ళి చేయించుకున్నాడు. అది వాడి తండ్రికి ఎంత బాధ కలిగించిందంటే చెప్పనలవి కాదు. సత్యాగ్రహానికి సంబంధించిన ఇన్ని పనులున్న సమయంలో తమ పెద్ద కుమారుడు హిందూస్తాన్‌కు వెళ్ళి పెళ్ళి చేసుకున్నాడు కదా? తమ కొడుకుగా ఉండికూడా వాడికి ఇంత దేహలాలస ఎలా కలిగింది? అనే తుదిమొదలు లేని జిజ్ఞాస ఆయనది. కోపమో, విసుగో, తిరస్కారమో, వైరాగ్యమో ఏదీ సరిగ్గా చెప్పలేని ఒక భావం ఆయనను ఆవరించేసుకుంది. ఆయనను కదిలించడానికి నాకు భయం, ఇబ్బంది. దాన్ని మరచిపోవాలని ఇంకా ఎక్కువ పనులలో నిమగ్నమయ్యారు. కలెన్బాక్, హెన్రి పొలాక్ లతో మధ్యరాత్రిదాకా చర్చ, సత్యాగ్రహ రూపురేఖలు తయారు చేసేవారు. ఏవో రాసేవారు. ఒక్కోసారి ఉన్నట్టుండి మౌనంలోకి జారిపోయేవారు.

ఇలా ఉండగా ఒక రోజు, కలెన్ ఫీనిక్స్ ఆఫీసుకు వెళ్ళాడు. మిలి, హెన్రి తమ ఇంటికి వెళ్ళారు. పిల్లలు పడుకున్నారు. రాత్రి సమయం. గాంధి భాయి గదిలోకి వచ్చారు. తలుపు వద్ద నిల్చుని "కస్తూర్, ఒక మాట చెప్పనా?" అన్నారు. మళ్ళేం వచ్చి పడిందో, హరి గురించి ఏమైనా ఉండచ్చా లేదా నేనేమైనా తప్పు చేశానా అనుకుంటూ ఆయన వైపు చూశాను. "ఇకపైన నువ్వూ నేను వేరుగా పడుకుందాం. దైహిక సంబంధం మానేసి బ్రహ్మచర్యం స్వీకరిద్దాం అని అనిపిస్తోంది. సరేనా?" అన్నారు. నాకు ఒక్కసారి నేను విన్నది ఏమిటని తలకెక్కలేదు. కళ్ళు మిటకరించి 'ఆ...' అన్నాను. మళ్ళీ చెప్పారు. "దీన్ని నీపైన రుద్దాలని నాకు లేదు

కస్తూర్. నాకు అలా అనిపిస్తోంది. కాని నువ్వు వద్దు, వీలవదు అంటే ఇతర దారులు చూద్దాం. బలవంతంగా నీ పైన బ్రహ్మచర్యం మోపను. ఆలోచించి చెప్పు" అన్నారు. నాకు గుండె ఝల్లుమంటూ పగిలినట్టయింది. రాత్రి ఎప్పుడవుతుందా అని వేచి చూస్తున్న నా భర్త, "చాలు బాబూ. ఈయన విదేశాలకు వెళ్తే వెళ్ళనీ" అని నాకనిపించేలా చేసిన నా భర్త, ఇప్పుడు ఇలా అంటున్నాడు, అది కూడ ఐదారు సార్లు కడుపులు చేసినాక. నలుగురు పిల్లలు ఉన్నప్పుడు. మేమిద్దరం దూరంగా పడుకునేంత ముసలివాళ్ళమయితే కాలేదు. మా ఇద్దరికీ ముప్పై ఎనిమిదో ముప్పై తొమ్మిదో అంతే.

"ఏమయింది ఈయనకు ఉన్నట్టుండి? నేనేమైనా తప్పు చేశానా?" అన్నదే ముందుగా నా తలకు తట్టింది. ఒక క్షణం నన్ను నేనే నా కళ్ళ ముందు తెచ్చుకుని పరీక్షించుకున్నాను. నా రోగాలు, రొష్టులు, చిరాకుకు విసుగొచ్చి ఇంకెవరి పైనయిన మనసు పడ్డారేమో అనిపించింది. భాయి చుట్టుముట్టూ అంతా ఆడవాళ్ళే. కానీ ఇలా ఆలోచన వచ్చిన మరుక్షణమే నా పైన నాకే సిగ్గు కలిగింది. ఆ ఆడవాళ్ళు అలాంటివారు కాదు. చూస్తేనే తెలిసిపోయేది. మా మిలి అయితేనేమి, సోనీ అయితేనేమి అందరూ భార్యను ఇలా చూసుకుంటావా అని భాయిని దెప్పి పొడిచేవారు. భాయి కూర్చున్న చోటునుండి నాకేమైనా పని చెపితే లేదా చేసింది బెడిసికొట్టింది అంటే చాలు, మొదలుపెట్టేవారు. ఛ! వాళ్ళెవరూ భాయిని బుట్టలో వేసుకునే రకాలు కారు. అదీగాక నా భర్త కూడా అలాంటాయన కారు. లేదా నా పైన ఏదైనా సందేహం కలిగి ఇలా చెప్తున్నారా? అయినా సందేహం కలగడానికి ఉన్నదైనా ఏముంది ఈ భాష రాని ఊళ్ళో! ముందొక సమయం ఉండేది. ఇతర మగవాళ్ళను చూడకు, వారితో మాట్లాడకు, నవ్వవద్దు అని నా భర్త కంచె వేసేవాడు. కానీ ఇప్పుడు ఆయన చాలా మారిపోయిన మనిషి. అలా కూడా కాకపోవచ్చు. మరి ఎందుకు ఈ బ్రహ్మచర్యం విషయం?

ఏం చెప్పాలో తోచలేదు. గమ్మునుండిపోయాను. ఆయనకు ఏమనిపించిందో, అక్కడే మంచం క్రింద ఒక చాపను లాక్కుని పడుకున్నారు. నేను నిద్రపోలేదు. ఆయనకు కూడ నిద్ర పట్టినట్టు లేదు.

ఒక క్షణికమైన ఆలోచనలో ఇలా చెప్పుండవచ్చు అనుకున్నాను. కానీ కాదు. నా భర్త నోటినుండి ఏమైనా వచ్చిందంటే అయిపోయింది. అదే ఖరారు. ఒకటే గదిలో నేను మంచం పైన పడుకోవడం, ఆయన క్రింద నేల పైన చాప పైన పడుకోవడం కొనసాగింది. కొన్ని రోజులకు మమ్మల్నంతా ఫీనిక్స్ ఆశ్రమానికి

పిలుచుకుపోతానని, ఇక ఆశ్రమంలోనే ఉండాలని తెలిపారు. ఫీనిక్స్ కు బయలుదేరే ముందు రాత్రి, భాయి అరుగు పైన ఏదో రాస్తూ కూర్చున్నారు. ఆయన వద్దకు వెళ్ళాను. నా వైపు ఒకసారి చూసి చిన్నగా నవ్వి తమ పనిని కొనసాగించారు. కొన్ని నిమిషాలు గడిచాయి. రాత ముగించి, సరంజామా పక్కకు పెట్టి నేల పైన చాప పరిచి, పడుకోవడానికి తయారు కాసాగారు. ఏ భార్య అయినా ఇలాంటి పరిస్థితి ఎదురించిందో లేదో, ఇలాంటి విషయాన్ని భర్తతో మాట్లాడుతుందో లేదో తెలీదు. నేను సిగ్గు విడిచి అడిగేశాను.

"ఇక పైన బ్రహ్మచర్యం పాటిద్దామని చెప్పారు. కాని భార్యగా మీ శరీర వాంఛలు తీర్చడం నా కర్తవ్యం కాదా?"

" భర్తగా నీ శరీర వాంఛను తీర్చడం కూడా నా కర్తవ్యం కాదా కస్తూర్?"

"నిజమే. కానీ నాకు అంతగా శరీర వాంఛలు లేవు. అప్పుడైనా, ఇప్పుడైనా అంతకంతే. మీరే చూశారుగా నన్ను. కానీ మీరు ఎలా ఉండేవారో ఒకసారి గుర్తుకు తెచ్చుకోండి."

"నిజం కస్తూర్. యౌవనపు రోజులవి. శరీర వాంఛలు తీర్చుకోవడమే జీవితం. దానికోసమే జీవించాలి అనే భావన ఉండడం, అందుకోసం నిన్ను వాడుకోవడం అంతా నిజమే. అందుకే ప్రాయశ్చిత్త రూపంగా ఇప్పుడు నీ సేవ ఎంత చేసినా అది తీరదు. అందుకే నా శరీర వాంఛను నిగ్రహించే నిర్ణయం తీసుకుంది. నీతో ప్రత్యేకంగా సమయం గడపడానికి ఎలా సమయం కేటాయించాలి అన్నదాంట్లోనే నా లక్ష్యం, శ్రమ, సమయం అన్నీ గడచిపోతాయి అంటే సత్యాగ్రహానికి అర్థమే ఉండదు. కాబట్టి ఇద్దరి పరస్పర సమ్మతితో బ్రహ్మచర్యం స్వీకరిద్దాం అనిపించింది"

"దేహం దూరమయితే మనసు దూరమయినట్లా? నా దేహం కన్నా, నా ఈ దేహం నుండి వెలికి వచ్చిన పిల్లల నుండి, కుటుంబం నుండి దూరమవుతారనే భయం నాకు"

"పిచ్చిదానా! దూరమయి ఎక్కడికి వెళ్ళను? నువ్వెక్కడో నేనక్కడే, నేనెక్కడో నువ్వక్కడే. పెళ్ళి, పతి పత్ని సంబంధం అంటే ఆటకాదు. ఉత్త దేహాల కలయిక, నిభాయించడం కూడ కాదు. పెళ్ళిళ్ళు స్వర్గంలో జరుగుతాయి అనే మాటను నువ్వు వినలేదా?"

"స్వర్గం గిర్గం, జన్మ, పునర్జన్మ నాకవేం తెలియదు. కానీ ఉన్నట్టుండి ఎందుకు ఈ నిర్ణయానికి వచ్చారు?"

"కోపం వస్తోందా? ఇది ఉన్నట్టుండి తీసుకున్న నిర్ణయం కాదు కస్తూర్! ఒక శరీరంతో సమాగమం సాధించడానికి అదెంత సాధన చెయ్యాలో బ్రహ్మచర్య సాధనకు దానికి వందరెట్లు గట్టిగా ఉండాలి! నీతో గడిపే ఆ ఒక్క గడియకోసం ఎంత కాచుకోవాలి? దానికని సమయం, నీ ఆరోగ్యం కలసి రావాలి. పిల్లలు నిద్రపోయుండాలి. ఏకాంతం అనుభవంలోకి రావాలి. మనసులో కోరిక ప్రబలాలి. ఎన్ని విషయాల వైపు లక్ష్యం పెట్టాలి చూశావా? అయినా ఇవన్నీ ఎందుకోసం? కేవలం మన శరీరాల ఉద్రేక శమనానికి. అదెంత సేపటిది? రెండుక్షణాలు. సుఖం మత్తుకు శరీరం మళ్ళీ మళ్ళీ నిద్రలేస్తుంది. పిల్లలు ఇక వద్దు అనుకున్నాక లైంగికత ఇక ఉత్త వినోదానికే కాకుండా ఇంకెందుకు? కానీ కస్తూర్. అలాంటి లైంగికత తప్పు"

"ఆడామగా రెండు క్షణాలు పరస్పరం దగ్గరై సమయం గడిపి సంతోషపడితే తప్పేమిటి?"

"కామంలో మునిగిపోయిన లోకం ఇలానే నమ్మింది కస్తూర్. కానీ పిల్లలను పుట్టించే అవసరంలేని లైంగికత పాపం. నేనిప్పుడు అహింస గురించి మాట్లాడతాను కదా. అహింసలో బ్రహ్మచర్యమూ ఉంది. దాన్ని ఒక్కసారిగా సాధించడం నాలాంటి సంసారికి కష్టం. నువ్వు గమనించి ఉండవచ్చు. దీనికోసం చాలా రోజుల నుండి సన్నాహం జరుగుతోంది. మొదట పగటి పూట కలయిక మానడం, తరువాత రాత్రిపూట కలయిక మానెయ్యడం. అలా చెయ్యడానికి సాదా సీదా దుస్తులు, ఆహారం కావాలి. నగలు, సుగంధాలు వదిలెయ్యాలి. దైహిక ఆకర్షణ తగ్గించాలి. అందంగా కనబడకూడదు. ఇవన్నీ మనల్ని నైతికంగా ఒక మెట్టు పైకి తీసుకెళ్తాయి కస్తూర్. నా పనులు నేనే చేసుకోవాలి. చప్పిడి కూడు, మితాహారం తినడం చాలా రోజుల నుండి జరుగుతోంది. నీకు తెలియదు."

"నిజమే. కానీ మీరు ఈ నిర్ణయానికి రావడానికి అలా చేస్తున్నారని తెలియదు. నాకు చెప్పనే లేదు మీరు"

"నగలు, మంచి దుస్తులు వదిలెయ్యమని నీకు చెప్పాను. ఉప్పు మానెయ్యమని చెప్పాను. పప్పు మానేయమన్నాను. చక్కెర వద్దన్నాను. చెప్పానా లేదా?"

నిజమే. భాయి నాతో ఏమేమో నిదానంగా మానిపించారు. ఆయన వెళుతున్న దారిలోకి నాకు తెలియకుండానే నన్ను తీసుకెళ్ళారు. కానీ ఆయనకెందుకు ఈ అభిప్రాయం కలిగింది అని ఆశ్చర్యంగా అడిగాను. దానికి ఆయన ఒక సంఘటన చెప్పారు.

ప్రాణజీవన మెహ్తా భాయి పాత స్నేహితుడు. ఆప్త మిత్రుడు. బ్యారిస్టర్ చదివి లండన్ నుండి ముంబైకి వచ్చి దిగిన భాయి మొదట మెహ్తా ఇంటికి వెళ్ళి, తరువాతే రాజ్‌కోట్‌కి వచ్చింది. ఆయన ఇంట్లో భాయి తమ ఈడే అయిన రాయచంద్ భాయి అనే జైన్ సంతుడిని పరిచయం చేశారు. భాయి పైన చివరిదాకా ఆయన ప్రభావం చాలావరకు ఉండింది. రాయచంద్ భాయి మేము దక్షిణ ఆఫ్రికానుండి వచ్చేటప్పటికి కాలం చేశారు. సుమారు 10సంవత్సరాలు ఇద్దరూ పరమ ఆప్తులుగా ఉన్నారు. తప్పకుండా ఉత్తరాలు రాసుకునేవారు.

మెహ్తా గారింట్లోని ఒక వార్త భాయి లక్ష్యానికొచ్చింది. ఒక ఇంగ్లీష్ రాజకీయనాయకుడు. గ్లాడ్‌స్టోన్ అనో ఏమో అతడి పేరు. ఆయనకు ఆయన భార్య హౌస్ ఆఫ్ కామన్స్ లోనూ టీ తెచ్చిచ్చిందట. ఆమె ప్రేమ,త్యాగం దాంపత్యంలోని ప్రత్యేక లక్షణాలు అని గాంధిభాయి పొగిడారట. అప్పుడు రాయచంద్ భాయి, ఏది ప్రత్యేకం? భర్తకు ఆమె చేసిన సేవా? ఎవరికైనా ఆమె చేసే సేవా? ఆమె ఒక వేళ భార్య కాకుండా చెల్లెలో, పరిచారికో అయ్యుండి అంతే సేవాభావంతో చేసుంటే నీకింత నచ్చేదా? అలా కాకుండా ఆమెకు ఒక పురుషుడు టీ ఇచ్చుంటే నచ్చేదా? లైంగిక- రక్త సంబంధం ఉన్నవాళ్ళు చేసిన సేవ మాత్రమే ప్రత్యేకమా? ఇలాంటి ప్రశ్నలు అడిగారట.

ఇక చూడు! దీన్ని నా భర్త పట్టేసుకున్నారు. అరెరె! అవును కదా అని ఆలోచించారు. తను దైహిక సంబంధమున్న సేవను మాత్రం పరిగణిస్తున్నాడు. దానికే ప్రాముఖ్యతనిస్తున్నాడు. భార్యాభర్తల సంబంధం ఉత్త దైహికమే కాదు. దాన్ని దాటికూడా ఉండాలి. దైహికంగా కాకుండా కూడా ఉంటుందంటే మాత్రమే అది పరిశుద్ధమైన ప్రేమ అని అనిపించింది. రాయచంద్ భాయ్ తో దీని గురించి కూలకంషంగా చర్చించారు. లైంగికతలో హింస ఉంది. అది సాధనతో కూడిన బ్రతుకుకు హానికరం అన్నది జైనులు నమ్మకం. దాన్ని భాయి తన మనసులో నిలుపుకున్నారు. నాలుగైదు సంవత్సరాలు దాని గురించి లోతుగా ఆలోచించి ఇప్పుడు ఈ నిర్ణయానికి వచ్చారు.

పెళ్ళైన తరువాత నా పందొమ్మిదో సంవత్సరం నుండే మేమిద్దరం దూరంగా ఉండసాగాము. తరువాత కూడా దూరంగా ఉన్నదే ఎక్కువ. నేను తోడు లేనప్పుడు తాము గడిపిన యౌవనపు రోజుల్లో స్వనిగ్రహం కోసం ఎంతో కష్టపడ్డారు, దానికోసం ఏవేవో పద్ధతులను అనుసరించారు అని భాయి వివరించారు. ఇవంతా చెప్పి, ధర్మపత్నియైన నేను సహకరించాలని చేతులెత్తి ప్రార్థించారు.

నాకు ఒప్పుకోకుండా ఉండడానికి వేరే మార్గమే కనపడలేదు. ఆయనకు అక్కర్లేనిది నాకెందుకు అనిపించింది. అయినా ఒప్పుకోకుండా తలవంచేసి మౌనంగా కూర్చున్నాను. కన్నీళ్ళు నేలను తడుపుతున్నాయి. భాయి కళ్ళు మూసుకుని ధ్యానమగ్నులై అదిగో, అక్కడ దూరంగా చాప పైన కూర్చున్నారు.

అప్పటిదాకా ఒకే గదిలో వేరే వేరే పడుకునేవాళ్లము. ఇప్పుడు ఇద్దరూ వేరే వేరే పడుకోవడం మొదలుపెట్టాము.

భాయి ఎప్పుడూ అంతే. తనకు చాలా ఇష్టమైనదేదో దాన్నే నిగ్రహించాలని ప్రతిజ్ఞ చెసేవారు. దాన్ని వదిలేయడానికి మనసును గట్టి పరచుకునేవారు. ఉపవాస సమయంలోనూ అంతే. ఇప్పుడు బ్రహ్మచర్యం వదిలేయడమూ అంతే. ఒకానొక సమయంలో భార్యకంటే ఆమె దేహమే ఇష్టమన్న మోక, ఇప్పుడు దాన్నే వదిలెయ్యాలని నిర్ణయించుకున్నారు.

నేనేం చెయ్యాలి అని ఎవరినడగను? అడిగితే వారికి అర్థమవుతుందో లేదో? మా ఇద్దరి గురించి ఉన్నవీ లేనివీ కల్పించి అపార్థమైతే అనే భయం కూడా. అమ్మ, చిన్నత్త ఎవరూ లేరు. నా అక్కచెల్లెళ్లలో ఎవరినీ అడిగేలా లేదు. మా ఇంటికొక మాతాజీ వచ్చేవారు. దూరపు బంధువు. చివరికి ఆమెకు చాలా సూచనప్రాయంగా ఉత్తరం రాయించాను. "ఆయన కోరిక ప్రకారం ఉండడమే నీ కర్తవ్యం. అతడి పైన అనుమానించడానికి ఏదీ లేకుంటే ఒప్పుకో" అని ఉత్తరం రాయించారు. దాని తరువాత బ్రహ్మచర్య నియమాలను నేను కూడా మనస్ఫూర్తిగా పాటించసాగాను.

భాయికి సమ్మతేమో తెలిపాను. కానీ నెమ్మది దొరకలేదు. ఏదో ఒక కొరత, ఒక లోపం, ఒక శూన్యం నాలో పెరుగుతోంది. మా ఇద్దరి మధ్య దూరం పెరుగుతోంది అనిపించేది. శరీర సంబంధమంటే అదేదో ఆనందమని కాదు. భార్యగా నాకున్న విశేష అధికారం అది అని భావించాను. అదే లేదన్నాక మరింకేం మిగిలింది అని అనిపించింది అంతే. కానీ ఆశ్రమ జీవితం ప్రారంభమయినప్పుడే బ్రహ్మచర్యాన్ని చేపట్టడం వలన ఇద్దరూ ఒక రకంగా విడుదల పొందాము అనేది మాత్రం నిజం.

ఆయనకు కామం గురించి ఎందుకు ఈ భావన ఏర్పడింది అని ఆలోచిస్తే అదే ఆ సంఘటన, ఇంతకు ముందు చెప్పాను కదా, అది టక్కున గుర్తుకొస్తుంది. పెళ్ళైన కొత్తలో ఒక రోజు. మామగారికి ఆరోగ్యం ఏమంత బాగోలేదు. ఆయన సేవ మోకాదే ఆ సమయంలో. ఆ రోజు రాత్రి తండ్రికి సేవలందిస్తున్నవారు

అన్నయ్య వచ్చాడని ఒక క్షణం గదిలోకి వచ్చారు. ఐదే నిమిషాలు. మబ్బు కురిసింది అంతే. తలుపు చప్పుడయింది. నౌకరు వచ్చి చెప్పాడు, మామాగారు కాలం చేశారు అని. తరువాత అదెన్నో రోజుల దాకా ఆ విషయం మోకాను పాపప్రజ్ఞలో పడవేసింది. కొన్నిరోజుల తరువాత నా కానుపై, బిడ్డ కొన్ని రోజుల్లో చనిపోయాక, అది తన కామపిపాసకు తగిన శిక్ష అని మోక భావించారు. అదే పాపప్రజ్ఞ కొనసాగుతూ వచ్చుండవచ్చు.

అదేమైనా, తను నాతో పడుకోకుండా ఇతర ఏర్పాటును చేసుకున్నాడని నేను అనుకుంటానని భాయి సదా జాగరూకులై ఉండేవారు. ఇతరులకు తెలియకుండా ముందు ఎలా ఉండేవారో అలానే ఉండేవారు. నాకు ఒంట్లో బాగోలేక పోతే వీపు నిమరడం, తల పట్టడం, జల చికిత్స, ఆవిరి చికిత్స అన్నీ చేసేవారు ఆయనే. ఎక్కడికి వెళ్ళినా నన్నుతీసుకెళ్ళేవారు. ముట్టుకునేవారు. భుజం పైన చేయివేసి నడిచేవారు. దేహసంబంధం మాత్రం ఉండేదికాదు.

దూరంగా ఉండడానికి మొదలు పెట్టి రెండు సంవత్సరాలయ్యాయి. 1908లో ఉండాలి. చాలా రక్తస్రావమై నేను చచ్చి బతికాను. భాయి, ఇతర సత్యాగ్రహులంతా దక్షిణ ఆఫ్రికా జైళ్ళను భర్తీ చేసేవారు. విడుదల చెంది బయటికి వచ్చేవారు, మళ్ళీ వెళ్ళేవారు. బయటికి వచ్చేవారు. మళ్ళీ బంధించడం జరిగేది. ఒకసారి ఆరోగ్యం బాగోలేక విహ్వలురాలై పడుకున్న నాకు భాయినుండి ఒక ఉత్తరం వచ్చింది. దాన్ని మణి చదివి వినిపించాడు. "ధైర్యంగా ఉంటూ పౌష్టిక ఆహారం తీసుకుంటే నువ్వు కోలుకుంటావు. లేదంటే అది నా దురదృష్టమే. నేను బ్రతికున్నా నన్ను వదిలేసి నువ్వే ముందుగా వెళ్ళిపోవాలనుకుంటే, నాదేం అభ్యంతరం లేదు. నేను నిన్ను ఎంత ప్రేమిస్తున్నాను అంటే నువ్వు పోయినా నాలో మాత్రం బ్రతికే ఉంటావు. నేను నీకు పదే పదే ఇచ్చిన మాటను మళ్ళీ చెప్తున్నాను. రోగంతో నువ్వు చనిపోతే నేను మళ్ళీ పెళ్ళిచేసుకోను"

నీకేమైనా అయితే నేను మళ్ళీ పెళ్ళి చేసుకోను అనే మాటను భాయి మళ్ళీ మళ్ళీ చెప్తుండేవారు. ఈ ఉత్తరం వచ్చినాక నేను ఇంకా నెమ్మది పొందాను. పూసల పేరు, పాగా, కోటు, సూటు, భోజనం ఇలా భాయి ఒక్కొక్కదాన్నీ వదిలేస్తూ, విడిపించుకుంటు వచ్చారు. ఉల్లిపాయలా ఒక్కో పొరనూ వదిలేస్తూ చివరికి భార్యదాకా వచ్చారు.

"కామమే శత్రువు" అన్నది ఆయన గాఢమైన నమ్మకం. సాదా జీవితం, సహజ జీవితం, బ్రహ్మచర్యం, సేవ, పేదరికపు జీవితం, శాకాహారం, ప్రకృతి

చికిత్స వీటన్నిటినీ పాలించేవారు. పెళ్ళి ఒక ఉద్దేశం, సార్థక్యం కామమే అయినా కామం వద్దు, భార్యతో కూడా పొందు వద్దు అన్నారు. మొత్తానికి ఆయన ఆడ మగ ఒక ఆనంద లైంగిక జీవితాన్ని గడపవచ్చు అని భావించనే లేదు. ఆయనకు ప్రేమలో నమ్మకం ఉండింది. కానీ కామం గురించి సందేహం ఉండింది. ఆయన చుట్టూతా ఆడవాళ్ళు ఉండేవాళ్ళు. వాళ్ళ స్పర్శను ఆనందించేవారు. కానీ కామం నుండి ముక్తులవ్వాలని కోరుకున్నారు! ఆడవాళ్ళలో ఆడదాన్నవ్వాలి, ఆడవాళ్ళు తనను ఆడదాన్లా భావించాలి అని కోరుకున్నారు! "నేను సగం ఆడదాన్ని" అనేవారు. భోజనం గురించి ఎలా మాట్లాడేవారో కామం గురించి అలాగే మాట్లాడేవారు. ఏమాత్రం మొహమాటం లేకుండా చెప్పేసేవారు కాబట్టి కొందరు ఆయనను అపార్థం చేసుకునేవారు. అలాంటి వారి నోటిదూలలకు ఆహారమయ్యేవారు. ఇలాంటివాటిని అర్థం చేసుకోవడం ఇతర జనులకు కొద్దిగా కష్టమే కదా! నా బంధువులు, మిత్రులు దీన్నే అటు తిప్పి, ఇటు తిప్పి విని విసుగు తెప్పించేవారు. బాపు వద్ద దీని గురించి చెప్తే "వాళ్ళ గురించి ఎందుకు ఆలోచిస్తావు ? వాళ్ళేమైనా అనుకోనీ. నిజమేమిటో దాన్ని చెప్పి నిశ్చింతగా ఉండు. నీకనిపించింది నీ సత్యం. వాళ్ళేమనుకుంటారో అది వాళ్ళ సత్యం" అని చాలా సాదాగా చెప్పేసేవారు.

నా భర్త, ఆయనకు ఇష్టమైన రాముడు ఇద్దరూ చాలా వరకు ఒకే మాదిరే. వాళ్ళ కోసం ప్రాణమిచ్చే భార్యలు, తమ్ముళ్ళు, బంధువులు, భక్తులు వాళ్ళకున్నారు. కానీ తమ పైన "మంచితనాలను" లాక్కుని కష్టపడ్డారు. ప్రేమ, కామం భిన్నం అనుకుని చాలా కష్టపడ్డారు బాపు. అవి రెండూ ఒకే నాణ్యం యొక్క రెండు ముఖాల మాదిరి. వేర్వేరు అక్షరాల్లో, ఆకారాల్లో రాసుంటుందన్నది నిజం. కానీ విలువలు ఒకటే. ఆయనకు దీన్ని అర్థం చేసి చెప్పడంలో ఓడిపోయాను. మరీ రెట్టిస్తే నాకే కావాలనుకుంటారేమో అనిపించి ఊరకుండిపోయాను.

నా భర్త నాకు ప్రేమను, కీర్తిని ఇచ్చారు. కష్టాలనూ ఇచ్చారు. ఏది ఎంత అని ఎలా కొలిచేది? ఆకాశాన్ని, సముద్రాన్ని కొలవగలమా?

ప్రేమ పరీక్ష

బాపుకు బ్రహ్మచర్యమేమంత సులభమైనదిగా ఉండలేదమ్మాయ్! మోక బాపు కావడానికి నిప్పుకణికల పైన నడిచారు. బ్రహ్మచర్యం దాటి రావాల్సిన కొలిమి ప్రేమది. శరీరమోహం ప్రేమగా మారి అందరినీ ఒకసారి కాకపోయినా మరోసారి బాధించి తీరుతుంది. దాన్నే కదా మాయ అని పేరు పెట్టి ఆడవాళ్ళ తలకు కట్టింది? ఎదలోతుల్లో భగ్గున అంటుకునే ఈ జ్వాల ఎలా కాలుస్తుందంటే, కాలినవాళ్ళ మొహాలు చూస్తే అర్థమవుతుంది. దాన్ని దాటిరావడం అంత సులభం కాదు. ఈ ప్రేమ బాపు పిల్లలకే కాదు, బాపుకు కూడా నిప్పు రాజేసింది. ఆయనే స్వయంగా ఎప్పుడో భవిష్యత్తులో బ్రహ్మచర్యం స్వీకరించిన తరువాత కూడా తనకెదురైన ప్రేమ గందరగోళాన్ని ఎలా దాటాను అని చెప్పుకున్నారు. అలా చూస్తే, ప్రేమనుండి కాలిపోకుండా, కామం చిగురకుండా గెలిచింది నేనే. ఎందుకో తెలుసా? నానుండి దూరంగా ఉండడానికి ప్రయత్నించే భర్తకంటే ఎక్కువగా ఇంకెవరినీ, దేన్నీ మోహించాలని అనిపించనేలేదు నాకు. భాయి అయ్యాడు, బాపు అయ్యాడు, సగం ఆడదాన్ని అనుకున్న భర్తకంటే ఇంకే మగవాడూ నన్ను ఆకర్షించనే లేదు.

దక్షిణ ఆఫ్రికాలో ఉన్నప్పుడు 1906లో మా బ్రహ్మచర్య జీవితం ప్రారంభమయ్యింది. భాయి ప్రకారం "25వ సంవత్సరం వరకు ప్రతి విద్యార్థి తప్పనిసరి బ్రహ్మచర్యం అనుసరించాలి. విద్యార్జన చేసేటప్పుడు ప్రేమించడం అపరాధం. రాగద్వేషాలు, కామోద్రేకాలు సహజం. కానీ వాటిని నియంత్రించుకోవాలి". కానీ బ్రహ్మచర్యం అందరికీ తగినది కాదు, శ్రేష్ఠమూ కాదు అని అప్పుడే గాంధి భాయి ఆప్తులు వాదించారు. అందరికీ అదే సబబు అని

నాకు కూడా అనిపించలేదు. ఎవరికి నచ్చుతుందో వారు అనుసరించవచ్చు, వారికి అది ఇష్టం కావచ్చు అనిపించింది. మిలి–హెన్రి పొలాక్ దంపతులకు బ్రహ్మచర్యం నచ్చలేదు. హర్మన్ కలెన్‌బాక్ ముందు తనకు నచ్చలేదన్నాడు, కానీ, తరువాత ఏమనిపించిందో తను కూడా భాయి శిష్యుడయ్యాడు. కానీ ఉడుకురక్తపు మా పిల్లలు ప్రేమపరీక్ష ఎదుర్కోవలసి వచ్చినప్పుడు బ్రహ్మచర్య తత్త్వం చాలా ఇబ్బంది పెట్టింది.

హరిలాల్ పూర్తిగా లౌకిక వ్యక్తి. ప్రేమ, కామం, ధనం, కీర్తి, కోపం, అసూయ మొదలైన అన్నీ గుణాలూ వాడిలో మెండు. ముందునుండీ అలాగే వుండేవాడు. వాడికి తండ్రి బ్రహ్మచర్యం, సాదాతనం ఇవన్నీ అనుసరించవలసిన విలువలు అని ఎప్పుడూ అనిపించనే లేదు. ఆశ్రమంలో ఉన్నప్పుడు చూశాను కదా, ప్రార్థన చేసేటప్పుడూ, తరువాత కూడా అతి చంచలమైన మనసు వాడిది. ఆశ్రమంలోనే ఉన్నా ప్రార్థనకు రాకుండా ఉండడం జరిగేది. తండ్రి, కొడుకులు దగ్గర కానంత దూరం చేసిన మొదటి విషయం ఇదే అనిపిస్తుంది. చంచలను పెళ్ళి చేసుకోవడంలోనూ తొందర పడ్డాడు. మా అందరి పిల్లల్లోనూ తొందరగా పెళ్ళి చేసుకుంది వీడే. 20 సంవత్సరాల లోపే పెళ్ళి చేయించేసుకున్నాడు. తొందరగా పిల్లలు కూడా కలిగారు. పెళ్ళాన్ని దక్షిణ ఆఫ్రికాకు తీసుకుని వచ్చాడు. పైన పైన గర్భం దాల్చడం. పైనుండి పైన చూలు. ఇంకెక్కడి బ్రహ్మచర్యం?

మణిని కూడా బ్రహ్మచర్య పాలన ఇబ్బంది పెట్టింది. వాడు పెళ్ళి చేసుకున్నది ఆలస్యంగా. 35సంవత్సరాల నిండిన తరువాత. కానీ అంతకు ముందే ప్రేమ అనే చండమారుతానికి బలయ్యాడు.

భాయి మిత్రుడు ప్రాణ జీవన్‌మెహ్తా ఉన్నారు కదా. ఆయనకు ఒక అమ్మాయి, జేంకువర్ (జేకి) అని. ఆ అమ్మాయి మణిలాల్ డాక్టర్ అనే ఆయనను పెళ్ళాడింది. ఆయన విలేకరి. గాంధిగారి ఆలోచనలను తెలుసుకోవాలని, తమ అల్లుడు పత్రిక పర్యవేక్షణ చూసుకోవాలని వారిద్దరినీ మెహ్తాజి దక్షిణ ఆఫ్రికాకు పంపారు. కానీ మా అబ్బాయి మణి, మగన్‌లాల్ అప్పటికే పత్రిక పనులను చూసుకుంటున్నందున జేకి భర్త తిరిగి వెళ్ళిపోయారు. కానీ జేకి మా దగ్గిరే ఉండిపోయింది. 1912 లో ఉండవచ్చు, మేము టాల్‌స్టాయ్ ఫారంలో ఉన్నాము. అప్పుడు మణికి 20 సంవత్సరాలు. ముద్రణాలయంలోనూ, పొలంలోనూ చాలా శ్రమ పడేవాడు. మిగిలిన వాళ్లలా ఆధునిక శిక్షణ పొందకుండా తన తండ్రి ప్రయోగాలను, పనులను భుజాలకెత్తుకున్నాడు. హరికంటే క్రమశిక్షణ వాడిది. ఒక్కసారిగా దేనికీ

ఒప్పుకోకపోయినా, మొండిగా వాదించేవాడు కాదు. నా వద్ద ఎప్పుడైనా ఒక్కొక్కసారి గొణిగేవాడు అంతే. మాట చాలా తక్కువ. వ్యక్తిగా తొందరగా పక్వమయ్యాడు వాడు.

ఆశ్రమంలో తన అన్న హరిలాల్, వదిన సరసమాడడాన్ని చూసేవాడు. ప్రాయపు పిల్లవాడు కదా! జేంకువర్, వాడిమధ్య ప్రేమ, దైహిక ఆకర్షణ చిగురించాయి. నేను దీన్ని గమనించాను. గాబరాపడి వాడితో ప్రస్తావించాను. కానీ వాడి తండ్రితో చెప్పడం ఎలా అని తెలియకుండా గమ్మునున్నాను. కాని అదెలాగో భాయికి విషయం తెలిసింది. మగన్ చెప్పుండవచ్చు.

ఒకే ఆశ్రమంలో ఒకే కప్పుకింద ఉన్న ప్రాయపు ఆడమగల మధ్య ప్రేమ, శారీరిక సంబంధం కలిగింది మీకు సహజం అనిపించవచ్చమ్మాయ్! కానీ మాకు అనిపించడం కష్టమనిపించింది. తన కుమారుడు బ్రహ్మచర్య వ్రతాన్ని భంగం చెయ్యడం వాడి తండ్రిని చాలా కలవర పెట్టింది. ఆయన నిస్సహాయులవడం నాకు ఇంకా గుర్తుంది. మేమిద్దరం దూరంగా ఉండబట్టి అప్పటికి ఆరేడు సంవత్సరాలయ్యింది. తమ ఉదాహరణ గమనించకుండా కొడుకే ఇలా చేసింది, అది కూడా తండ్రి మిత్రుడి వివాహిత కూతురుతో సంబంధం పెట్టుకుంది, ఆయనకు భరించరానంత పాపపు మూట అనిపించింది. ప్రార్థనా సభ తరువాత ఆశ్రమంలో వారిద్దరూ చేసిన తప్పుకు, వాళ్ళిద్దరినీ సరైన దారిలో పెట్టడానికి తను విఫలమైనందుకు ప్రాయశ్చిత్తంగా అయన ఏడు రోజులు ఉపవాసం చేస్తానని, తరువాత ఒక సంవత్సరం ఒక్క పూటే తింటానని ప్రకటించారు. అక్కడున్నవారికి ఎందుకు, ఏమిటి అని తెలియలేదు. మాకు అర్థమయింది. తరువాత జేకి కూడా ప్రాయశ్చిత్త రూపంగా అందంగా పొడుగ్గా ఉన్న వెంట్రుకలను కత్తిరించుకుంది. అన్నాహారాల్లో తీవ్రమైన నిర్బంధం విధించుకుంది.

మేము దక్షిణ ఆఫ్రికా వదలడానికి కొద్దిగా ముందు, జేకిబేన్ భర్త మారిషస్ నుండి ఫిజికి వెళ్ళున్నాడు. అతడికి ఈ విషయమంతా తెలిసుండాలి. భాయికి పెద్ద విరోధిగా మారాడు. తన భార్య మోహన్‌దాస్ గాంధి అనే ఆయన ఆశ్రమంలో ఉంది. ఆయన ప్రభావం నుండి విడిపించి తక్షణమే తన వద్దకు పంపే ఏర్పాటు చెయ్యండి అని దక్షిణ ఆఫ్రికా ప్రభుత్వానికి మళ్ళీ మళ్ళీ ఉత్తరాలు రాశాడు. ఇది భాయి వ్యతిరేకులకు పండగ చేసుకున్నంత సంతోషాన్నిచ్చింది. జైలునుండి ఆల్బర్ట్ వెస్ట్ సోదరి దేవి, వెస్ట్‌కు రాసిన ఉత్తరంలో భాయి జేకికి వెంట్రుకలు పెంచుకొమ్మని, తగిన ఆహారం తీసుకుని శక్తిశాలి కమ్మని సలహా ఇచ్చారు.

చివరికి మణిలాల్ పెళ్ళి సుశీలా మశ్రూవాలాతో అయ్యేటప్పటికి వాడికి 35 సంవత్సరాలు నిండాయి.

ఇక మా రామదాసుకు తండ్రి సాదాతనం, పేదరికం నెత్తిపైన వేసుకోవడం, బ్రహ్మచర్యం నచ్చలేదు. కానీ హరిలా తలా తోకాలేకుండా వ్యతిరేకించి వెళ్ళిపోనూలేదు. వాడికి పెళ్ళయ్యేటప్పటికి వాడికి 31 సంవత్సరాలు నిండాయి.

మా చివరి అబ్బాయి దేవదాసుకు తండ్రిపైన అంతులేని గౌరవం, అనుబంధం, ప్రేమ మెండు. ఆయన నీడలా ఉంటూ ఆయనను అతుక్కునే పెరిగాడు. అనుయాయి అనేలా ఆయనను అనుసరించాడు. అతి ప్రేమ, మొహమాటం కలిగిన బుద్ధిమంతుడు వాడు. వాడికి ఇరవై ఎనిమిదయినా పెళ్ళి చేయలేదు మేము. వాడు కూడా వినోబాలా సత్యాగ్రహిగా, బ్రహ్మచారిగా ఉండనీ అని బాపు మనసులో ఉండిందా? తెలియదు. మొత్తానికి వాడి పెళ్ళి విషయం మేము చర్చించలేదు. వాడికి రాజాజిగారి అమ్మాయి లక్ష్మితో స్నేహం, ప్రేమ కలిగాయి. కానీ లక్ష్మికప్పుడు 15 సంవత్సరాల వయసు. చివరికి ప్రేమికులు ఐదు సంవత్సరాలు వేచిన తరువాత 1933లో పెళ్ళి చేశాము.

ఇలా పోకను సంచిలో వేయవచ్చు, పోక చెట్టును వేయలేము కదా! కామం, ప్రేమ అలాంటివే. ఊరకే తిని, బట్టకట్టుకుని భార్యతో పడుకుంటే పోయేది కదా? బాపు అన్నదమ్ములు, వందల వేల మంది బాపును ఇదే ప్రశ్న అడిగారు. కాదు. అందరికీ తిని, బట్టకట్టుకోవడంలోనే తృప్తి దొరకదు. వాటిని కాకుండా ఏదైనా చేసే శక్తి, ఉపాయం వారి వద్ద ఉంటుంది. దాన్ని సాధించడమే సాధన. సాధన చెయ్యడానికి ఒకింత బలం, స్ఫూర్తి కావాలి. తను మిగతావాళ్ళకంటే భిన్నమనే నమ్మకం కావాలి. మిగతావారికంటే భిన్నంగా బ్రతకడం అనివార్యమవుతుంది. అలా ఎందుకు అని మనకి మనమే నచ్చజెప్పుకోవాల్సి ఉంటుంది. అలాంటి విశేష శక్తి కూడగట్టుకోవడానికి బాపు బ్రహ్మచర్యం, ఉపవాసంలాంటి పెనుకష్టాలను తన పైన వేసుకుని సాధ్యం చేసుకున్నారు అనిపించింది నాకు.

కాని, బాపుకు కూడా అత్యంత పరీక్షా సమయం ఎదురయింది. బాపుకు ఈ కస్తూర్ కాకుండా మరొక అమ్మాయి పైన ప్రేమ కలిగింది. ఇప్పుడు తలచుకుంటుంటే ఇలా నింపాదిగా నీతో చెప్తున్నాను. కానీ ఆ రోజు ఒంట్లోని రక్తమంతా మొహంలోకి తెచ్చుకుని బ్రతికాను.

అవునమ్మాయ్! సరళాదేవి చౌధురాని అని, రవీంద్రనాథ టాగోర్ గారి

అన్న కూతురు. 1920 సుమారు ఉండాలి. సుడిగాలిలా మా జీవితాల్లోకి వచ్చి వెళ్ళింది. బాపుకు చాలా దగ్గరయింది. భారీగా నగలు వేసుకుని పట్టు చీరలు కట్టుకునేది. చాలా బాగా పాడేది. వందే మాతరం పాట ఉంది కదా, దాని మొదటి రెండు పాదాలకు మాత్రమే కవులు రాగ సంయోజనం చేసిందట. మిగతా పాటకు రాగ సంయోజన చేసింది ఈమే. కవితలు, నవలలు రాసేది. నాకంటే ఒకట్రెండు సంవత్సరాలు చిన్నదనుకుంటాను అంతే. పెళ్ళయింది. లాహోర్‌లో వాళ్ళిల్లు. భర్త కాంగ్రెస్‌లో ఉన్నారు. బాపు లాహోర్‌కు వెళ్ళినప్పుడు పరిచయమయ్యుండాలి. అదేం ఆకర్షణో ఏమిటో, ఆశ్రమానికి వచ్చి ఇక్కడే నివసించసాగింది. ఒక కొడుకు, దీపక్ అని. వాణ్ణి కూడా ఆశ్రమానికి తీసుకొచ్చింది.

నాకే కాదు. చాలా మందికి ఆమె ఉనికి ఇబ్బందికరమనిపించింది అబద్ధం కాదు. మా చీరలనన్నిటినీ గంగానదిలో తేల్చివేసి మేమే నేసిన చీరలనే కట్టాలని బాపు నియమం చేశారు. ఒక్కొక్క కాథేవాడి చీరను నేయడానికి నెలలే పడతాయి. వాటన్నిటినీ వదిలేశాను నేను. ఆశ్రమంలోని అందరు ఆడవాళ్ళూ అంతే. కానీ ఇప్పుడు ఈమె ఇంత అలంకారం చేసుకోవడానికి బాపు ఒప్పుకున్నది ఎలాగ అని అందరి కనుబొమలూ లేచాయి. కొన్నిరోజులు గడవనీ అని నేను కూడా ఊరకున్నాను. మగన్ వద్ద ఈ విషయాన్ని ప్రస్తావించాను కూడా. వాడికి ముక్కు మీదే కోపం. కానీ మగన్, మహదేవ్ ఈ విషయాన్ని వాళ్ళ మధ్య మాట్లాడుకోవడమే తప్ప బాపు వద్ద ప్రస్తావన తేలేదు. నేను ఆశ్రమ నియమ పాలికగా ఉన్నాను కదా! ఒక రోజు బాపు వద్దకు వెళ్ళి “ఈమె ఎవరో వచ్చింది కదా, సరళ అని. ఆమెకు సత్యాగ్రహ ఆశ్రమం నియమాలు ఏవీ వర్తించవా?” అని అడిగేశాను. ఒకటే మాట. రాస్తున్న బాపు తలఎత్తి చూశారు. ఆయనది కూడ ఒకటే మాట “ఎందుకు వర్తించవు?”

నా మాటల్లో ఏదో వెతికారు బాపు. ఆ రోజు నుండి సరళా వడకడానికి మొదలు పెట్టింది. నగలు తీసేసింది. ఒక రోజు ఖద్దరు కట్టేసింది! ఆమె కట్టుతున్న

అందాల చీరలకూ, ఈ ముతక ఖద్దరుకూ పోలిక లేనే లేదు. అయినా కాని, సుందరి, ఒంట్లో వేడి నిలుపుకునుంది. ఏది కట్టినా అందంగా అగుపించేది. తను కట్టడమే ఖద్దరు అదృష్టం అనేలా ఉండేది. బాపు కూడా అంతే. అందరికీ చెప్పడమే. చౌధరానిగారు ఖద్దరు కడుతున్నారు, ఇక అందరు ఆడవాళ్ళూ తమ చీరలను తామే నేసుకుని కట్టుకోవాలి అని. వెళ్ళిన ప్రతి చోటుకూ ఆమెను తీసుకుని వెళ్ళేవారు. కొన్ని చోట్ల ఆమె ఉపన్యాసం కూడా ఉండేదట. ఆమె బాపు ఖద్దరు ప్రకటనకు కళాకారిణిగా అయిపోయింది. ఆశ్రమంలో ఆమె లేనప్పుడు బాపు ఎడతెగకుండా ఉత్తరాలు రాసేవారు. తొందరగా వచ్చెయ్యమని ఒత్తిడి పెట్టేవారట. ఆమెకు రాసిన, ఆమెనుండి వచ్చిన ఉత్తరాలను మహదేవే చూసేవాడు. వాడికి కాని, ఇతరులు ఎవరికైనా తను ఇలా రాసింది తెలిస్తే ఎలా అనే పట్టింపే లేకుండా ఆమెపైన బాపు అనుబంధం పెంచుకున్నారు.

ఆమెలో కుర్ర అమ్మాయిలకున్న అల్లరి చేష్టలు, సంబరం, ఉన్మాదం వుండేవే కాని మిలి, సోన్యా, మీరా, అమృతాల మాదిరి గంభీరమైన ఆలోచనలే లేవు. బాపుకు చాల మంది ఆప్త స్నేహితురాళ్ళున్నారు. మిలి పోలాక్, సోన్యా శ్లేసిన్, మాడ్ పోలాక్, బెట్టి మొల్టెనో, ఎమిలి హోబ్‌హౌస్ వీరంతా బాపుతో బాహాటంగా మాట్లాడేవారు. చేతులు ముట్టుకుని మాట్లాడేవారు. గంభీరమైన విషయాల గురించి లోతుగా చర్చించేవారు. ఆడవాళ్ల కష్టాలు, వారి పోరాటాలు, వాళ్లు అమలు చేస్తున్న తంత్రాలు, ఆడవాళ్ళ శరీరాల పైన మగవారి ఆధిపత్యం ఇలాంటి వాటి పైన బాపుతో వాదించేవారు. వాళ్ళల్లో ఉన్న ఏ గంభీరమైన ఆలోచన కూడా ఈమెలో కనిపించలేదు. మా వైపు ఒక మాట చెప్తారు. "ఉత్తచేతుల వయ్యారాలు ఎక్కువ అని". ఈమె కూడా చాలా చంచల. తన అందానికి, వయ్యారానికి ఎవరిని పడవెయ్యాలా అని చూసే పిచ్చి కొందరికి ఉంటుంది. ఆడా మగా ఇద్దరిలోనూ వుంటుంది. ఈమెది తన ఆధిపత్యాన్ని పరీక్షించుకునే ఆడ శరీరపు పిచ్చిగా మాత్రమే కనిపించింది నాకు.

ఇక ఇందులో నా భర్త పాత్రేమీ లేదు అనేటట్టు లేదు. బాపుకు ఆప్తంగా ఆయన కష్టసుఖాలను అడిగి తెలుసుకుని, ఒళ్ళు తడుముతూ, ఆయనను ఓదార్చేవారు ఎవరూ లేరు. ఉన్నా వాళ్ళను దగ్గరికి రానిచ్చేవారు కారు. ఆయన దగ్గరికి వచ్చేవారంతా ఆయన నుండి మార్గదర్శనం, ఆశీర్వాదం అపేక్షించి వచ్చేవారే. మామూలుగా చివరికి కుటుంబ సభ్యులనుండైనా అలాంటి ఆప్తమైన, వ్యక్తిగత ఓదార్పు లభించవచ్చు. కానీ బాపుకు కుటుంబమే లేదు. వ్యక్తిగత క్షణాలే అక్కర్లేదు.

తమకు తామే పొగ పెట్టుకుని ఊపిరాడలేని సందర్భంలో ఆమె స్నేహం ఇష్టమై వుండవచ్చు. కొత్త ఊపిరి, కొత్త శక్తినిచ్చుండవచ్చు.

దీన్నంతా ఆడమగ మధ్యలో జరిగే సహజ ఆకర్షణ అనుకోవచ్చు. మధ్యవయస్సు వచ్చేటప్పటికి బహుశ అందరూ ఆడమగా జీవితాల్లో ఇలాంటి సన్నివేశం ఉండనే ఉంటుంది. చాలా చిన్న వయసులో పెళ్ళయి, పరస్పర ముఖాలే చూసుకుని, మాటలు విని విసుగొచ్చిన భర్తకు, భార్యకు ఇలా అవ్వచ్చు. ఇలాంటి గాలివార్తలను పోరుబందరులోనూ, రాజ్‌కోట్ లోనూ మా ఇంటి ఆడవాళ్ళు మాట్లాడుకోవడం విన్నాను. కాని, మా ఆయన పైన ఎందుకు కోపం వచ్చిందంటే తామే కాకుండా తమ భార్య, పిల్లలు, శిష్యులు, శిష్యురాండ్రు అందరి పైన బ్రహ్మచర్యం, మట్టిగడ్డా అని మోపి ఇప్పుడు తాము ఇలాంటి పిచ్చి పనులు ఎందుకు చేస్తున్నారు అని చిరచిర కలిగింది. మతిమరుపు వయసూ కాలేదు. అప్పుడు బాపుకు యాభై మాత్రమే. 'సత్యాన్వేషకులకు ఎలాంటి దగ్గర సంబంధం, సమీప ప్రేమ వుండకూడదు. నికట స్నేహితులు అపాయకారులు, వాళ్ళు పరస్పర ప్రేమను చూపిస్తూ ఉంటారు. స్నేహితుల పట్ల అతి నిష్ఠ మిమ్మల్ని చెడ్డపనులను చేయడానికి పురికొల్పవచ్చు' అనేవారు బాపు. మనుకులాన్నంతా ప్రేమించాలనే ఆయన, ఎవరో కొందరు వ్యక్తులకు తమ ప్రాధాన్యం, సమయం కేటాయించడం తప్పు. తమ భార్య, పిల్లలను కూడా పట్టించుకోకూడదు అంటూ నా మనసు గట్టిగా చేసేవారు. కానీ ఇప్పుడు దాన్నంతా మరచిపోయి తామే నికట సంబంధపు బురదలో ఇరుక్కున్నారు.

ఒక రోజు సాయంత్రం రాట్నం ముందు ఒక్కరే కూర్చున్నప్పుడు అడిగేశాను. "సరళ ఇక్కడే ఉంటుందా? అందరూ ఏవేవో మాట్లాడుకుంటున్నారు?" అని. "ఆమె ఇక్కడే ఉంటుంది. ఆశ్రమ జీవితం నేర్చుకుంటుంది. ఎవరేమన్నా అనని కస్తూర్. నువ్వు పట్టించుకోకు. ఇది నిజం. ఆమెలో ఏదో శక్తి ఉంది. ఆమె నా శక్తి అనిపిస్తుంది. కలలో కూడా వస్తుంది" అని లేచి వెళ్ళిపోయారు. సరే. ఇదంతా ఎన్ని రోజులు చూద్దాం అనిపించి లేచి వచ్చేశాను.

కానీ ఆధ్యాత్మిక పత్నిగా ఆమెను స్వీకరిస్తానని బాపు తమ దగ్గరివారికి చెప్పిన వార్త వినిపించింది. అది ఎవరికీ సబబనిపించలేదు. నాకేమీ అనిపించలేదు అంటే నీ ముందు అబద్ధం చెప్పినదాన్నవుతాను. నేను ఊరుకోలేదు. బాపు పైన కోపమో, జాలో ఏమని తెలియని ఒక భావం తెరలా వచ్చి వెళ్ళింది. కళ్ళ నిండా ఇసుక పడి తెరవడానికి వీలుకాకుండా ఉంది. మూసుకోను వీలుకాకుండా

వుంది. ఏమీ కనబడడం లేదు. ఈ పుణ్యాత్ముడు ఊరకే లేనివన్నీ తనపైకి లాక్కుని, ఒళ్ళంతా పూసుకుని జీవితమంతా కష్టపడడమే జరిగింది. మాకు కూడా దాన్నే నీతిపాఠంగా చెప్పడమూ జరిగింది. ఇప్పుడు అలా అయ్యాడేమిటి? ఆయన ఈ తిక్కలో నా వంతు ఎంత? అతడు నడిచిన దారే సరైనది అని వదిలేసిందే తప్పయిపోయిందా? ఇప్పుడేం చెయ్యవచ్చు? అంటూ దుఃఖం, కోపం, బాధ ఏమేమో కలిగింది. బహువచనం మానేసి ఏకవచనంలోనే ఆయనతో నాలో మాట్లాడాను. తిట్టాను. ఇలా ఐదారు నెలలు గడచి పోయుండాలి. ఇనుమును వేడిగా ఉన్నప్పుడే బాదాలి. ఒక మంచి అవకాశం దొరికినప్పుడు బాపుకో, ఆమెకో ఈ సన్నివేశపు వేడిని తగిలేటట్టు చెయ్యాలి అని ఓపికతో కాచుకున్నాను.

చివరికి ఒక సందర్భం వచ్చింది. నేనేమీ చెయ్యనవసరం లేకుండా పోయింది. బాపు దగ్గరివారే మరమ్మత్తు చేశారు.

ఆమె భర్తకు తన మొదటి భార్యనుండి ఒక కొడుకున్నాడు. పెద్దవాడు. వాడి పెళ్ళికని ఈమె లాహోర్‌కు వెళ్ళాల్సివచ్చింది. పెళ్ళికి హాజరయి పదిహేను రోజుల్లో వచ్చెయ్యాలి అని బాపు చెప్పి పంపారట. కానీ, ఆమెకేమయ్యిందో తొందరగా రాలేదు. ఇక్కడ బాపుకు ఆందోళన, బాధ. ఉత్తరాలు రాసిందే రాసింది, రోజుకు రెండు. పోనీ వాటిని రహస్యంగా రాసేవారా? రాసినవాటిని మహదేవే టపాలుకు వేసేవాడు. అటువైపునుండి వచ్చిన ఆమె ఉత్తరాన్ని చూసి మహదేవే బాపుకు ఇచ్చేవాడు. ఇలా విషయమంతా మహదేవ్, మగన్, దేవదాస్ అందరికీ తెలిసిపోయింది. అందరూ బాపు దగ్గర ఎలా ప్రస్తావించడం అని తెలియకుండా ఉండుండొచ్చు. చివరికి ఒక రోజు రాజాజిగారు వచ్చారు. ఆయనకు విషయం తెలిసింది. ఆయన నేరుగా బాపుతో విషయాన్నిచర్చించి, నిర్మొహమాటంగా చెప్పేశారట. "ఈ వయసులో, ఈ దశలో ఇదేమిటి మీది? అది కూడా మీ భార్య ఎదుట ఏమిటి మీ పిచ్చి చేష్టలు? బా ఎక్కడ? సరళ ఎక్కడ? బాతో ఆమెను పోల్చేటట్టే లేదు. ఉదయపు సూర్యుడ్ని గుడ్డిదీపంతో పోల్చడానికి వీలవుతుందా? ముందు ఈ పిచ్చి వేషాలు ఆపండి" అన్నారట.

అదేమనిపించిందో మరి, బాపుయే "మన దగ్గరి బంధువులు మన నడత గురించి, ఈ సంబంధం పవిత్రత గురించి సందేహిస్తున్నారు కాబట్టి ఈ స్నేహాన్ని మనం ముగిద్దాం" అని సరళకు రాసేశారట. ఆమెకు చాలా అవమానమనిపించి మళ్ళీ మళ్ళీ ఉత్తరాలు రాసిందట. ఆశ్రమానికి కూడా వచ్చేసింది. కాని అప్పుడు బాపు సహాయ నిరాకరణ సత్యాగ్రహంలో ఎంత మునిగున్నారంటే ఇద్దరికీ ఒక్క

క్షణం కూడా మాట్లాడడానికి తీరిక దొరకలేదు. ఆశ్రమం నిండా జనాలు. అందరికీ చెప్పలేనన్ని పనులు. మృదువుగా ఉండే బాపు అప్పటికి గట్టిగా తయారయ్యారు. ఆమె పాపం, స్నానాలగదిలో ఏడ్చి సమాధాన పరచుకుని వెళ్ళిపోయిందట.

అకస్మాత్ ఆమెను నేను పెళ్ళి చేసుకుంటున్నాను అని బాపు ఏమైనా పట్టు పట్టుంటే, అది దైవీ-పవిత్ర-ఆధ్యాత్మిక ఎలాంటి పేరుతో పిలిచేది అయినా, ఏమయ్యుండేది ఈ మహాత్ముడికి ? నాగతి ఏమయ్యేది? ఇష్టదైవమైన శ్రీరాముడు రాజాజిగారి రూపంలో వచ్చి కాపాడాడు. "సత్యం, స్వశరణాగతికి సిద్ధమవడం- ఈ రెండూ. ఈ రెండే నాకున్న అర్హతలు" అంటూ ఏదో రాసుకుని ఏదేదో ప్రాయశ్చిత్తం చేసుకున్నారు. ఆమె ఏం చేసిందో, నేనయితే మళ్ళీ సరళను చూడలేదు.

తరువాత ఒక రెండు సంవత్సరాల తరువాత బాపు ఆత్మకథ రాశారు. అందులో ఏయే విషయాలు రాశారో నేనయితే పూర్తిగా చూడలేదు. బాపు ఎంత రాసులుగా రాసేవారంటే వాటిని చదవడానికి నాకు చేతనయ్యేది కాదు. ఆయన రాసినదాంట్లో ఒక అణాలోని వందో శాతం కూడా నేను చదవలేదు. మహదేవ్ దగ్గర ఆత్మకథలో సరళ గురించి రాశారా అని అడిగాను. అతడు చిన్నగా నవ్వి "లేదు" అని మాత్రమే చెప్పాడు. పుణ్యానికి రాజాజి సలహాను పాటిస్తూ మా ఆయన రాయకుండా వదిలేశాడేమో. లేదా సత్యం వేడికి ఆమె ఒక్కతే కాదు,ఆమె భర్త, పిల్లలు కూడా కాలి పోతారు అనిపించి రాయకుండా వదిలేసుండాలి.

రాజాజిగారు ఇలా అనేక సార్లు మమ్మల్ని కష్టాల నుండి దాటించారు. రాజాజి బాపుకు చాలా దగ్గరివారు. దగ్గరివారు అని ఎందుకు అంటున్నానంటే ఆయన సరైనదాన్ని తప్పును రెంటినీ సరిగ్గా కనిపెట్టి చెప్పగలిగేవారు. అలా చెప్పేవాళ్ళు ఎక్కువగా లేరు. బాపు కాళ్ళకు దణ్ణం పెట్టేవారు, పొగిడేవారు, తలకాయ ఊపేవారే ఎక్కువ. అలాంటివాళ్ళ మధ్య రాజాజిగారు మాత్రం నిక్కచ్చి మనిషి. లోపల చెడు ఉండేది కాదు ఆయనకు. సత్యం చెప్పేసేవారు. అందుకే బాపుకు ఆయన పైన చాలా గౌరవం ఉండేది. మొత్తానికి రాజాజి గారి పుణ్యమా అని సరళాదేవి పురాణం ముగిసింది. తరువాత నా భర్తకు ఏ ఇతర ఆడదానిపైనా మతి చంచల్యం కలగలేదు. చాలా నమ్మకంగా చెపుతున్నాను. ఎందుకంటే అలాంటిదేమైనా ఉంటే ఆయన నడవడికలోనే తెలిసిపోతుంది. అలాంటిదాన్ని కనిపెట్టడంలో నేను ముందు నుండి చురుకు. మా వైపు ఒక సామెత ఉంది. ఇషక్, ముషక్ రెంటినీ దాయలేము అని. అంటే ప్రేమ, ఎలుక ఈ రెండింటినీ దాచిపెట్టలేము అని. ఎంత నిజమో కదా ?

మరోసారి కూడా రాజాజిగారే బాపుకు బుద్ధి చెప్పారు. 1906లో బ్రహ్మచర్యం చేపట్టారు కదా ఈయన! దాంతరువాత 20–30 సంవత్సరాల తరువాత, అనగా 1924, 36, 38లలో అని గుర్తు. బాపుకు కలలో వీర్యస్ఖలనం అయింది. స్వప్నస్ఖలనం అన్నమాట. అబ్బబ్బా! దానికి ఎంత రాద్ధాంతం చేశారని! అంటే యాభై లేదా అరవై సంవత్సరాలయినా తనలో ఇంకా తగ్గిపోని వీర్యం ఉంది అంటే బ్రహ్మచర్య సాధనలో ఏదో లోపం జరిగింది, తన ఆచరణ సరిగ్గా లేదు, మహాపాపమేమో జరిగిపోయింది అని భావించారు. ఆ పాపం వలననే హిందూ ముస్లిం అల్లర్లు, దేశవిభజన బాధ కలిగింది అని భావించారు. వర్ధాకు వెళ్ళిన తరువాత, ఎక్కువగా 1936 అనుకుంటాను, ఒక రాత్రి బాపుకు వీర్యస్ఖలనం జరిగింది. అప్పుడయితే ఎంత కంగారు పడ్డారంటే తనలోనే ఏదో తప్పుంది, నేను ఇలాంటివాడినయితే ఇక సత్య అహింసావ్రతుణ్ణి ఎలా అవుతాను అని గాబరాపడ్డారు. ఈ దిగులును తమలోనే దాచుకున్నారా, తమ దగ్గర ఉన్న ఆడా, మగ అందరికీ చెప్పడమే చెప్పడం. మీరా, అమృతాలకు కూడా చెప్పుకుని, ఉత్తరాలు కూడా రాసుకున్నారు. సత్యార్థి అయినవాడు దేనినీ రహస్యంగా ఉంచకూడదు అన్నది ఆయన నీతి. కాబట్టి అయినదంతా చెప్పుకోవడమే కాక ఉత్తరాల్లో కూడా రాసుకున్నారు. చివరికి సార్వత్రికంగా తప్పొప్పు చేసుకుందామని, తమకు జరిగినదాన్ని వ్యాసంగా రాసి ప్రకటించేందుకు కూడా సిద్ధం చేసుకున్నారు. అప్పుడు వచ్చిన రాజాజి, "వైయక్తిక విషయాలను పత్రికలో ఎందుకు రాసుకుంటారు? మీకు కలిగిన ద్వంద్వాలను దేశ సమస్యలుగా చేయకండి. మీ వ్యక్తిగత పనులను శుద్ధి, ఆచరణలతో వాటిని సరిదిద్దుకోండి" అని నిర్మొహమాటంగా చెప్పేశారు. అప్పుడు ఈయనకూ ఔననిపించింది. రాసింది ప్రకటనకివ్వలేదు. పుణ్యం. ఇలా ఉండేవారు బాపు.

పసిపిల్లవాడనాలా? కాదు. పిల్లలు కొన్ని దాచుకుంటారు. వయస్కుడనాలా? అది కూడా కాదు.వయస్కులు మర్యాద కోసమైనా కొన్నిటిని చెప్పరు. ముసలాయనా? కాదు. ముసలివాళ్ళు తాము చేసిందే సబబని చెప్తూ ఎవరి అనుమతిని అడగనక్కర్లేదు అనేలా ఉంటారు. బాపు అదే రకమూ కాదు. తనదాన్ని, తనకయినదాన్ని అందరి వద్దా చెప్పి, అడిగి వాళ్ల అనుమతి తీసుకోదలచుకుంటారు. ఈ స్వభావానికి ఏం చెపుతాం? అలా కాబట్టే ప్రజలకు బాపు పిల్లవాడో, యువకుడో, ముసలివాడో అర్థం కాకపోయింది. అందుకే ఈయన ఎవరో మనకర్థం కాని దాన్ని చాలా గంభీరంగా సాధన చేసే సాధువో, సంతుడో, అవతార పురుషుడో అయి ఉండాలి అనుకున్నారు.

మహాత్ముడు

మేము గుజరాతీలము ఎలాంటి వాళ్ళమో తెలుసా అమ్మాయ్? పాలున్నప్పుడు పండుగ చేస్కో, నీళ్ళున్నప్పుడు స్నానం చెయ్యి: పాలుంటే బొబ్బట్లు, ఎండొస్తే అప్పడాలు అనే రకం. అలాంటివాళ్ళ మధ్యన పుట్టి పెరిగిన మోకకు బాపు కావడానికి ఎలా వీలయ్యింది అని నేను చాల ఆలోచించాను. హరి నాన్న దేవుడే సత్యం అనేవారు. కాని బాపు సత్యాన్నే దేవుడన్నారు. ఇంతకు ముందు కామరూపమే తామై ఉండేవారు. తరువాత బ్రహ్మచర్యం చేపట్టారు. ముందంతా జాతి అన్నది వుండాలి, జాతి చెల్లని సమాజం, చవుడుగా మారిన భూమి ఒకటే అనేవారు. చివరికి వరకట్నం అనే పిడుగు తొలగడానికి ఆడవాళ్ళు, ఒకటి జాతి అనే సరిహద్దు దాటి పెళ్ళిళ్ళు చేసుకోవాలి, లేదా బ్రహ్మచర్యం పాటించాలి అనేలా తయారయ్యారు. నాకు పాతివ్రత్యం నేర్పడానికి కఠినమైన నియమాలను విధించినవారు, చివరికి విధవా వివాహానికి ప్రోత్సహించారు. బ్యారిస్టర్ కావడానికి బ్రిటిష్ దుస్తులు ధరించసాగినవారు. చివరికి కాథేవాడ దుస్తులకు, ఇంకా చివరికి పేద భారతీయులు ధరించే పంచ, పైన కప్పుకునే వస్త్రం లాంటి అతి సాదా, అతి తక్కువ గుడ్డలకు వచ్చి చేరుకున్నారు.

ఒక మనిషి ఇంత మారింది ఎలాగ? తన పైన తనకు ఎవరికీ లేనంత నియంత్రణ కలిగింది, వేలాది దిక్కుల్లో ఆలోచించి వాటిని అయ్యేలా చేయడానికి కష్టపడే శక్తి కలిగింది ఎలాగ అని నాకు చాలా ఆశ్చర్యం నాకు. ఇందులో మహాత్ముడు ఎవరు? ఎంత? ఎక్కడ? అన్నది చాలా కష్టమైన వెతుకులాట. అయినా మొత్తం జీవితం ఆయనతో గడిపినాక, నాకు విశేష గుణాలు అనిపించినవి కొన్ని

ఉన్నాయి. వాటి గురించి చెప్తాను. ఆయన మహాత్ముడా, మనిషా అనే నిర్ణయం లోకమే చెయ్యాలి.

తనను మహాత్మ అనడం బాపుకు అసలు ఇష్టం ఉండేది కాదు. చాలా సార్లు అలా అని చెప్పారు. ఉత్త గాంధి అనండి, లేదా గాంధీజి అనండి, మహాత్మ వద్దు అనేవారు. "నన్ను సంతుడు అంటారు. నేనయితే రాజకీయ బురదలో పొర్లేవాణ్ణి" అని కూడా అన్నారు. చివరి రోజుల్లో పుణె యరవాడా జైలులో ఊపిరందక బాధపడుతున్న నేను బాపుతో "ఎందుకు ఈ బ్రిటిష్ వాళ్ళతో ఇంత గొడవ? ఇంకెన్ని రోజులు ఈ పోరాటం? వాళ్ళతోనూ సర్దుకుని ప్రేమతో జీవించవచ్చు కదా?" అన్నాను. అప్పుడు బాపు ఒక కథ చెప్పారు. పద్ధెనిమిది రోజుల కురుక్షేత్ర యుద్ధం ముగిసిపోయి ఉంటుంది. ధర్మరాజు బాధ, విషాదాలలో మునిగిపోయి ఉంటాడు. రెండు వైపులా సైన్యం మొత్తం నాశనమయి పోయుంటుంది. యుద్ధం యొక్క దుఃఖం, తమవారిని పోగొట్టుకున్నవారి శోకం, కుళ్ళిపోతున్న శవాలు, కుక్క నక్కల పాలైన వీరాధి వీరుల దేహాలను చూసి చాలా బాధలో ఉంటాడు. అందరూ ఓదారుస్తారు. కానీ ఓదార్పు దొరకదు. కృష్ణుడు వచ్చి ఓదారుస్తాడు. ఊహూ. ఓదార్పు దొరకదు. చివరికి కృష్ణుడు ధర్మరాజును భీష్ముడి వద్దకు పంపుతాడు. పితామహుడు ఇలా చెప్తాడు. "వెనుకటికి ఒక కాలం ఉండేది. రాజ్యమూ ఉండేది కాదు, రాజూ ఉండేవాడు కాడు. తప్పూ ఉండేది కాదు, తప్పుకు శిక్ష అని ఉండేది కాదు. ఒకరినొకరు చూసుకుంటే పరస్పరులను ఎలా రక్షించుకోవడం అనే భావన మాత్రం అనిపించేది. ఎదుటి మనిషి నుండి ఏదైనా పొందాలనే, గిట్టించుకోవాలనే భావనయే ఉండేది కాదు. అది నిజమైన ధర్మయుగం. ధార్మికత ఉండిన కాలం. ఇప్పుడు మనం అక్కడి నుండి చాలా దూరం వచ్చేశాము. జరిగిందంతా జరిగి పోయింది. ధర్మాన్ని పోగొట్టు కున్నాము అందుకే రాజు, సైన్యం, రాజ్యం కలిగాయి. అవన్నీ లేకుంటే ప్రజలు పరస్పరం కొట్టుకుని క్షోభలో

మరణిస్తారు. అలా కాకుండా, ధర్మం సాకారమయ్యేలా పాలించు" రాజులేని, రాజ్యమూలేని, తప్పులే లేని, తప్పులకు శిక్షలేలేని సముదాయ జీవితం ఎలా వుంటుందో అది నిజమైన ధర్మ జీవితం. బ్రిటిష్ వాళ్ళు అలాంటి ధర్మ రాజ్యంలో ఉండడానికి ఇష్టపడరు. వాళ్ళ రాజ్యమే వేరు. అందుకే వాళ్ళతో గొడవపడాలి" అన్నారు. తను చేస్తున్నది ఎందుకు, ఏమిటి అన్నది ఎలా అర్థం చేసుకున్నారు చూడండి.

ఒక విషయపు లోతును అర్థం చేసుకోవడమంటే ఆ విషయపు లోతులోని దుఃఖాన్ని అర్థం చేసుకోవడం అనే అర్థం. దుఃఖాన్ని అర్థమయ్యేలా చెయ్యడం అసాధ్యం. అది అనుభవంలోకి రావాలి. ఎదుటి మనిషి దుఃఖం అర్థమవుతే కరుణ, జాలి తమకు తామే కలుగుతాయి. దానికి బాపు అందెవేసిన చెయ్యి. ఆయనకు ప్రజల కష్టమే కాదు, దుఃఖం కూడా అర్థమయ్యేది. దావాలు, కోర్టులు, ఎన్నికలు వీటివల్ల సంకష్టాలు సమసిపోవు. లోతైన సంకష్టానికి ఇతర మార్గాన్నే పట్టాలి అని బాపుకు తెలుసు. అందుకే ఆయన మనుషులకు సంబంధించిన అన్ని విషయాల గురించి మాట్లాడారు. మాట్లాడింది ఎక్కువయింది అనిపించినప్పుడు మౌనం దాల్చేవారు. బాపుది సోమవారం మౌనం. చాలా అవసరమనుకుంటే రాసి చూపించేవారే తప్ప మాట్లాడేవారు కారు. బాపుకు ఇలాంటి అనేక కఠిన వ్రతాలు నియమాలు వుండేవి. అవన్నీ తన ఇచ్ఛాశక్తిని పెంపొందించుకోవడానికి ఉన్న దారులు. ప్రజలకోసమే బ్రతకాలనే దశకు చేరుకోవడానికి అలాంటి వ్రతాలను ఆయన పూర్వసిద్ధతగా చేసుకున్నారు.

దుస్తులు, మాటలు, ఆహారం, జీవిత విధానం అన్నిటి లోనూ సాదా సీదా. ఆయన వద్ద ఉన్న వస్తువులనన్నిటినీ ఐదు పౌండ్లకు కొనవచ్చు. నేను చూసినట్టుగానే పందొమ్మిది వైస్రాయ్లు మా అవధిలో వచ్చి వెళ్ళారు. వాళ్లనందరినీ వణికించిన బాపు ధరిస్తున్నది ఏమిటి? కొల్లాయి గుడ్డ. దుస్తుల గురించి పట్టింపులే లేవు. పెద్ద పెద్ద అధికారులు, సేనాధికారులు, మహారాజులు, రాణులే ఈ బక్కమనిషికి, ఆయన ఉపవాసానికి బెదరడం చూసిన ప్రజలు ఈ మనిషి మహాత్ముడే అయ్యుండాలి అని నిర్ణయించారు.

బాపు దైవభక్తులు. దేవుడున్నాడు, ప్రపంచం- సంసారం అనేది మనం దాటాల్సిన ఒక భ్రమ అని చెప్పేవారు. మనుకుల సేవ చెయ్యాలనుకున్నవారు తమకు తామే కొన్ని నియమాలను విధించుకుని అనుసరించాలి, త్యాగానికి సిద్ధం కావాలి అనేవారు. మనిషే అంతిమం. మనపని, మనుషులు బ్రతకడానికి తగిన

భూమిని రూపొందించడం అని భావించలేదు బాపు. ఆయన వద్ద ద్వేషం, ఆత్మన్యూనత, కడుపు మంట ఇలాంటివి లేనే లేవు. ఆయనతో మాట్లాడేటప్పుడు అందరూ తమకు తెలియకుండానే ఒక పెద్ద ప్రమాణాన్ని ఆయనకు అన్వయించేవారు.

కానీ ఇంత మంచి మనిషితో బ్రతకడం సులభం కాదు. నాకయితే ఆయనను అర్థం చేసుకోవడంలో, ఆయనను అనుసరిస్తున్నానా లేదా అని పరీక్షించుకోవడంలో జీవితమే గడచిపోయింది.

దేహధైర్యం

రాజును మార్చాలంటే రెండు దార్లట. ఒకటి అధికారం నుండి దించడం, మరోటి చంపడం. కానీ బాపు దారి రాజును ప్రేమతో మార్చడం. శత్రువులను కూడా ప్రేమతో మార్చవచ్చు అన్నది బాపు నమ్మకం. శత్రువులే ఉండనట్టు తన ప్రేమలో, కరుణలో, పట్టుదలలో, స్వీయదండనలో మనుషులను మునకలు వేయించేవారు. కొట్టడానికి వచ్చినవారికి ఎదురు తిరగకుండా దెబ్బలుతిని, వాళ్ళ పైన ఫిర్యాదు కూడా చెయ్యకుండా అకస్మాత్ బంధింపబడితే 'వాళ్ళను క్షమించాను. వదిలెయ్యండి' అని బలవంతం చేసేవారు! దక్షిణ ఆఫ్రికాలో అలాగే అయ్యింది. 1897లో తెల్ల కార్మికులు ఆయన పైన దాడి చేశారు. 1908లో పఠానులు చేయిచేసుకున్నారు. 1909లో పఠానులు ఆయనను హతమార్చాలనుకున్నారు అని వార్త వచ్చింది. "దేశభక్తుల చేతిలో చావడానికి నేను బాధపడను" అని తన కొడుకుతో చెప్పారు బాపు. చూడడానికి చేతకానివారిలా కనిపించేవారు కదా! చాలా గుండెధైర్యం ఆయనకు. దేహధైర్యం. ఒకసారి జొహాన్స్ బర్గ్‌లో భారతీయుల సభ ఉండింది. ఒక అంగుళం కూడా దొరకనంత జనాలు. ఆయన ఎక్కడకు వెళ్ళినా గుంపు మూగేది. సభ ముగిసింది. వేదిక దిగి వచ్చేటప్పుడు కొంతమంది ఆయనను చుట్టుముట్టారు. అంత దూరంలో నుంచున్న ఒకరు ఈయన వద్దకు వచ్చారు. తరువాత వాళ్ళిద్దరూ గుసుగుసలుగా మాట్లాడుతూ ముందుకు వెళ్ళారు. చివరికి వాడు ఈయన చేతిలో ఏదో పెట్టి వెళ్ళిపోయాడు. ఇచ్చింది ఏమిటో తెలుసా? చాకు! ఎందుకు తెచ్చాడు? గాంధిభాయిని చంపడానికి! ఎందుకు చంపడం? భారతీయులను సంఘటించే సాకుతో వారికి మోసం చేస్తున్నారు అని వాడికనిపించిందట. పోలీసులకు ఫిర్యాదు చేద్దాం అని అందరూ అంటే "వద్దు. వాడికి నేను చెప్పిన తరువాత అర్థమయ్యింది. ఇప్పుడు చాకు నాకే తిరిగి ఇచ్చేశాడు. వాడిప్పుడు నా మిత్రుడు. పోలీసు ఫిర్యాదు చేసుంటే శత్రువయ్యేవాడు. చివరికి

వాడి భావనలో నేను చెడ్డవాణ్ణవుతే చావడానికే అర్హుణ్ణి. పోనివ్వండి" అనేశారు.

హంతకుడి ఎదుట ఆయన చూపిన ధైర్యముంది చూశావా, మిలి, సోన్యా ఇతరులు నిరీక్షించనే లేదు. జైలులో ఉన్నప్పుడు తను కుట్టిన చెప్పులను, తనను నిర్దయగా చూసిన అధికారి జనరల్ స్మ్యాట్స్‌కు జ్ఞాపికగా ఇచ్చి వచ్చారు. తరువాత దానిని గుర్తు చేసుకున్న ఆయన "ప్రతి వేసవికి ఆ చెప్పులను ధరిస్తాను. కానీ ఆ మహత్తర వ్యక్తి చేసిన ఆ చెప్పులకు నేను తగుదునా అనే శంక నన్ను పీడిస్తుంది" అన్నారు. బాపుకు 70 సంవత్సరాలయినప్పుడు ఆ అధికారి పుస్తకంలో ఏం రాశారు తెలుసా? తమను తామే బాధకు, సంకష్టానికి గురి చేసుకుని, ప్రజలలో కనికరం, శ్రద్ధ మేలుకొలిపి, దాన్నే తమ ఆయుధంగా చేసుకునే మెలకువ గాంధికి సిద్ధించింది అని రాశారట. దక్షిణ ఆఫ్రికాలో గాంధిభాయి పరమ విరోధి ఇంత చక్కగా ఆయనను అర్థం చేసుకున్నారు!

ప్రేమతో శత్రునాశనం అంటే ఇదే!

అలాగని బాపుతో పోట్లాడిన వాళ్ళు తక్కువా అంటే అదీ లేదు. ఆయన ఖండితవాది, లోకవిరోధి. కొందరు కోపగించుకుని దూరంగా వెళ్ళిపోయేవారు. బాపు అలాంటివారి గురించి పగలు రాత్రి ఆలోచించారు. వారు కూర్చున్నది, నుంచున్నది అంతా గమనించారు. వాళ్ళ వద్దకే వెళ్ళడానికి ఈయన ప్రయత్నించినంతా వాళ్ళనుండి దెబ్బ తిన్నారు. అయినా కానీ వాళ్ళను అందుకునే పట్టుదల పోలేదు.

నాకనిపించినంత వరకు ఆయన నుండి దూరంగా వెళ్ళినవాళ్ళు ముగ్గురు- జిన్నాగారు, డాక్టర్ గారు, హరి. బాపు ప్రతి అడుగూ కూడా ఈ ముగ్గురితో వాదిస్తూ, వారికి బదులిస్తూ, ఒప్పిస్తూ ఉన్నట్టు ఉండేది. వారితో ఎల్లప్పుడూ అశరీర చర్చ జరుపుతూ ఉండేలా ఉండేవారు బాపు.

మరుజన్మ అని ఉంటే...

38వ సంవత్సరంలో అనుకుంటాను, మేము పురికి వెళ్ళాము. అది జగన్నాథ దేవాలయం ఉన్న ఊరు. బాపు, మహదేవ్ ఇద్దరూ తమ పనులు, చర్చలలో మునిగి పల్లెలకు తిరుగుతున్నారు. నేను, మహదేవ్ భార్య దుర్గా బెహన్ జగన్నాథ దేవాలయానికి వెళ్ళిపోయాము. కానీ మేము వెళ్ళొచ్చిన విషయం తెలిసి బాపు చాలా ఇబ్బందిని అనుభవించారు. ఎందుకంటే అస్పృశ్యులకు ఆ దేవాలయంలో ప్రవేశం లేదు. "తనకు కానుకలు తెచ్చేవారికి, తన పేరిట పండుగ పబ్బాలు జరుపుకునేవారికి మాత్రమే ఆయన దేవుడు. అస్పృశ్యులను వద్దనే దేవుడు జగత్తుకు

నాథుడవడానికి ఎలా సాధ్యం? అలాంటి చోటికి ఏ దేవుణ్ణి వెతుకుతూ వెళ్ళారు?" అని బాపు వాదన వరస. రాత్రంతా నిద్రపోలేదు ఆయన.

వెనుకా ముందు చూసుకోకుండా ఒక దేవాలయానికి వెళ్ళొచ్చిన సంఘటన, మమ్మల్ని మేము మళ్ళీ మళ్ళీ తిరిగి చూసుకునేలా, పశ్చాత్తాపం-ప్రాయశ్చిత్తం-సేవలకు పురికొల్పింది. నాకింకా గుర్తుంది, ఒక వైపు సముద్రపు ఘోష, మరొక వైపు బాపు నిట్టూర్పు భయం. నేను, దుర్గ బాపును మన్నించమని అడిగాము. అది ఆయనకు మరింత బాధను కలిగించింది. చెప్పేవి ఆచారాలు, దూరేవి దొమ్మరి గుడిసెలు అన్నట్టు, 20-30 సంవత్సరాల నుండి చెప్తున్నాను, అయినా కాని తన ఇంటివారే ఇలా చేస్తే ఇంకేం చేసేది? తను చెప్పే పద్ధతే సరిగ్గా లేదా? ఎదుటివాళ్ళకు అర్థమయ్యేలా తను చెప్పడం లేదా? అని తమను తామే ప్రశ్నించుకున్నారు. 'హరిజన' పత్రికలో పుటల కొద్దీ రాసే మీరు, దాన్ని ఇంటివాళ్ళకు చేరేలా చెయ్యకపోతే ఎలాగ అని మహదేవ్ ను అడిగారు.

ఇప్పుడు ఈ ఆలోచనలు నాకు తెలిసాయి. కానీ అప్పుడు ఈ విషయంలో బాపుకంటే వెనుకబడి ఉన్నాను. కాబా బాబు ఇంటికి ఉల్కా అనే భంగి పాయిఖానా కడగడానికి వచ్చేవాడు. నేను పెళ్ళి చేసుకుని వచ్చాక కూడా ఆయనే వచ్చేవాడు. ఆయనను ముట్టుకోరాదు. ముట్టుకుంటే ఏమవుతుంది అని తల్లితో మొక వాదించేవారు. మనుషులను ముట్టుకుంటే దోషం ఎలా వస్తుంది? అలా చెప్పేది ధర్మశాస్త్రం ఎలా అవుతుంది అని వాదించేవారు. కానీ నాకు కూడా ఆయన ఈ వాదన అర్థమయ్యేది కాదు. భంగిలను ఎలా ముట్టుకుంటాం అనే నా మనసు భయంతో అడిగేది. తరువాత అస్పృశ్యులను ఆశ్రమంలో పెట్టుకోవడం, గోమాంసం తినే క్రైస్తవ-ముస్లిములను ఆశ్రమంలో పెట్టుకోవడం, ఇతరుల మలం కుండలను మేము తీయడం, రుచి అనిపించిందల్లా వదలిపెట్టడం, నగలు, చీరలు వదిలేసి చేత్తో నేసిన ఖద్దరు చీర కట్టుకోవడం-ఇవన్నీ మొదట మొదట ఒప్పుకోవడానికి చాలా కష్టం కలిగించిన సంగతులు. మా ఆయన పట్టుదలతో మళ్ళీ మళ్ళీ తెలిసేలా చెప్పేవారు. "కస్తూర్! నీ శరీరం యొక్క కన్ను, చెవి, ముక్కు, నోరు, చేతులు, కాళ్ళు వీటిలో ఏది మేలు? ఏది తక్కువ? అలాగే సమాజం కూడా. భారతదేశపు సమాజం ఒక శరీరమనుకో. ఒక్కొక్కరిది ఒక్కొక్క పని. ఎవరూ ఎక్కువ కారు, ఎవరూ తక్కువ కారు. ఎవరూ అనవసరమూ కారు..." అనేవారు. కానీ ముందు ముందు అవన్నీ సమాజం యొక్క దిశనే మార్చే పెద్ద

అడుగులు అని అర్థమయ్యింది. ఎందుకు బాపును అందరూ మహాత్ముడంటారు అని మరింత స్పష్టంగా అర్థమయ్యింది.

ఒక బనియాగా పుట్టిన మా ఆయనకు అస్పృశ్యత గురించి ఇలాంటి ఆలోచనలు రావడమే విశేషం. ఎందుకంటే ఒక అస్పృశ్యుడిని ముట్టుకున్న దోషాన్ని ఒక ముసల్మానుని ముట్టుకుని పోగొట్టుకోవాలి అని అనేవారు మా జాతివాళ్ళు. అలాంటి జాతి బాపు అదెంత మారిపోయారు అంటే పువ్వు పండయిపోయినంత మార్పు అది. లండన్ ముందుగా ఆయనను మార్చింది. దక్షిణ ఆఫ్రికా, భారతంలోని అంబేడ్కర్ గారు ఆయన ఆలోచనను చాలా మార్చారు. “అస్పృశ్యతను ఒప్పుకున్న ధర్మశాస్త్రాలు ధర్మశాస్త్రాలే కాదు, అవి అ-ధర్మశాస్త్రాలు. నా కళ్ళు తెరిపించిన అంబేడ్కర్ మహాత్ముడే మరి” అనేంతగా ఆయన మారిపోయారు.

అంబేడ్కర్ గారిని కలవక ముందే బాపు అస్పృశ్యత గురించి ఆలోచించారు. కానీ జాతి గురించి ఎక్కువ ఆలోచించలేదు. తామే జాతి నియమాల కష్టాలను అనుభవించారు కదా! అప్పుడు కూడా జాతి పద్ధతిలోని లోపాలను విరోధించారే కానీ, జాతి నిర్మూలన జరగాలి అని ఆలోచించలేదు. దక్షిణ ఆఫ్రికాలో ఇంటి పనులకు అస్పృశ్యులను తీసుకొచ్చి, నేను వ్యతిరేకించినప్పుడు చేయి చేసుకున్నారు. అంత జరిగినా కానీ జాతి నిర్మూలన ఆయన మనసులోకి రాలేదు. అది ఉండాలి అనే అనేవారు. కానీ ఇక్కడికి వచ్చినాక కేరళలోని దాక్షాయిణి, ఇతరులతో కలిసిన తరువాత మెల్లమెల్లగా మారుతూ పోయారు. అన్నిటికంటే డాక్టర్‌గారి దేవాలయ పోరాటం, ఆయనతో చేసిన చర్చలు, ఆయన రాతలు, అయన కార్యాలు చూస్తూ, చదువుతూ, గమనిస్తూ పోయినట్టల్లా బాపులో పెద్ద మార్పు జరిగింది. పుణెలోని యరవాడా జైలులో ఉపవాసం చేస్తూ డాక్టర్‌గారితో జరిగిన చర్చ తరువాత పూర్తి మారిపోయారు. మొదట అంతర జాతి వివాహం చేసుకుంటే సమాజంలో కష్టం అనేవారు. తరువాత దేవదాసుకు అంతర జాతి వివాహం చేయించారు. అంతర జాతి వివాహాలకే వెళ్ళేవారు.

కానీ డాక్టర్‌గారికి దగ్గరవ్వాలని చేసిన ప్రయత్నాలలో బాపు ఓడిపోయారు. లోపలే దెబ్బ తిన్నారు. అస్పృశ్యులను బానిసలుగా చేశారు కాబట్టే భారతీయులు బ్రిటిష్ వాళ్ళకు బానిసలుగా ఉండడానికి తగినవారు. అయిదింట ఒక భాగం ప్రజలను బానిసలుగా చేసిన వాళ్ళు స్వరాజ్యానికి అర్హులు కారు, జలియన్‌వాలా బాగ్ కంటే హీనమైన హత్యాకాండను వాళ్ళపై మోపడానికి సవర్ణీయులు అర్హులు

అనేది వారి భావన. అన్ని దేవాలయాలలోనూ అస్పృశ్యులకు ప్రవేశం కల్పించాలి అంటూ పుణె యరవాడా జైలులో ఉపవాసం చేసి, చివరికి డాక్టర్‌గారే ఆయన ప్రాణాలు కాపాడారు. ఒకసారి మరుజన్మంటూ ఉంటే భంగిగా జన్మించాలని కోరుకుంటాను అనేశారు! ఒక విలేకరి "స్వరాజ్యం అంటే ఏమిటి?" అని అడిగితే, "ఎక్కడ భంగికి, మహారాజుకు తేడా ఉండదో, ఎక్కడ భంగికీ, బ్రాహ్మణుడికీ తేడా ఉండదో అలాంటి స్థితి స్వరాజ్యం" అన్నారు.

మొత్తానికి భంగి కాని మనుషులలో ఏర్పడాల్సిన పెద్ద మార్పు ఇది. సత్యంగా చెప్పాలంటే ఆయనలోని మార్పును జీర్ణించుకోవడానికి నాకే కష్టమనిపించేది. ఇక మిగతా ఆశ్రమవాసులు, బంధువులు, దేశ ప్రజల కథ చెప్పనవసరం లేదు.

భారతానికి వచ్చిన తరువాత అస్పృశ్యత ఆచరణ అంత పాపమో అని సవర్ణీయ హిందువులకు తెలియ చెప్పడానికి దేశమంతటా తిరగాలని కార్యక్రమం వేసుకున్నారు. "హరిజన సేవాసంఘం" ప్రారంభించారు. దేశమంతటా సంచరించి నాలుగు లక్షల నిధిని సేకరించారు. కానీ బనారస్ హిందువులు, ఎవరో స్వామి లాలానాథ్ అని, బాపు వెంట వెంటే, ఆయన వెళ్ళిన పల్లెలకూ వెళ్ళి "హరిజన సేవా సంఘం" కార్యక్రమాలను నిరసిస్తూ ఉపవాసం చేసేవారు. సత్యాగ్రహం చేసేవారు. నల్ల జెండా ప్రదర్శన, రోడ్డుకడ్డంగా పడుకోవడం, బాపు బొమ్మను కాల్చడం చేసేవారు. అస్పృశ్యత నివారణ ద్వారా గాంధి హిందూమతం యొక్క మూల రచనను నాశనం చెయ్యడానికి పూనుకున్నారు, ఆ సాకుతో కాంగ్రెస్‌కు డబ్బు సంగ్రహిస్తూ ఉన్నారు అని ఆయన ఆరోపణ. ఏ ప్రదేశంలో సంగ్రహమైన సొమ్ములో మూడు వంతులు అక్కడి అస్పృశ్య సముదాయ సేవకే వినియోగించాలని బాపు అంతకు ముందే చెప్పున్నారు. కానీ సనాతనవాదులకు నమ్మకం కుదరలేదు.

పిల్లలు ఒక ఆట ఆడ్తారు. నువ్వు చూసుండొచ్చు. కళ్ళు మూసుకుని నేలపైన గీసిన ఒక గడి నుంచి ఇంకో గడికి గీత తొక్కకుండా ఎగిరి "అంబ్రిట్?" అని మిగతావాళ్ళను అడుగుతారు. అదు అంబ్రిట్ కాదు "యామై రైట్" అని నాకు తరువాత తెలిసింది. బాపుకు అలాంటి కొన్ని గుణాలుండేవి. ఆయన ఆలోచించి, కళ్ళు మూసుకుని గడి నుండి ఇంకో గడికి వెళ్తున్నా "అంబ్రిట్?" అని మిగతావాళ్ళను అడుగుతూనే ఉండేవారు. ఇలా అడిగే గుణం విశేష గుణమే, కాని దానికి పరుషమైన బదులు వస్తే అది కలిగించే బాధ కూడా విశేషమైనదే. అస్పృశ్యతను నిర్మూలించడానికి ఏవేవో క్రమపద్ధతులను ఆలోచించి, అటువైపు వెళుతూ "అంబ్రిట్?" అని అడిగేవారు. ప్రోత్సాహకరమైన బదులు వస్తుందనే నిరీక్షణలో.

కానీ చాలా మటుకు చాలా బాధ కలిగించే జవాబులే దొరికాయి.

బాపు జీర్ణించుకోవాలసిన ఒక విషయం ఉండింది. ఎన్నిప్రయత్నాలు చేసినా అస్పృశ్యులు కాని వారు అస్పృశ్యత నిర్మూలన గురించిన ప్రయత్నాలు, ఆదుర్దా అనిపించుకుంటాయి అంతే. కానీ దాన్ని అనుభవించినవారిది నిజమైన బాధ అయ్యుంటుంది. ఆదుర్దా, బాధ వేరు వేరు. ఆడవారి మనసు, కష్టాలు తెలుసుకోవచ్చు. కానీ ఆమె బాధ అనుభవిస్తే కాని తెలియదు. ఆదుర్దా ఆయుష్షు, బాధ లోతు వేరు వేరు. బాపుకు ఇది అంతగా అర్థం కాలేదు. అస్పృశ్య సముదాయం వారు తన ఆరాటాన్ని సందేహించిన కొద్దీ మరింత ఆ కార్యంలో నిమగ్నమయ్యేవారు. అస్పృశ్యులతో పాటు ఇతరులు కూడా వారి సేవలో పాల్గొనాలనేవారు. అది పాప పరిహారార్థం చేయవలసిన సేవ అనేలా చూసేవారు. ఆయన ఈ దృక్పథం "హరిజన సేవా సంఘం" "హరిజన యాత్ర"లను అస్పృశ్య సముదాయం వారే సందేహంతో చూసేలా చేసింది.

బాపును, డాక్టరు గారిని దగ్గరనుంచి చూసిన నాకు అనిపించింది ఇది.

అతి నిజాయితీ

బాపును తలచుకుంటే ఒక చిత్రం నాకళ్ళ ముందు కదలాడుతుంది. అది తన ఒంటి పైన కొరడాతో బాదుకునే గణాచారి చిత్రం. ఊరికే ఇచ్చింది వద్దంటాడు. తీసుకున్న దానికి ప్రతిగా కొరడాతో ఒంటిపైన బాదుకోవడం. దానివల్ల తనకే కాదు, చూసేవాళ్ళకు కూడా బాధ. ఇంకా చెప్పాలంటే తనకంటే చూసేవారికే ఎక్కువ బాధ. బాపు ఆత్మశుద్ధికి, పశ్చాత్తాపానికి అంటూ తమను తామే కఠిన శిక్షకు గురి చేసుకునేవారు. ఒక చెంపకు కొడితే మరో చెంపను చూపించు అని క్రీస్తు చెప్పిన మాటను ఎప్పుడూ చెప్పేవారు. కానీ అది ఆయన నిజాయితీగా వుండేటట్టు చేయడమే కాక, అహింస స్వహింస అయ్యేట్టుగా కూడా చేసింది.

దక్షిణ ఆఫ్రికాకు వెళ్ళేటప్పటికి మోక భాయి అటార్నీ అయ్యున్నారు. పడవ క్యాప్టన్తో చదరంగం ఆడుతూ వెళ్ళారట. ఆ క్యాప్టన్ ఒక నల్లజాతి అమ్మాయితో పడుకుంటావా అని అడిగాడట. లేదు, అది సబబు కాదు, నాకు పెళ్ళయ్యింది అన్నారట. తరువాత దీన్ని కూడా నాతో చెప్పారు. ఆయన ఎలాగంటే అంతా చెప్పేసేవారు. ఆయన చేసేదంతా ఆయన చుట్టూతా ఉన్నవారికి తెలిసేలా బహిరంగంగా చేసేవారు. రహస్యమన్నదే లేదు. అందరి మనసుల్లోనూ కొన్ని రహస్యాలు ఉండనే ఉంటాయి. వాటిని మనలో మనమే చెప్పుకోవడానికి కానీ, మనలో మనమే ఆలోచించడానికి కూడా ఇష్టపడం. కదా? కానీ బాపు అలా

కాదు. అంతా బహిరంగం. తెలిస్తే ఆయన గురించి లోకం మంచిదనుకుంటుందో, చెడుగా వర్తిస్తుందో అని ఆయన ఆలోచించేవారే కాదు. లోకపు ప్రతిక్రియ వలననే తనను తాను తిద్దుకోవడానికి ఎక్కువగా వీలవుతుంది, కాబట్టి అనేవారు ఏమైనా అననీ అనే భావించేవారు. అంతరంగ పరీక్షకు లోనవ్వని జీవితం బ్రతకడానికి అర్హత లేనిది అనే ఆయన భావన. తమదే కాదు. మా చిన్నాచితకా తప్పులను కూడా అందరి ఎదుటా చెప్పి మమ్మల్ని మరమ్మతు చేయాలని కోరేవారు. దీనివలన ఇతరులకు ఆయన నిజాయితీ పట్ల సందేహమే లేకుండా, వారు కూడా నిజాయితీపరులుగా ఉండేలా చెసేది.

కానీ కొన్ని సార్లు మనం అనుకున్న దానికంటే ఇంకోలా కావడం కూడా జరిగేది. లూయి ఫిషర్ అనే రచయిత ఆశ్రమానికి వచ్చి మాతో పాటు ఉండేవాడు. 1938వ సంవత్సరం అనుకుంటాను. హిట్లర్ యొక్క భీకర నరమేధానికి యూదులు ఏం చెయ్యాలి అని అహింసావాది అయిన బాపును ఆయన అడిగాడు. “ఒకటి తమ సమ్మతితో ప్రాణాలు అర్పించాలి లేదా సామూహిక ఆత్మహత్య చేసుకోవాలి, అప్పుడు విశ్వం, జర్మనీ ప్రజలు మేలుకునేవారు. ఎలాగూ చావు తప్పదు, కానీ అలా జరిగినప్పుడు యూదులు ఒక ప్రాముఖ్యత సంతరించుకుని చనిపోయేవారు” అని చెప్పారు బాపు! ఫిషర్ ఉలిక్కిపడ్డాడు. యుద్ధం సమయంలో కూడా అంతే. మీరు రెండింటిలో ఒకరి వైపు ఉండి తీరాలి అనేవారు. “ప్రాణం పోగొట్టుకోవడానికి మీరు తయారుగా లేకపోతే, ఇంకే రీతిగానో చావడానికి మీరు సిద్ధమవాలి” అనేవారు. అహింసావాది, ధార్మిక వ్యక్తి యొక్క ఇలాంటి శాంతితత్త్వం కొందరికి విచిత్రమనిపించేది. తను ఇలా అంటే ఇతరులు ఏమనుకుంటారు అనే జంకు లేకుండా అనేసేవారు.

మేము పావలా అడిగినా “నావద్ద లేదు” అనేవారు. “అత్యవసరమైతే కచేరిలో అడిగి తీసుకోండి” అనేవారు. ఆయనకు డబ్బుల అవసరం ఉండేది. ఆశ్రమం, పత్రిక, సంఘుసంస్థలు, పోరాటం, అభియానం వీటన్నిటికీ డబ్బు అవసరం వుండేది. కానీ తనకోసం కాదు. పేదరికమే ఒక విలువ అనే భాయికి కొందరు శ్రీమంతుల స్నేహం ఉండేది. “సంపాదించండి. తరువాత పశ్చాత్తాపం చెంది సద్వినియోగం చెయ్యండి. కలిమి పాపం కాదు. డబ్బులు ఎలా సంపాదించింది, ఎలా వినియోగించింది అనేదే ముఖ్యం” అని శ్రీమంతులకు చెప్పేవారు. ఇతరులు శ్రీమంతుల డబ్బును 'తీసు'కుంటే. బాపు ఇవ్వడం ద్వారా ఇచ్చేవాళ్ళను మార్చవచ్చా అని ప్రయత్నించారు. ఇలా సారాభాయి, బిర్లా, బజాజ్, పెటిట్ మొదలైన భారీ

వ్యక్తులు బాపుకు దగ్గరయ్యారు. వారి వద్దనుండి ఒక్క పైసా కూడా తనకోసం, తన భార్యాపిల్లల కోసం తీసుకోలేదు. అంతా పార్టీ-సంఘ సంస్థలకు అనే అడగడం ఒక విశేష గుణమనే చెప్పుకోవాలి.

శ్రమే దైవం

తిలక్‌గారు కాలం చేసినప్పుడు మూడు రోజులు హర్తాళ్ అని అంతా చెప్పారు. కానీ బాపు దానికి సుతరామూ ఒప్పుకోలేదు. "ఒక్క రోజు చాలు. అది కూడా ఆయన పేరిట ఏదైనా మంచి పని చేద్దాం. ఆయన సరళత, పరిశుద్ధ జీవితం, ధైర్యం, దేశభక్తిని ఒంటబట్టించుకుందాం. అవేవీ కాకపోతే ఒక పైసాతో మొదలు పెట్టి ఒక రాష్ట్రం వరకు మన వద్ద ఉన్నదాన్ని దేశానికిద్దాం. అంతే కాని, సెలవు మాత్రం వద్దు" అనేశారు. బాపుకు ఎప్పుడూ పని, పని, పని. ఒక్క రోజు కూడా ఊరికే కూర్చునేవారు కాదు. తనతో పాటు తనతో ఉన్నవారందరికీ పని అప్పచెప్పేవారు. దిట్టంగా ఉన్న బిచ్చగాళ్ళకు తినడానికి ఇవ్వు అనేవారు కాదు. అందరూ శ్రమించి కష్టపడి పనిచేసే తినాలి అనేది ఆయన తత్త్వం. అందరూ పనిచేసే తినాలి. పనిచెయ్యనివాడికి తిండి లేదు. కనీసం అంటే నూలు వడకాలని అయినా సత్రాలలో చెప్పాలి. ఉచిత భోజన కేంద్రాలకు బదులుగా ఉచిత ఉద్యోగ కేంద్రాలను దానులు తెరవాలని చెప్పేవారు.

దక్షిణ ఆఫ్రికానుండి వచ్చిన తరువాత రవీంద్రనాథ్ ఠాకూర్ గారి ఇంటికి వెళ్ళాము. ఒక వారం పాటు శాంతినికేతన్ లో ఉన్నాము. రవీంద్ర గురువులతో మొదటి కలయిక అది. గదిలో ఆజానుబాహువైన కవీంద్రులు కూర్చున్నారు. ముందు బాపు నమస్తే గురుదేవా అన్నారు. వెంటనే, "నేను గురుదేవ అయితే, మీరు మహాత్ములే మరి" అన్నారాయన. అదే పేరు ఉండిపోయింది. చివరిసారిగా ఆయనను చూడడానికి వెళ్ళినప్పుడు "శాంతినికేతన్ బాధ్యత మీరు వహించాలి" అన్నారు మాకు. దానికి బాపు "దీన్ని వహించుకోవడానికి నేనెవర్ని? ఇది ఒక అమూల్యమైన, ఉదాత్తమైన చైతన్యంతో ప్రారంభమయ్యింది. ఇది అలాగే కొనసాగుతుంది" అన్నారు. అప్పుడు దాన్ని నడపడం కొంచెం కష్టంగా ఉండింది. బాపు రెండు విషయాలను గుర్తించి చెప్పారు- ఒకటి అక్కడివారు తమ పనులను తామే చేసుకునేలా శ్రమదానం, సామూహిక పనులు-సామూహిక భోజనాలు ప్రారంభించాలి. ఎవరికీ కూడా ఊరికే భోజనం ఉండరాదు. రెండోది, ఒక మహాకవి డబ్బులకు కటకటలాడుతూ జోలె పట్టి ఆశ్రమం నడపనవసరం లేకుండా, తమ శ్రమను తాము చేసుకునేలా ఆశ్రమాన్ని రూపొందించాలి.

తను చనిపోయే సమయంలో కూడా పని చేస్తూ ఉండేలా ఉండాలని అనేవారు బాపు. అందులోనూ రాట్నం వడుకుతున్నప్పుడు తనకు చావు వస్తే తను ధన్యుడిననేవారు. ఆయన శ్రమపట్ల ప్రేమ రాట్నం చేతికి వచ్చాక ఇంకా ఎక్కువయ్యింది. ఆశ్రమానికి ఎవరే రానీ, వారిని రాట్నం తిప్పమని చెప్పేవారు. అక్కడ ఉండిపోవడానికి వచ్చినవాళ్ళయితే ఇక వాళ్ళ పనులు వాళ్ళే, వాళ్ళ వంతు పనులు వాళ్ళే చేసుకోవాల్సి వచ్చేది. దీనికి ఎవరికీ రాయితీ ఉండేది కాదు. ఎంతో మంది విదేశీ విలేకరులు, సాహిత్యవేత్తలు, ధార్మిక వ్యక్తులు ఇంకా ఎవరెవరో వచ్చేవారు. వాళ్ళకంతా ఖాదీ తొడిగించేవారు. రాట్నం తిప్పమని చెప్పేవారు. ఆశ్రమంలో పనివాళ్ళు ఎవరూ లేనందున అందరూ వాళ్ళ వాళ్ళ పనులను వాళ్ళే చేసుకోవాలని చెప్పేవారు. వచ్చినవారు ఏ పని చెయ్యాలి, ఎలా చెయ్యాలి, ఎక్కడి నుండి మొదలుపెట్టాలి అని ఆలోచించేలోపే బాపు చిమ్మి, తుడిచి, నీళ్ళు చల్లి, వడుకుతూ పని ప్రారంభించేసేవారు. బాపు స్వతహాగా పని చేస్తుంటే మనదేమిటి అని వచ్చినవారు కూడా పనులు చేసేవారు. అలా ఒక్క సారి వచ్చి, బాపును చూసి వెళ్ళి, బ్రతుకు దిశనే మార్చుకున్నవారు ఎంతో మంది.

శ్రమ పడడం అహం నాశనమవడానికి ఒక దారి అన్నది బాపు భావన. నిజమే. తమాషాకు నేను బాపుతో "పని మీ మొదటి భార్య. నేను ఏమున్నా తరువాత వచ్చినదాన్ని" అనేదాన్ని! "పుణ్యం! నన్ను ఇంత అర్థం చేసుకున్నావు కదా" అంటూ నవ్వేసేవారు.

ఇక డబ్బులు పంపడం నావల్ల కాదు

దక్షిణ ఆఫ్రికాలో లాయరుగిరి బాగుండింది. కానీ జీవితం తరచుగా మారేది. సాధారణ ఆశ్రమ జీవితమే అయినా భారతీయుల పోరాటానికి మా ఆదాయం ఖర్చయిపోయి, రాజ్‌కోట్ కు డబ్బు పంపడానికి అయ్యేది కాదు. ఒకసారి లక్ష్మీదాస్ బావ చాలా ఘాటుగా ఉత్తరం రాశారు. ఆయన ప్రకారం మోక బ్యారిస్టర్ చదవడానికి ఆయన 13,000 రుపాయలు ఖర్చు చేశారు. "అంత కష్టపడి చదివించాము. నువ్వు నెలకు 100 రుపాయలయైనా పంపు" అని అడిగారు. అప్పుడు భాయి భారతీయుల కేసులను ఉచితంగా చూసేవారు. మిగిలిన డబ్బులు ఆశ్రమం నడపడానికి, ఇండియన్ ఒపీనియన్ పత్రిక నడపడానికి ఖర్చయ్యేది.

భాయి ఖచ్చితమైన లెక్కలు తన వద్ద ఉంచుకున్నారు. తనకోసం చేసిన ఖర్చు, తను లేనప్పుడు తన భార్య, పిల్లలకోసం చేసిన ఖర్చు ఎంతో దాని రెట్టింపు డబ్బును అన్నకు పంపారు. కానీ ఇది లక్ష్మీదాస్ బావగారికి నచ్చలేదు. కష్టపడి

ఇంగ్లండ్‌కు పంపింది, తమ్ముడి భార్యను పిల్లలను చూసుకున్నదాని గురించి గుర్తు చేసి, నిష్ఠూరంగా ఉత్తరం రాసేవారు. కుటుంబ బాధ్యతను పూర్తిగా మరచిపోయావని దూషించేవారు. చివరికి భాయి వినయంగా అన్నకు ఉత్తరం రాసేశారు.

"మీరు నా తండ్రి స్థానంలో ఉండి నాకు మద్దతునివ్వక పోయుంటే ఈ రోజు నేనేమయ్యానో అలా అవడానికి ఖచ్చితంగా వీలయ్యేది కాదు. తీర్చులేనంత మీ ఋణభారం నాపైన ఉంది. కానీ అది ప్రేమ, కృతజ్ఞల ఋణం. డబ్బు విషయానికొస్తే, మీరు నా పైన ఖర్చుచేసిన 13,000 రుపాయలకు గాను నేను ఇప్పటిదాకా తిరిగి ఇచ్చింది 60,000 రుపాయలు. మీరు డబ్బుతో శాంతి, సుఖాలను అపేక్షించేవారు. శాంతి సుఖాలను పొందడానికి డబ్బు అవసరం లేదని నమ్మేవాడిని నేను. నాకు కుటుంబమంటే మేమిద్దరం, అన్నదమ్ములే కాదు. సోదరీమణులు, బంధువులు, నా చుట్టుముట్టున్న అందరూ నా కుటుంబంవారే. నేను విషాదంతో చెపుతున్నాను. మీ విచక్షణ లేని ఆచారాల వలన, వైభవయుత జీవన విధానం వలన దుబారా ఖర్చు చేశారు. గుర్రం బండి పెట్టుకున్నారు. స్నేహితులకు పార్టీలు ఇస్తున్నారు. స్వార్థపరులైన స్నేహితులకు డబ్బులు పోశారు. నేను అనైతికమని అనుకునే విషయాలకు ఖర్చు చేశారు. వాటన్నిటికీ ఇక నేను డబ్బులు పంపడం వీలు కానే కాదు. దీని గురించి ఇక పత్రవ్యవహారాలు చెయ్యకండి"

ఆ ఉత్తరం అన్నకు రాసి భాయి ఊరట పొందారు. అలా రాశానని నాకూ చెప్పారు అక్కడికి భాయి గడించిన ఆదాయం పైన మా హక్కులకు కూడా హద్దులు నిర్ణయించినట్టయింది. తను సంపాదించిన డబ్బు, తను గడించిన ఆస్తి అంతటికీ తను ట్రస్టీ మాత్రమే. దక్షిణ ఆఫ్రికా భారతీయుల గురించి తన ఆదాయాన్ని వినియోగించాలనుకున్నానని నాకు దశలవారిగా చెపుతూ పోయారు.

అదే సమయానికి మా హరి వాళ్ళ నాన్న పైన కోపగించుకుని, పెదనాన్న లక్ష్మీదాస్ బావ దగ్గరికి వెళ్ళాడు. ఆయన వైభవంగా వాడి పెళ్ళిచేయడమే కాక, దానికయిన ఖర్చువెచ్చాలను పట్టీ చేసి హరి తండ్రికి పంపారు. కానీ బాపు "ఈ ముందుగానే మీకు తెలిపినట్టుగా నాకు డబ్బులు పంపడం వీలు కాదు. అదీ కాక ఇది నేను ఒప్పుకునే మాదిరి జరిగిన పెళ్ళి కాదు. నా దృష్టిలో ఇప్పుడు కుటుంబం, సేవ అనే పదాలకు అర్థాలు వేరేగా ఉన్నాయి" అని మళ్ళీ గుర్తు చేసి రాశారు.

బాపు అక్క రాలియత్ కూడా తన బ్యారిస్టరు తమ్ముడు తనకు నిరంతరం సహాయం చేయాలనే భావించారు. ఆవిడ భర్త చనిపోయినప్పుడు కొడుకు గోకులదాస్‌ను మేమే ఉంచుకున్నాము. కానీ భారత దేశానికి వచ్చిన తరువాత

కూడా అదే అపేక్ష కొనసాగింది. అప్పుడు బాపు సబర్మతి ఆశ్రమానికి వచ్చి వుండమని చెప్పారు. అక్కడ ఎలా ఉండాలి? అక్కడ అస్పృశ్యుల కుటుంబం ఉంది కదా అన్నారు ఆవిడ. "నాకు మైల లేనిది నీకెలా మైల అవుతుంది? నేను నీకివ్వడానికి డబ్బులు ఎక్కడినుండి తేను? స్నేహితులను డబ్బడిగితే ఆశ్రమంలో ఉంచుకో అంటారు. నువ్వేమో మైల అంటావు. నేనున్నది కూడా నీలాంటి పరిస్థితుల్లోనే. నీదేమంత సహించలేనంత కష్టం కాదు. నీకు ఎక్కువ డబ్బులు కావాలనుకుంటే రెండిళ్ళకు వెళ్ళి పప్పులు, గోధుమలు విసిరి సంపాదించు. అది ఉత్తమ మార్గం. అయినా చెప్తున్నాను. ఇక్కడికొచ్చి ఉండు. నీకు నీ సోదరుడు దొరకక పోవచ్చు. కాని, వందలాది సోదరులు దొరుకుతారు. అదే నిజమైన వైష్ణవ మార్గం" అని ఉత్తరం రాశారు!

పర్వతానికి దుప్పటి కప్పినట్టు, తను ఎంత గడించి పంపినా బంధువర్గం తృప్తి చెందదు అని భాయికి తెలిసిపోయింది. వాళ్ళు అనుకున్నదానికంటే, తన ఇల్లు, కుటుంబానికంటే కూడా తన బాధ్యత ఇంకా పెద్దది అని ఆయన భావించారు. తన సంపాదన పైన కుటుంబ సభ్యులకు హక్కు ఉన్నది వాస్తవమే. కాని తనకోసం తను చేసుకునే ఖర్చు వాళ్ళు చేసే ఖర్చుకంటే చాలా తక్కువ. సమాజం కోసం ఖర్చు చేసిన తరువాత కూడా మిగిలితే అందులో కుటుంబానికి భాగమే కాదు అంతా ఇవ్వడానికి సిద్ధం అని ఒక ఉత్తరానికి జవాబిచ్చారు.

లక్ష్మీదాస్ బావకు కొంత అనారోగ్యం పొడసూపసాగింది. తమ్ముడికీ తెలిపారు. తనకు ఇప్పుడు పిత్రార్జిత కుటుంబ-ఆస్తి పైన ఏ రకమైన ఆశ కూడా లేదని, ఒకవేళ అన్నయ్య తనకంటే ముందే చనిపోతే మాత్రమే కుటుంబాన్ని చూసుకుంటానని బాపు తెలిపేశారు. భారతదేశానికి తిరిగి వచ్చిన తరువాత కూడా తనకు అని ఒక ఇంటిని కూడా చేసుకోలేదు. తన పేరిట, పిల్లల పేరిట ఆస్తి

కొనలేదు. బాపు అన్న పిల్లలు, అక్క పిల్లలు అంతా మాతోనే ఉండేవారు. సహాయం చేసేవారు. కానీ మనది అని ఇల్లు, ఆస్తి, నగలు, ధనం ఏమీ చేసుకోని భాయి తత్వాలను జీర్ణించుకోవడం సులభం కాదు. "ఒక బలహీనుడు తనకు అవసరం ఉన్నవాటిని సమకూర్చుకోవడానికి కాకపోతే నేను కూడా దాన్ని త్యజిస్తాను. ముందుగా అతడి అవసరాలను సమకూర్చి తరువాత నేను సమకూర్చుకుంటాను" అన్నదాన్ని జీర్ణించుకోవడం మా బంధువులకు చాలా కష్టమయ్యింది. మిగతావారు సరే, మా అబ్బాయికే కష్టమయ్యింది. పైన వేసుకున్న పేదరికం, ఆశ్రమ జీవితం, బ్రహ్మచర్యం, నిగ్రహం, సత్యాగ్రహం మొదలైనవి హరికి అర్థం కాలేదు.

చివరికి దేశం నలుమూలల నుండి వచ్చిన, అన్ని మతధర్మాల ప్రజలున్న ఆశ్రమ జీవితాన్ని మేము కొనసాగించినప్పుడు, బాపు గురించి దేశమంతా అనుకోవడం ప్రారంభించాక తమ కుటుంబానికి చెందిన మోక సాధారణ వ్యక్తి కాడు అని కుటుంబానికి కొంచెం కొంచెంగా అర్థమయ్యింది. అయినా కానీ, కుటుంబానికి ద్రోహం చేసిన మహాత్ముడనే రాజ్‌కోట్-పోరుబందర్ బంధువులు చాలా కాలం భావించారు.

హిందూస్తాన్‌కు ఒక మహాత్ముడు ఉదయించడానికి కాబా గాంధి కుటుంబం మోకను వదలుకుని తీరాల్సివచ్చింది.

నేను సగం ఆడదాన్ని

ఒక మగవాడు తను సగం ఆడదాన్ని అని చెప్పుకోవడం, మంచితనం వైపు మళ్ళడానికి ఒక ప్రయత్నం. దీన్నే కదా అర్థనారీశ్వర కల్పన అనేది? కానీ ఈ దేశం మగవారు, అందునా మావైపు మగవారు, అర్ధనారీశ్వరుణ్ణి మరచిపోయి, తన పాదాల చెంత కాళ్ళుపట్టే లక్ష్మిని పెట్టుకుని పడుకున్న విష్ణువును పూజిస్తూ వైష్ణవులయ్యారు. పెద్ద పెద్ద తత్వనీతులు మాట్లాడుతారు. కానీ నోట్లో వేదాంతం, చేసేదంతా రాద్ధాంతం. అలాంటి వాళ్ళ మధ్య నుండి లేచి వచ్చిన అర్థనారీశ్వరుడు నా భర్త.

బాలింతరాలికి పక్క శుభ్రం చెయ్యడం, ఆహారం నీళ్ళు ఇవ్వడం భర్తే చెయ్యాలి, ఆమెను ముట్టుకోకూడదనే మన ఆచరణ పూర్తిగా తప్పు అన్నది బాపు వాదన. మిలి, బాపు, ఇలాంటి ఒకటి కాకపోతే మరో విషయం గురించి చర్చ జరుపుతూనే ఉండేవారు. ఒకసారి బాపు తూర్పు ఆడవాళ్ళ పరిస్థితి పాశ్చిమాత్య ఆడవాళ్ళ కంటే గౌరవయుతంగా ఉంది అన్నారు. మిలి ఊరుకుంటుందా, తూర్పువాళ్ళు ఆడదాన్ని పూర్తిగా పరాధీనగా ఉంచి, ఆమెకు వ్యక్తిగత జీవితమే

లేకుండా చేశారని అన్నది.

"లేదు లేదు. నువ్వు తప్పుగా అర్థం చేసుకున్నావు మిలి. తూర్పులో ఆడదాన్ని పూజిస్తాము మేము"

"నాకయితే అలా అనిపించలేదు భాయి. మగవాడి అవసరాలను చూసుకోవడానికి ఆవిడ పోరాడుతూ ఉండేలా చేసి ఉంచారు మీరు...."

"లేదమ్మా. అన్ని చోట్లా ఆడది మగవాడితో జతజతగా నడుస్తుంది. కొన్ని సార్లు అతడిని మించిపోతుంది కూడా"

"అలాగయితే భర్త కుర్చీ పైన కూర్చోవాలి, భార్య ఆయన వెనుక దాసీలా సేవకు సిద్ధంగా నుంచుని ఉండాలి అని ఎందుకనుకుంటారు? మగవాళ్ళు ఆడవాళ్ళను సమానమని పరిగణిస్తారు అని ఎలా చెప్పగలం ?"

"నువ్వు చెప్పేది నిజం మిలి. మావైపు మగవాళ్ళు ఇంకా ఆ స్థాయికి ఎదగలేదు. కానీ అలాగని మగవాళ్ళకందరికీ తెలిసిపోయింది" అని నవ్వుతూ అన్నారు బాపు.

బాపు ఉన్నచోట నేనుంటే సాయంత్రం ఆయన కాళ్ళు కడగడం నాకు అలవాటు. నాకు అందులో ఆక్షేపణ కనిపించలేదు. ఒత్తిడి అయితే అసలు లేదు. అలా చెయ్యడానికి నాకొక్కదానికే అధికారం ఉంది అని ఒక విధమైన గర్వం నాకు. కాని మిలి, సోన్యాల లాంటి ఆడవాళ్ళు "నీ భార్య నీకు చేసేది నువ్వు చెయ్యగలవా?" అని అడిగేవారు. కానీ అప్పటికే ఏ మగవాడూ చేయని నా పనులను బాపు చేసేవారు. నాకు నా ఆరోగ్యం సహకరించడం తక్కువే. నేను ఆయనకు చేసిన సేవకంటే ఆయన నాకు ఎక్కువే సేవ చేశారు. నేను రోగిష్టిగానే ఎక్కువగా ఉండేదాన్ని. అప్పుడంతా నాకే ఇబ్బందిగా అనిపించేలా తమ రోగిష్టి భార్యకు సేవ చేశారు ఆయన.

మా సమయంలో నేను చూశాను, తమ భార్యలను నోరు విప్పడానికి ఎవరూ అనుమతించేవారు కారు. ఈ మహాత్ముడు మాత్రం "నువ్వు మాట్లాడు, మాట్లాడు" అని చెప్పేవారు. నేను మాట్లాడలేను అని చెప్పినా "లేదు. నీకు ఏమనిపిస్తుందో అదే మాట్లాడు అనేవారు. నువ్వే ఆలోచించు, మాట్లాడు, నిర్ణయం తీసుకో, చర్చించు" అనేవారు. చివరికి ఏం చెయ్యమంటావ్ అని నన్నే అడిగేవారు. ఒకసారి శిమ్లాకు వైస్రాయ్ విలింగ్డన్ గారిని చూడడానికి వెళ్ళినప్పుడు నన్ను కూడా వెంటపెట్టుకుని వెళ్ళారు. అనసూయా సారాభాయ్ కూడా ఉన్నారు. ఏం మాట్లాడను అని అడిగాను. "అది నువ్వే ఆలోచించు. కుదిరితే నన్ను వదిలేసి ఆలోచించు" అన్నారు. ఆశ్చర్యమేమంటే ఇలా నాకు నేనే స్వంతంగా ఆలోచించి మాట్లాడడానికి ప్రారంభించాకనే నేను ఎవరు అని నాకు అర్థమయ్యింది. ఆలోచించి మాట్లాడడానికి ప్రారంభించినాకనే బాపు నాకు అర్థమయ్యింది. ఆలోచించడం వల్లనే బహుశా బాపుకు కూడా అందరూ అర్థమవుతూ ఉండింది!

రెండడుగులు

బాగా వేడిగా ఉన్నప్పుడే బాదేవాడు, సరిగ్గా వేడి తగిలిందా లేదా అని చూసి బాదేవాడు. మంచి కమ్మరి ఇతను.

మట్టి ముద్దను బాగా కలిపి, మృదువుగా చేసి, నాది, ఒత్తి, తిప్పి తిప్పి కుండలు చేశాడు. మంచి కుమ్మరి ఇతను.

ఎక్కడ ఎక్కువ చెట్లున్నాయో అక్కడి కాండాలని కత్తిరించి, తోమి, చెక్కి మెరిసే మూర్తిని చేశాడు. ఇతడు మంచి వడ్రంగి.

ఆకారానికి తగినంత, ఎంత కావాలో అంత గుడ్డను కత్తిరించి, కుట్టాడు. మంచి దర్జీ ఇతడు.

ఎక్కడైనా సరే చెత్త కనిపిస్తే, తీసి పారేసేవాడు. వంటిల్లూ, శౌచాలయం రెంటినీ ఒకే రకంగా చూడాలి అనేవాడు. మంచి తోటి పనివాడితడు.

మహాత్ముడు అవునో కాదో, తెలియదు. నాకు తోచిన విధంగా అయితే ఇవన్నీ మోక-భాయి-బాపు ప్రత్యేక గుణాలు. కానీ ఒక విషయం చెప్పాలి. బాపు పూర్తిగా మహాత్ముడయ్యే దారిలో కొన్ని అడుగులు వెనకబడ్డారు. వాటిని ఆయన విరోధులు గుర్తించారు. బాపుకు కూడా తెలుసు.

బాపు 'మహాత్మ' తనం, సాధుత్వం ఆయన వెంట ఉన్నవారికి చాలా ఇబ్బంది కలిగించింది. బాపుతో నాకున్నపెద్ద కష్టమేమిటో తెలుసా? నువ్వు అనుకున్నట్టు నగలు, ధనం, పిల్లల సంరక్షణ, దైహిక సంబంధం లేనే లేకుండడం ఇలాంటివి

కావు. మనదే అయిన ఒక వ్యక్తిగత నిమిషం, వ్యక్తిగత విషయం, వ్యక్తిగత వస్తువు లేకుండడం. నాకు చాలా ఇబ్బందనిపించేది. ఆయన మహాత్ముడు, అన్నిటినీ అందరితోనూ చర్చించేవాడు, కాని ఆయనతో చెప్పడానికి నాదే ఒక స్వంత విషయముండేది, ఆలోచన ఉండేది. కానీ దాన్ని చెప్పడానికి అలాంటి ఒక క్షణం కోసం నేను సంవత్సరాల కొలది కాచుకున్నాను. ఆయన ఉన్న చోటికి నేను వెళ్తే అక్కడ ఎవరో ఇతరులు ఉండేవారు. ఎవరూ బయటవారు లేకున్నా, అక్కడే వున్నవారిని పిలిచి కూర్చోబెట్టుకునేవారు. బ్రహ్మచారి ఏ ఆడదానితోనైనా ఒంటరిగా ఉండరాదు కదా! కొన్నిసార్లు కన్నీళ్ల పర్యంతమయ్యేదాన్ని. ఒక మాట చెప్పడానికి ఒక సంవత్సరం వేచాను అంటే నమ్మాలి. చెప్పలేనివి మరెన్నో ఉన్నాయి. అలా చెప్పలేకుండా మిగిలిపోయిన మాటలు మనసులోని దుఃఖాన్ని రెట్టింపు చేశాయి అని మళ్ళీ చెప్పాలా? అందుకే నీతో అన్నివిషయాలనూ ఇలా మూటగట్టి విప్పిచెపుతూ ఉన్నానమ్మాయ్!

అందరికంటే బాపును పోగొట్టుకున్నవారు ఆయన పిల్లలు. తరువాత ఆయన భార్య. ఎక్కువ అక్కర్లేదు. ఆశ్రమంలోని ఇతర పిల్లల పట్ల ఎలా ఆసక్తి చూపేవారో అంత చూపించినా కానీ మా పిల్లలు ఎంతో ఆనందించేవారు. పిల్లల మాట ఆయనతో ప్రస్తావించగానే, వాళ్ళకు ఉత్తరం రాశాను/రాస్తాను అని మాట ముగించేవారు. ఉత్తరాలేమో రాశారు చాలా. నిజమే. కాని తండ్రీ పిల్లల నడుమ బాంధవ్యం ఉత్తరాలతో నిలుస్తుందా? హరి స్థితిని చూసినప్పుడల్లా నాకు ఇదే కళ్ళముందు వస్తుంది. మణి, రామదాస్ అయితే వాళ్ల తండ్రిని చూసినదానికంటే ఆయన ఉత్తరాలు చదివే పెద్దవాళ్లయ్యారు. ఉన్నంతలో దేవదాస్ మాత్రమే మాతో పాటు ఉంటూ పెరిగాడు.

ఆశ్రమంలో ఉన్నవారు కాకుండా ఇతర బాపు అనుయాయులు, కాంగ్రెస్ వాళ్లలో సిగరెట్ తాగేవాళ్ళు, మద్యం పుచ్చుకునేవాళ్ళు, బ్రహ్మచర్యం పాటించనివారు, అబద్ధపు దారి పట్టేవాళ్ళు ఇలా అన్నిరకాల వాళ్ళు ఉండేవారు. కాని వారందరినీ క్షమించినంత, ప్రేమించినంత బాపు తన కొడుకును క్షమించనూ లేదు, ప్రేమించనూ లేదు. ఇతరులకు పెట్టిన నీతినియమాల కొలత బద్ద కంటే ఇంకా ఎత్తు, ఇంకా వెడల్పు కొలబద్దను తమ కుటుంబ సభ్యులకు పెట్టేశారు. మేమంతా ప్రపంచం దృష్టిలో కుబ్జులమయ్యేలా, మా కళ్ళల్లోనే మేము మరుగుజ్జులమయ్యేలా చేశారు. ఒకటి లోపలికి రావాలంటే మరొకటి బయటకు వెళ్ళాలి అన్నది ప్రకృతి నియమమయితే అందరి బాపు అయ్యారేమో కాని, ఈయన తమ పిల్లలకు బాపు

కాలేకపోయారు.

బాపు తన తప్పులను అందరి ఎదుట ఒప్పుకునేవారు. అది స్వాగతమే. కాని నాకనిపించేది ఏమిటంటే బాపు దౌర్బల్యం అంటే 'నేను'. ఈ నేనును పూర్తిగా వదిలెయ్యలేక పోయారు. ఆయన అన్ని ఉపవాసాలు, పనులు, రాతలు, ఉపన్యాసాల మధ్య 'నేను' కేంద్రంలో ఉండేది. ఈ నేను ఎంత అతిరేకానికి వెళ్ళిందంటే తమ వీర్యం పతనమైతే, దేశమే నాశనమవుతుంది అని భావించేలా. తనే అందరి బాధను భరించాలి, తనే అందరి పనులు చేయాలి అని అనుకునేంతలా అయ్యింది. మొత్తం కాంగ్రెస్–భారతదేశం తమ భుజాలపైన నిలబడింది అనుకునేలా చేసింది. అంత బక్క ప్రాణానికి అంత పని చెయ్యడానికి శక్తినిచ్చింది కూడా ఈ నేనే. కానీ వీటన్నిటి తోడుగా అది ఇచ్చిన దుఃఖం ఉందే, దాన్ని ఆపుకోవడానికి చాలా కష్టపడ్డారు.

తన మాట ఎవ్వరూ వినడంలేదు, తను చెప్పినట్లుగా నడవడం లేదు అన్నప్పుడు చాలా బాధపడేవారు. కోపం కాదది, దుఃఖం. నిజం. దుఃఖితులవడం ఆయన మూల స్వభావం. బాధలను అనుభవించడం, ఉపవాసం, బ్రహ్మాచర్యం, పశ్చాత్తాపం ఇవన్నీ ఆయన మూలస్వభావం యొక్క బయటి స్వరూపాలు అంతే. నాలాంటి సాధారణ వ్యక్తి దుఃఖానికి కారణం వ్యక్తిగత సమస్య కావచ్చు, స్వార్థపు సమస్య కావచ్చు. మా ఇల్లు, పిల్లలు, ఆస్తి, ఆరోగ్యం, బంధువుల చుట్టూ వుండవచ్చు. కానీ బాపుకు అలా కాదు. ఆయన దుఃఖానికి కారణాలు వేరు. దుఃఖమనే బావిలో ఎలా పడేవారు అంటే అక్కడినుండి పైకి రావడానికి అపారమైన ఓపిక, కఠోరమైన సంయమనం, ఉపవాసం వీటన్నిటినీ ఒక్కొక్క మెట్టుగా పెట్టుకునేవారు. ఆయన విశేష స్వభావమే అని పిలవవచ్చు మీరు, నేనైతే ఇలాంటి ఇంకో మహాత్ముడనిపించే వ్యక్తిని చూడలేదు. కొందరు సాధు సన్యాసులు "నేను" వదిలిపెట్టి, దాంతో పాటు మిగిలిన వాటన్నిటినీ వదిలేసి అంతర్ముఖులవుతారు. కానీ బాపు అంతర్ మరియు బహిర్ ముఖాల నడుమ "నేను"ను నిరంతరం గిల్లుతూ వచ్చారు. నిరంతరం పెంచారు. అందుకే ఆయన స్వభావం ఇలాగ అని వేలెత్తి చూపేంతలోనే ఇలా కాదు అనేలా ఏదో చేసేసేవారు. ఈయన ఎలాంటి మనిషి అని తెలుసుకోవడం చాలా మందికి వీలవలేదు.

ఇలాగని ఆయనతో చెప్పాను కూడా. "అమ్మా! నీ కత్తికి ఎంత పదునుందంటే నేను భరించలేను. కొంచెం మెల్లిగా" అన్నారు.

సముద్రం వైపు

61 సంవత్సరాలు ఇంటా బయటా చూస్తూ గడిపాము కదా? మేమిద్దరం ఒకరిలో ఒకరు చేరిపోయాము. మేము సాధారణ దంపతుల మాదిరిగా ఉండలేదు. బాపు ఎక్కడ ఉండేవారో నేను అక్కడే. ఆయన మాటలనే వింటూ, చూస్తూ కూచునుండేదాన్ని. ప్రార్థన సమయంలోనూ అంతే. నేను మాట్లాడింది తక్కువే. బాపుయే మాట్లాడేవారు. వింటూ ఉండేదాన్ని. బాపు గురువు, నేను శిష్యురాల్ని. ఒక రకంగా రోజులు గడిచినట్లల్లా మాది గురు-శిష్యుల సంబంధమయ్యింది. ధర్మం ప్రకారం భార్యాభర్తలం. కాబట్టి కొంత ప్రత్యేక శ్రద్ధ, ప్రేమ, నిరంతర సంపర్కం ఉండేది అంతే. మా మధ్యన ఉన్న సంబంధం ఎలా, ఎంత అని కొలవాలనుకోరాదు. అది కష్టం. బాపుతో నాకున్న సంబంధాన్ని కొలవడానికి మొదలుపెడితే కొలబద్ద చాలదు. ఎందుకంటే మా కొలతలే వేరు. ప్రమాణాలే వేరు.

వొక ఒక్కొక్క అడుగే వేస్తూ భాయి, బాపు, మహాత్ముడవుతూ పైకెక్కారు. నేను దశల వారీగా దైనందిన ఆశలను, ఆకాంక్షలను అణచుకుంటూ మౌని నవుతూ ఆయన వెనుక

నడిచాను. మా ఇద్దరి నడుమ అతి గౌరవనీయమైన సంబంధం ఉండింది. కానీ స్నేహం ఉండలేదు. చివరికి ఆయన ఎంత ఎత్తుకు ఎదిగారంటే నా కొలతకు అందనంత. నా పోట్లాట అంతా ఆయన నీడతోనే అన్నట్టు. మా సంబంధం మౌనంలో ఇమిడిపోయింది. పత్నిగా ఒక్కొక్క బాధ్యత తగ్గుతూ వచ్చినట్టల్లా పేరుకు మాత్రమే పత్నిగా ఉన్నాననిపించింది. బా కు బాపు తప్ప మరో ప్రపంచమేలేదు. బాపు లేకుండా తెల్లవారేదే కాదు. కానీ బాపుకు అలా కాదు. ఆయన ఉన్న చోటే ఆయన జగత్తు ఉదయించేది.

బాపు అపరిగ్రహం అంటూ ఒక్కొక్కటినే వదులుతూ పోయారు. నేను కొన్నిటిని వదిలాను. మరి కొన్నిటిని నాతోనే ఉంచుకున్నాను. దేన్నీ బాపులా పూర్తిగా వదలలేక పోయాను. ఆయనంత ఉపవాసాలు చెయ్యలేదు. ఆయనంత దేశవిదేశాలు తిరుగలేదు. ఆయనంత ఆహర ప్రయోగాలు చెయ్యలేదు. ఆయనంత మాట్లాడలేదు. ఆయనంత మోహాన్ని వదిలించుకోలేదు. రుచి వదిలించుకోను చేతకాలేదు. ఆశలనుండి బయటపడలేదు. ఆయన వంద అడుగులు వడివడిగా వేస్తే, నేను ఒక్క అడుగు కూడా సందేహిస్తూ పెట్టాను.

బాపు దేశం కోసం అన్నిటినీ త్యజించారు. నేను బాపునే ఇచ్చాను. అందుకే బాపు బాపునే, బా బానే. కదూ ?

అలా ఇలా ఒక ప్రవాహానికి 75 సంవత్సరాలు గడిచాయి. నీళ్ళు ప్రవహించి ప్రవహించి, చివరికి సముద్రం వైపు చివరి ప్రయాణం ప్రారంభించింది. దార్లో దాటిన మిట్టపల్లాలెన్నో, దూకిన అగాధాలెన్నో? ప్రవాహం ఎండిపోయింది, పొంగి విస్తరించింది. చివరికి చేరాల్సిన గురిమాత్రం నిశ్చితమే కదా! ఆ వైపే ప్రవహించింది.

చివరి ప్రవాహ కాలం ఉంది కదా, అది ఆనందాయకమైనది. ఎందుకో తెలుసా? అప్పుడు నా ఇష్టులంతా నా వద్ధనే ఉన్నారు. పుణెలోని ఆగాఖాన్ జైలు. బాపు అక్కడే ఉన్నారు. సుశీల అయితే నా కాళ్ల వైపు కూర్చుని గడియ, గడియకూ నేను ఏం అడుగుతాను, ఎలా శ్వాసిస్తాను అని రాసి పెట్టేది. దేవదాసు ఉన్నాడు. మీరా వచ్చింది. చిన్ని కను వచ్చి చూసి వెళ్ళాడు. మిగిలిన పిల్లలు, మనమలు, బంధువులు అందరు వచ్చి వచ్చి చూశారు. అప్పుడు చలికాలం చివరిదశలో ఉంది. 1944 సంవత్సరం ఫిబ్రవరి నెల. కొన్నిరోజుల నుండి బాపును నాతో పాటే ఉంచారు. పడుకుని పడుకుని వీపు కందిపోయింది. ఒళ్ళంతా పుళ్ళు పడినంత నొప్పి. బాపు నా తలను తమ ఒంటిపైనో, చాతీ పైనో వాల్చుకుని కూర్చునేవారు. నుదురు పట్టడం, వీపు నిమరడం, మెడకు నూనె రాయడం, అరికాళ్ళు రుద్దడం,

ఒక్కొక్క బొట్టే వేణ్ణీళ్ళు పొయ్యడం, నచ్చిన మాటలు చెప్పడం, తమకు వచ్చిన కొన్ని భజనలు పాడడం, కను యొక్క గుజరాతి పుస్తకంనుండి ఒకట్రెండు పద్యాలను చదవడం.... కళ్ళు తెరవగలిగుంటే పాఠాలు కూడా నేర్పేవారేమో! ఇలా ఏదో ఒకటి చేస్తూ జతగానే ఉండేవారు. పగటి పూట నిద్ర పట్టేది కాదు, రాత్రి కూడా లేదు. అది ఒక రకమైన జాగృత–స్వప్న సుషుప్తి, ఏదీ కాని గడచిపోయే సమయం....

9 Kasturba Passes Away

ఊపిరే అందక నీలవర్ణానికి తిరుగుతుంటే నిద్ర ఎక్కడిది? దేవదాసు చాల ఆందోళనగా అటూ ఇటూ తిరుగుతున్నాడు. ఏవేవో చర్చలు జరిగేవి. సుశీల,దేవదాసు నాకు ఇవ్వాల్సిన మందుల గురించి చాల చర్చించారు. ఎక్కడెక్కడినుండో తెప్పిద్దాం అన్నారు. బాపును అడిగారు. ఎప్పుటిలాగే ఆయనది చల్లని మౌనం. బహుశా బాపు ఊరకుండిపోయారు. అదేదో మందు వచ్చింది. దాన్ని గుచ్చి ఇవ్వాలట. దేవదాసు ఇవ్వాలన్నాడు. బాపు వద్దన్నారు. నాకు ఊపిరాడనందుకో లేదా మగతకని ఏదైనా ఇచ్చారో తెలీదు. బాపు “ఇంజెక్షన్ ఇప్పిద్దామా?” అని అడిగినట్టు గుర్తు. కళ్ళు తెరవడానికి కూడా కావడం లేదు. బాపునే వద్దన్నారు. ఆ ఇంజెక్షన్ నొప్పి తట్టుకోగల శక్తికానీ, కండరాలు కానీ తనలో ఇప్పుడు లేవు బాబూ అన్నారు. దేవదాసుకు ఏమనిపించిందో ఏమో? అతడేమో గుసగుసగా అన్నట్టు చప్పుడు, వెక్కిన శబ్దం. అది వాడి చెయ్యే అయ్యుండాలి. నా నుదుటు పైన తారాడుతోంది. బిడ్డను తల్లి నిమిరినట్టు అనిపించే చేతి స్పర్శ....

నన్ను బాపు తన పైన వాల్చుకుని చెపుతూ ఉన్నారు. అది 22 వ తేదీ అని. కస్తూర్ అని పిలిచారు. కనురెప్పల పైన మణుగు బరువు. తీయాలన్నా కుదరడం లేదు. ఛాతీలో వేడిగా, చెవులు కూడా వేడెక్కి, చేతులు కాళ్ళు అదిరినట్టయ్యింది. కష్టపడి కళ్ళు తెరిచాను. కనిపించింది బాపునే. కస్తూర్ అంటూ దబ్బున ముందుకు వంగారు. ఒక చిన్న సందంత మాత్రమే తెరుచుకున్న నా కళ్ళకు బాపు ఒక్కరే కనిపిస్తున్నారు. కళ్ళల్లో కళ్ళు పెట్టి చూస్తున్నారు. ఆయన కళ్ళు నీరోడుతున్నాయి. నీరోడుతున్న కళ్ళు. ఎంత దూరం ఈదుతూ వచ్చాము ఈ కన్నీళ్ళ పైన! ఎంత ఈత కొట్టడం, ఎంత మునగడం, లేవడం, మళ్ళీ మునగడం, లేచి లేచి మునగడం?! నా నోటికి నాలుగు ఉప్పు బిందువులు ఇది గంగాజలమా? బాపు కన్నీళ్లా ? రెంటికీ తేడా ఏముంది? మింగాను. మొత్తం గంగానదిని మింగినట్లనిపించి, లోపల ఏదో సరసరమని చలిస్తూ, వికసిస్తూ వ్యాపించసాగింది. అంతా కనిపిస్తూనే ఏమీ కనబడలేదు. అంతా వినబడుతూ ఏమీ వినబడలేదు. నోటి నిండా మాటలున్నాయి. బయటికి రావడం లేదు.

"మోకా! నాకింక సాధ్యం కాదు ప్రభూ! తేలుతున్నాను నేనిప్పుడు. తేలిక, ఇంకా తేలిక. ఆహా! ఏమి ఆనందమో... ఎన్నేళ్ళు జతగా ఉన్నాంకదా, నాకీ క్షణం చాలా...".

తే...లిపోయాను.

ఒక ఆడదాని కథ

అందరికీ అమ్మకావడం, తన భర్తకూ అమ్మ కావడం, ఒంటరితనం తక్కువ చేసే దారి అనుకునే బా బ్రతికింది. అందుకే చాలా మంది పిల్లల తల్లి ఆమె. కస్తూర్ అంటే ఆడది. బా అంటే తల్లి. కస్తూర్ కస్తూర్ బా కథ అంటే ఒక ఆడపిల్ల అమ్మ అయిన కథ.

అమ్మాయ్! ఇంతవరకూ నువ్వు విన్నది, చదివింది ఒక ఆడదాని కథ. ఎక్కువా లేదు, తక్కువా లేదు.

కాలం ఇంతే అమ్మాయ్! ప్రవహిస్తూ పోతుంది. అప్పుడున్న రాళ్ళు, కొండలు, చెట్లు ఇప్పుడూ ఉండవచ్చు. కానీ వేరే రూపంలో ఉంటాయి. దారిలోపడ్డ రాళ్ళు ఇప్పుడు ఇంటి బునాదులయ్యుండవచ్చు. జైలు గోడలు అయ్యుండవచ్చు. మురికి కాలువలో ఉండవచ్చు. బట్టలుతికే బండగా మారుండవచ్చు. లేదా పగిలిపోయి కంకరగా మారి రోడ్డు, ఇళ్ళు, వంతెనలను పటిష్టం చేసుండవచ్చు. కానీ రాళ్ళు ఉన్నది అబద్ధమా? ఇప్పుడు ఆ రాళ్ళు ఇంకో రూపంలో వాడుకోబడినది అబద్ధమా? అలాగయితే నిజమేది? అప్పటి పేరా, ఇప్పటి రూపమా?

రెండూ నిజాలే. కాలమహిమ

అంటే అదే. కష్టం-సుఖం, దుఃఖం-సంతోషం, అవమానం-ప్రశంస అన్నీ అంతే. ఉంటాయి. ఎక్కడికీ పోవు. కానీ అది దానిగానే ఉండదు. ఇంకో రూపంలో వుంటుందంతే. దాన్ని గుర్తుపట్టాలి. ఇది మనుషులకు కూడా అన్వయిస్తుంది కదూ? వాళ్ళ ఆలోచనలకూ అన్వయిస్తుంది కదూ? దీన్నే నేను జీవితాంతం తెలుసుకున్నది.

ఈ భూమి పైన ఎవరూ ఎక్కువా కాదు, తక్కువా కాదు. నేలపైన వటవృక్షమూ పెరుగుతుంది, అలాగే గరిక కూడా పెరుగుతుంది. వృక్షం ఉపయోగం వేరు, విస్తారం వేరు. గరిక ఉపయోగం, విస్తారం వేరు. వృక్షం పైన ఏదో పక్షి వచ్చి కూర్చుంటుంది. తన గూడు కట్టుకుంటుంది. పాట పాడుతుంది, ఎగిరిపోతుంది. మళ్ళీ మళ్ళీ వస్తూ ఉంటుంది. చెట్టు కింద జారకుండా, నుంచున్నవాళ్ళకి నీడతో పాటు కాళ్ళకొక చల్లని అనుభవాన్నిస్తూ ఉంటుంది గరిక. చల్లగా వ్యాపిస్తూ పెనుగాలికి, ఎండకు, చలికి బెదరకుండా తనంతకు తను ఉండిపోతుంది.

నేను కూడా ఈ గరిక మాదిరిగా చిన్న సందులోంచి ఆకాశాన్నిచూస్తూ వుండిపోయినదాన్ని. అన్ని బలవంతాలనుండి ముక్తురాలనయినదాన్ని. ఒక్కోసారి అనిపించేది, బాపు శోభకు నేనున్నానా? బాపును ఎల్లప్పుడూ గెలిపించడానికి, ఓడించడానికి, ప్రయోగాలను పరీక్షించడానికి నేనున్నానా? అకస్మాత్తుగా నేనే ఈ సంసారం-భర్త-పిల్లలు ఇవన్నీ అర్థం లేనివి అంటూ ఆశ్రమవాసానికి పిలిచుంటే? లేదా సత్యాగ్రహంలో మునిగిపోయి పిల్లలు, ఇల్లు చూసుకోకుండా కొడుకులా అలాంటి దారిని వెళ్ళుంటే? బాపు చెప్పింది నాకు నచ్చలేదు అని ఖద్దరు వేసుకోకుండా రంగురంగుల చీర కట్టుకుని, బొబ్బట్లు తింటూ, పిల్లా పీచులతో డబ్బు ఖర్చుచేస్తూ రాణిలా ఉండుంటే? నా ఇష్ట ప్రకారం బాపును మెప్పించడానికి నేను కూడా ఉపవాసం చేసుంటే? నాకై నేనే ప్రయోగం చేసి సత్యాన్ని కనుక్కునుంటే?

అప్పుడు
పోరుబందరులో ప్రళయం జరిగేది
ఆశ్రమంలో ప్రళయం జరిగేది
కస్తూర్‌గాంధి కస్తూర్ బా కాకుండా పోయేది
ప్రపంచం కస్తూరు బాను చూసే దృష్టే వేరుగా ఉండేది

జంతికలు చేశావా అమ్మాయ్? పోనీ, చేసేది చూశావా? లేదా తినేటప్పుడు ఎలా చేసుంటారో ఊహించుకున్నావా? పిండిని కలిపి, దాన్ని గొట్టంలో నింపి నిదానంగా నిరంతరంగా ఒకే మాదిరిగా నొక్కుతూ పోతే జంతికల చుట్ట బయటికి

వస్తుంది. దాని ఒంటిపైన ముళ్ళకోసం అది పదునుగా ఉన్న మొనతో గాయపడుతుంది. ఆ చుట్టలను గుండ్రంగా చుట్టి వృత్తంగా చేయాల్సుంటుంది. అ జంతికలో మొదలేది? తుది ఏది? రెంటి నడుమ రుచిలోని తేడా ఏమిటి?

నేను, నా బ్రతుకు, అనుభవం, జ్ఞాపకాలనే పిండిని నొక్కి నొక్కి బయటికి

తీసిన జంతికల ఆకారం ఇది. మొదలుకూ తుదికి తేడా లేదు. అవన్నీ ఒకదానికొకటి అంటుకునే ఈ ఇది ఇంతగా మారింది. జ్ఞాపకాల్లో కొన్ని అటూ ఇటూ అయ్యుండవచ్చు. వాటినన్నిటినీ ఇప్పుడు గుర్తుకు తెచ్చుకునేటప్పుడు మొదలు తుదో, తుది మొదలో అర్థం కాని ఒక బిందువులో నేను నుంచున్నాను.

ఇది కస్తూర్, ఇంతే కస్తూర్, నువ్వే తీర్పునివ్వు అమ్మాయ్.....

www.ingramcontent.com/pod-product-compliance
Lightning Source LLC
LaVergne TN
LVHW090054230825
819400LV00032B/716